AF762715

ഗ്രീൻ ബുക്സ്

ആൽത്തറയിലെ നിലാപ്പൂക്കൾ

രഘുനാഥ് പലേരി

നോവലിസ്റ്റ്, തിരക്കഥാകൃത്ത്, സംവിധായകൻ.
തൃക്കരിപ്പൂരിൽ പലേരി തറവാട്ടിൽ ജനനം.
അച്ഛൻ: സി.വി. രാഘവൻനായർ. അമ്മ: പത്മാവതിയമ്മ.

കഥ, നോവൽ, തിരക്കഥ എന്നീ സാഹിത്യ
മേഖലകളിൽ വ്യക്തിമുദ്ര പതിപ്പിച്ചിട്ടുണ്ട്.
നിരവധി പുരസ്കാരങ്ങൾക്ക് അർഹനായിട്ടുണ്ട്.

ഗ്രീൻ ബുക്സ് പ്രസിദ്ധീകരിച്ച
ഗ്രന്ഥകർത്താവിന്റെ ഇതര കൃതികൾ

ഓർക്കുന്നുവോ എൻ കൃഷ്ണയെ – ഭാഗം 1
(നോവൽ)

ഓർക്കുന്നുവോ എൻ കൃഷ്ണയെ – ഭാഗം 2
(നോവൽ)

ഓർക്കുന്നുവോ എൻ കൃഷ്ണയെ – ഭാഗം 3
(നോവൽ)

അവർ മൂവരും ഒരു മഴവില്ലും
(ബാലസാഹിത്യം)

ആൽത്തറയിലെ നിലാവെട്ടങ്ങൾ
(അനുഭവം)

അനുഭവം

ആൽത്തറയിലെ നിലാപ്പൂക്കൾ

രഘുനാഥ് പലേരി

ഗ്രീൻ ബുക്സ്

green books private limited
gb building, civil lane road, ayyanthole,
thrissur- 680 003, kerala, ph: +91 487-2381066, 2381039
website: www.greenbooksindia.com
e-mail: info@greenbooksindia.com

malayalam
altharayile nilappookkal
experience
by
raghunath paleri

first published april 2019

cover design : anoop sunny

branches:
thrissur 0487-2422515
palakkad 0491-2546162
thiruvananthapuram 0471-2335301
calicut 0495 4854662
kannur 0497-2763038

isbn : 978-93-88830-31-7

GBPL/1076/2019

മുഖക്കുറി

കഥാകൃത്ത്, ചലച്ചിത്രകാരൻ എന്ന നിലയിൽ പ്രസിദ്ധനായ പലേരിയുടെ കുറിപ്പുകളുടെ ഈ സമാഹാരം തീക്ഷ്ണാനുഭവങ്ങളുടെ കനൽക്കട്ടകളും ശുഭാപ്തിവിശ്വാസങ്ങളുടെ വർണ്ണമഴവില്ലുകളും നൽകുന്നു. ഏതൊരു മികച്ച സർഗ്ഗാത്മക കൃതിയും പോലെ അവിസ്മരണീയമായ വായനാനുഭവം.

കൃഷ്ണദാസ്
മാനേജിങ് എഡിറ്റർ

എന്റെ ആകാശിനും മേഘലയ്ക്കും
അവരെ തന്ന സ്മിതയ്ക്കും
അവരിലേക്കെന്നെ നയിച്ച
അച്ഛനും അമ്മയ്ക്കും
സമർപ്പണം.

എന്തെങ്കിലും എഴുതൂ...

പലതും പലവിധത്തിലും അനേക രൂപത്തിലും മനസ്സിൽ ഉണ്ട്. സ്ഥിരമായൊരു ഉത്തമ അവസ്ഥയില്ല എന്നേ ഉള്ളൂ. അവസ്ഥകൾ ഉത്തമമാകാറാണ് പതിവ്. അവ മനസ്സിന്റെ നെരിപ്പോടിൽ തങ്കംപോലെ ഉരുകിത്തെളിയണം. പത്തരമാറ്റിൻ പ്രഭ നേടണം. ഓർമ്മകൾക്ക് അനുഭവങ്ങളിലെ വേദനമൊട്ടുകളെ ഉരുക്കി വിരിയിച്ച് പൂക്കാലമാക്കാനുള്ള കരുത്തുണ്ട്. വീണ്ടും ഓർമ്മിച്ചെടുക്കുന്നതിലൂടെ ഓർമ്മകൾ ആ വസന്തപ്രഭയാണ് നേടുന്നതും. ഒന്നുകിൽ എന്റെ അനുഭവം. ജീവിതത്തിന്റെ ഒരു കഷ്ണം. അല്ലെങ്കിൽ മറ്റാരോ പകർന്നു തന്ന അനുഭവം. അനുഭവ ഓർമ്മകൾ ആൽമരത്തിലെ ഇലകൾപോലയാണ്. അടുത്തൊരു കാറ്റിൽ മറ്റൊരിലയിൽ തല ചായ്ക്കുംവരെ അത് വിറച്ചുകൊണ്ടിരിക്കും. ഈ തൊട്ടിലാട്ടങ്ങളിലൂടെ ഞാനും ഞാനെന്ന ഇലയിലേക്കൊന്ന് തല ചായ്ക്കട്ടെ.

“**ആ**ൽത്തറയിലെ നിലാവെട്ടങ്ങളിൽ” തൊട്ടുനോക്കിയാണ് ആദ്യഭാഗക്കുറിപ്പുകൾ സമർപ്പിച്ചത്. തണലും അനുഗ്രഹവും ചൊരിയുന്ന ഇലച്ചാർത്തുകൾക്കിടയിലെ വിള്ളലുകൾ മനസ്സിൽ വീഴ്ത്തുന്ന നിലാവെട്ടങ്ങളെ പിടിക്കാൻ ശ്രമിക്കുക. അത് മനസ്സിന്റെ കുട്ടിക്കളിയാണ്. പിടിച്ചു പിടിച്ച് മനസ്സെന്ന കരയിൽ നിന്നും അകന്നകന്നു പോകുമ്പോൾ ഒരു സത്യം വ്യക്തമാവുന്നു. സഞ്ചാരം പുറത്തേക്കല്ല, അകത്തേക്കാണ്. കരയെന്നത് വെറും പുറന്തോട്. ഞാനെന്ന സമുദ്രം കരക്കുള്ളിലാണ്. സഹനമെന്ന മനോഭിത്തി പൊതിഞ്ഞു നിൽക്കുന്ന സമുദ്രപ്പരപ്പിലൂടെ ആഴങ്ങളിലേക്ക് സഞ്ചരിച്ചുകൊണ്ടൊരു യാത്ര. ആ യാത്ര അവസാനിക്കുക അവസാന ശ്വാസം ഉയർത്തുന്ന തിരമാലയിൽ. അതും വന്ന് പൊതിയുന്നതോടെ അവിടുന്നങ്ങോട്ട് പിന്നെ സഞ്ചാരമില്ല. സമുദ്രമില്ല. കരയില്ല. തോണിയില്ല. ആകാശമോ വഴികാട്ടുന്ന നക്ഷത്രങ്ങളോ ഇല്ല. സർവ്വതും അവസാന ശ്വാസം ഊതിക്കെടുത്തും. ആ കാറ്റിൽ ദുഃഖവും സന്തോഷവും ആനന്ദചിന്തകളുമെല്ലാം അലിഞ്ഞു തീരും. പിന്നെ അവശേഷിക്കുക അക്ഷരമെന്ന ദേവ പ്രകാശം മാത്രം. അക്ഷരം കാഴ്ച്ചയും ബ്രഹ്മവുമാണ്. കാണുന്നതും കാഴ്ചയായി അവതരിച്ചതും ബ്രഹ്മം മാത്രം.

രഘുനാഥ് പലേരി

പാലക്കാട് ചെല്ലാതെ കൊടുവായൂർ ചിറ്റൂർ വണ്ടിത്താവളം വഴി ആരെയും ശല്യം ചെയ്യാതെ ഒരു മുറം നിറയെ യാത്രക്കാരെയും ഉമ്മറത്തിരുത്തി ഓടുന്ന തമിഴ് ബസ്സ്. അരികിൽ കയ്യിലെ തുവർത്ത് ചുരുട്ടി ജനൽ കമ്പിയിൽ തലയിണയാക്കി ഉറങ്ങുന്ന പ്രായമുള്ള സഞ്ചാരിയുടെ തല പല തവണ കൈവിട്ട് ഊർന്നു വീണു. ഒപ്പം തുവർത്തും. ഓരോ തവണയും തുവർത്ത് ചുരുട്ടി അദ്ദേഹം അവിടെ വെക്കും. നിമിഷാർദ്ധ നിദ്രയ്ക്കിടയിൽ തുവർത്ത് വീണ്ടും വഴുതും.

മൂന്നു പേർക്കിരിക്കാൻ സ്ഥലമുള്ള ഇരിപ്പിടത്തിൽ ഞാനും അദ്ദേഹവും മാത്രം. പ്രായം കൊണ്ടും അനുഭവം കൊണ്ടും എന്നേക്കാൾ എത്രയോ കേമൻ. എനിക്കിരിക്കാൻ പിറകിൽ വേറെ സ്ഥലമുണ്ട്. ജന്മം കൊണ്ട് അച്ഛനോ ഏട്ടനോ ആയിരുന്നെങ്കിൽ അച്ഛന് കിടക്കണോ...ന്ന് ഞാൻ അദ്ദേഹത്തോട് ചോദിക്കില്ലേ...?

ചോദിക്കും.

അടുത്ത വീഴ്ചയിൽ തല വഴുതിയതും ഞാൻ ചോദിച്ചു.

“കിടക്കണോ. കിടക്കണെങ്കിൽ കിടന്നോളൂ. എനിക്ക് പിറകിൽ സീറ്റുണ്ട്..”

അദ്ദേഹം സ്നേഹത്തോടെ തടഞ്ഞു.

“നീങ്ക ഉക്കാർങ്കോ... തൂക്കം ഇരുക്ക്. ആനാ പറവാ ഇല്ലൈ.”

ആ ഉത്തരം കൊത്തിയെടുത്ത് നിദ്രയെന്ന പക്ഷി അതോടെ അദ്ദേഹത്തിൽ നിന്നും പറന്നു പോയി. ചുരുട്ടിയ തുവർത്ത് വീണ്ടും കഴുത്തിലും കയ്യിലും ഒതുങ്ങി.

പിന്നീടാണ് അദ്ദേഹം പറഞ്ഞത്.

“അടുത്തടുത്ത് ആര് ഇരുന്നാലും ചുറ്റും ധാരാളം പേരുണ്ടെങ്കിലും എല്ലാരും ഒറ്റയ്ക്കൊറ്റയ്ക്കാ യാത്ര. അതാ ഓരോന്ന് ചിന്തിച്ചു തല തൂങ്ങി പോവുന്നത്.”

ഞാൻ പുഞ്ചിരിച്ചു.

അദ്ദേഹവും.

“പണ്ട് സിമൻറ് വേലയ്ക്ക് ഈ വഴിക്ക് ധാരാളം ഓടിയിട്ടുണ്ട്. നാല് മക്കൾ. അതിൽ ഒന്ന് പെണ്ണ്. നാല് വീട് കെട്ടിയിരുക്ക്. എന്നാലും എല്ലാരും

ഇപ്പോഴും വാടക വീടുകളിൽ ആണ്. എന്തുചെയ്യാനാ? ജീവിതം ചില നേരം തീ പോലെ ആവും. എരിഞ്ഞു വീഴാതെ തീയെ എരിക്കണം. അതാണ് മക്കൾക്ക് പറഞ്ഞു കൊടുത്തത്."

"ഇപ്പോൾ എവിടുന്നു വരുന്നു?"

"മൂത്ത മകനു ഇത്തിരി കഷ്ടം. കൊഞ്ചം പണം ഉള്ളത് അവനു കൊടുക്കാൻ പോയതാ. വിട മുടിയുമാ?"

മുടിയാതെന്ന് എന്റെ മനസ്സും.

അച്ഛനാണല്ലോ മനസ്സ്.

ശരീരമല്ലേ ഞാൻ ആവുന്നുള്ളൂ.

"എന്തേ ഈ രാത്രി തന്നെ തിരിച്ചത്? രാവിലെ ആവായിരുന്നില്ലേ?"

"മുടിയാതപ്പാ മനൈവി ഊരിലെ തനിയാ ഇരുക്ക്. ഭയം ഉണ്ടാവില്ലേ? നാല്പത്തൊന്നു വർഷം ആയി കൂടെ വന്നിട്ട്. വിട മുടിയുമാ...?"

"മുടിയാതെന്ന്! അപ്പോഴും മനസ്സ്."

ഇന്നു രാവിലെ സ്കൂൾ ബസ്സും കാത്തു നിൽക്കെ മോനോട് ഈ കഥ പറഞ്ഞു. മോന്റെ കണ്ണ് തിളങ്ങുന്നതും മുഖം വികസിക്കുന്നതും ഞാൻ കണ്ടു. എനിക്കും ഈ ലോകത്തിനും അതു ധാരാളം..

മനസ്സിലെ സൂര്യൻ ഉണർന്നാൽ പിന്നെ പ്രകാശം മാത്രം. അതോടെ ഒന്നും വിട മുടിയാത്. യാരുക്കും യാരെയും വിട മുടിയാത്.

●

തീർത്ഥാടനം രണ്ടുവിധം. അവനവനിലേക്കും. അവനവനിൽ നിന്നു പുറത്തേക്കും. ക്ഷേത്രം തേടിയുള്ള സഞ്ചാരത്തിൽ മിക്കവരും ക്ഷേത്രത്തിലേ എത്തുന്നുള്ളൂ. അവനവനിൽ എത്തുന്നില്ല. അവിടം വിട്ടിറങ്ങുമ്പോഴേക്കും അവർ ക്ഷേത്രത്തേയും അവനവനേയും തന്നെ ക്ഷേത്രമതിൽക്കെട്ടിന്നുള്ളിൽ ഉപേക്ഷിച്ചിരിക്കും.

തന്ത്രവിദ്യാഗണിതങ്ങളാൽ തീർത്ത ഒരു കൽക്കെട്ടിൻ കൂമ്പാരം മാത്രമല്ല ക്ഷേത്രം. സർവ്വതും ക്ഷേത്രമാണ്. നമ്മുടെ ചവിട്ടേറ്റ് അമർന്ന് പാദമുദ്രയായ് മാറുന്ന അരയടി ഭൂമിയും ഒരു മഹാക്ഷേത്രമാണ്. നിൽക്കുന്നിടം നിത്യവും നമസ്ക്കരിക്കുക. നിങ്ങളെന്ന മഹാക്ഷേത്രത്തിന്റെ ചൈതന്യം അവിടെയാണ്.

ഇത്രയും എഴുതാൻ കാരണം തീവണ്ടിയിൽ കണ്ട ഒരു കുഞ്ഞു ജ്യേഷ്ഠന്റെ മുഖത്തെ സങ്കടമാണ് ശബരിമലയിൽ നിന്നും വരും വഴി തീവണ്ടി പാലക്കാട് എത്തിയപ്പോഴാണ് നിറയെ അയ്യപ്പന്മാരുള്ള സംഘത്തിലെ ആ കുഞ്ഞ് ജ്യേഷ്ഠന് എന്തോ ഓർമ്മ വന്നത്. അവനത്

തെലുങ്കിൽ വെപ്രാളത്തോടെ കൂടെയുള്ള അച്ഛനോട് പറഞ്ഞതും അച്ഛൻ സാധാരണപോലെ അത് സഞ്ചിയിൽ ഉണ്ടെന്ന് പറഞ്ഞ് തപ്പി.

അത് സഞ്ചിയിൽ ഇല്ല.

മറ്റൊരു സഞ്ചി തപ്പി.

അതിലും ഇല്ല.

തപ്പി തപ്പി എല്ലാ സഞ്ചിയും തപ്പി.

ഒന്നിലും അതില്ല.

കുഞ്ഞ് അയ്യപ്പൻ തളർന്നു. ശരണം വിളി മറന്ന് മുഖം വസ്ത്രത്തേക്കാൾ സങ്കടംകൊണ്ട് കറുത്തു. ഒപ്പമുണ്ടായിരുന്ന പതിനൊന്ന് അയ്യപ്പന്മാരും അവരുടെ സഞ്ചികൾ ഒരേ സമയം തപ്പി. ഒന്നിലും അതില്ല. അയ്യപ്പൻ കീർത്തനംപോലെ തെലുങ്കിൽ കരഞ്ഞത് മലയാളത്തിൽ ഞാൻ ഇങ്ങനെ ഏതാണ്ട് കേട്ടു.

“അതെവിടെ പോയി? ഞാൻ സൂക്ഷിക്കാൻ തന്നതല്ലേ? എന്റെ കൈയിൽ സൂക്ഷിക്കാൻ സമ്മതിക്കാഞ്ഞിട്ടല്ലേ?”

“അത് ഇതിൽ വെച്ചതാണല്ലോ.”

എന്ന് വിഷമത്തോടെ അച്ഛനയ്യപ്പൻ. എവിടെയങ്കിലും ഉണ്ടാവും.. എന്ന് അമ്മാവനയ്യപ്പൻ. മോൻ കുഞ്ഞല്ലേ.. അതുകൊണ്ടല്ലേ വലിയ അയ്യപ്പന്മാര് അതെടുത്തുവെച്ചതെന്ന്.. ചങ്ങാതി അയ്യപ്പൻ. വലിയ അയ്യപ്പൻ എന്തേ അതെടുക്കാൻ മറന്നതെന്ന് വീണ്ടും കുഞ്ഞ് അയ്യപ്പൻ.

സകല അയ്യപ്പന്മാരും ശരണം വിളി മറന്ന നേരം കുഞ്ഞയ്യപ്പൻ ജനലരികിൽ പോയി പുറത്തേക്കും നോക്കി ഒറ്റ ഇരുത്തം. ഉള്ളിൽ ഇരച്ചു കയറുന്ന സങ്കടം. അതവിടെ തന്നെ അമർന്നില്ലാതവാണമെങ്കിൽ ഇനി പ്രകൃതി തന്നെ ശരണം വിളിക്കണം. അരികിൽ വിഷമിച്ച് ഇരുന്ന അച്ഛനയ്യപ്പനോട് ഞാൻ കാര്യം തിരക്കി.

“അനുജന് സമ്മാനിക്കാൻ വേണ്ടി അവൻ കോവിലിൽ നിന്നും ഒരു മിനുസമുള്ള കല്ല് എടുത്തിരുന്നു. അത് കഴുകി വൃത്തിയാക്കി പോക്കറ്റിൽ ഇട്ടപ്പോൾ സഞ്ചിയിൽ സൂക്ഷിക്കാംന്ന് പറഞ്ഞ് ആരോ അത് വാങ്ങിച്ചു. അതെടുക്കാൻ ഞങ്ങള് മറന്നു.”

“കല്ല് ഇപ്പോൾ എവിടെ ഉണ്ടാവും.?”

“അത് മലയിൽ തന്നെ ഉണ്ടാവും. അല്ലാതെ എവിടെ പോവാനാ.”

ഇത്തിരി സമയം കഴിഞ്ഞപ്പോൾ ഞാൻ കുഞ്ഞു അയ്യപ്പനോട് പറഞ്ഞു.

“അയ്യപ്പനെ കാണാൻ മോൻ വീട്ടിൽ നിന്നും മലയിലേക്ക് പോയി. ഇനി മലയിൽ നിന്നും അയ്യപ്പനെ കാണാൻ വീട്ടിലേക്ക് പോകുന്നൂന്ന് വിചാരിച്ചാ മതി. കല്ല് അനുജന് അയ്യപ്പൻ അവിടെ എത്തിച്ചു കൊടുക്കും. അത് മോൻ എടുത്ത കല്ല് തന്നെ ആയിരിക്കും.”

എന്റ മലയാളം അച്ഛനയ്യപ്പൻ പുത്രന് തെലുങ്കിൽ പരിഭാഷപ്പെടുത്തി നൽകേ അവന്റ മുഖം വികസിക്കുന്നത് ഞാൻ കണ്ടു. എനിക്ക് ഉറപ്പാണ്. ഞാൻ പറഞ്ഞത് അതുപോലെ ആയിരിക്കില്ല അച്ഛൻ പറഞ്ഞത്. നീ തന്നെ അല്ലെടാ എന്റെ അയ്യപ്പൻ.., ഞാനെന്തിനാ നിന്നെയും എടുത്ത് മലയിലേക്ക് കല്ലു പെറുക്കാൻ പോയതെന്നു കൂടി അച്ഛൻ അതിൽ ചേർത്തു കാണും. അല്ലാതെ അവൻ അച്ഛന്റെ കയ്യിൽ പതിയെ പിടിക്കില്ല.

അയ്യപ്പ സങ്കല്പം, പരസ്പരം പ്രസരിപ്പിക്കുന്ന ചൈതന്യ പ്രകാശമാണ്. അയ്യപ്പ ദർശനത്തിന് പോകുന്ന സാധുക്കളെ ഒരിക്കലും വേദനിപ്പി ക്കരുത്.

●

ഇത് മുൻപുണ്ടായിരുന്നില്ല..

ഒരിക്കലും ഉണ്ടായിരുന്നില്ല..

കാണുമ്പോൾ തന്നെ വേദന തോന്നും.

അമർഷം തോന്നും..

ഇവരെല്ലാം ഇത്ര ചീപ്പാണോ എന്നു തോന്നും.

ഈയ്യിടെ എവിടെ നോക്കിയാലും കാണാം ഓരോ വാർഡ് മെമ്പറേയും എംഎല്ലേയേയും എംപിയേയും മന്ത്രിയേയും പ്രകീർത്തിച്ചു കൊണ്ടുള്ള ഫ്ളെക്സ് ബോർഡുകളും ബാനറുകളും. അതും ഓരോരോ നിസ്സാര കാര്യത്തിന്.

കടുങ്ങൻ പാറയിൽ കലുങ്ക് പണിയാൻ അനുമതി സംഘടിപ്പിച്ച മെമ്പർക്ക് അഭിനന്ദനങ്ങൾ.

ചാത്തൻ മലയിൽ നിന്നും മുന്നോട്ടുള്ള നിരത്ത് ചാത്തന് വഴി നടക്കാൻ സമ്മതം നേടി ജനങ്ങളെ രോമാഞ്ചമണിയിച്ച മന്ത്രിക്ക് അഭി വാദനങ്ങൾ. (റോഡിന് നാലടിയേ ദൂരമുള്ളൂ എങ്കിലും ചാത്തൻ വല്യ കഷ്ടത്തിലായിരുന്നു എന്നർത്ഥം.)

ചൊവ്വയിലേക്കുള്ള തീവണ്ടി ഏലൂരിൽ നിർത്താനുള്ള അനുവാദം സംഘടിപ്പിച്ച് കവറിലാക്കി അയച്ച എംപി കുട്ട്യാമുവിന് ആദരാഞ്ജലി കളും അഭിനന്ദനങ്ങളും...

ഇങ്ങനെ നാടിന്റെ നാനാ ഭാഗത്തും അനവധി ഫ്ളെക്സ് മുദ്രകൾ വിസർജിച്ച് വെച്ചിരിക്കുന്നത് വഴി തടഞ്ഞ് നടക്കാൻ വയ്യാത്ത അവസ്ഥ. ഇതെല്ലാം പലരുടെയും മൗനാനുവാദത്തോടെയോ അല്ലെങ്കിൽ അതിൽ ചിരിച്ച് വിസർജിച്ചു നിൽക്കുന്ന മഹാന്മാരുടെ സമ്മതത്തോടെയോ ആണ്. അല്ലാതെ അവനവന്റെ കാര്യം നോക്കി ജീവിക്കാൻ പെടാപാടു പെടുന്ന പാവം പൊതുജനത്തിന് ഇതിനൊക്കെ എവിടുന്ന് നേരം?

പണ്ടൊക്കെ ഏതൊക്കെ സ്ഥാനത്ത് ആരൊക്കെ ഇരിക്കുന്നു എന്ന് അത്യാവശ്യം പുസ്തകം തുറന്നു നോക്കുന്ന ഓരോ സ്ക്കൂൾ കുട്ടിക്കും അറിയാം. ഇപ്പോ ഇരിക്കുന്നവർക്ക് തന്നെ അറിയില്ല അവർ ഇരിക്കുന്ന തെവിടെയാണെന്ന്. അല്ലെങ്കിൽ നാൽപ്പതടി ദൂരമുള്ള റോഡും മൂന്നടി വീതിയുള്ള കലുങ്കും നാടിന്റെ പണം എടുത്ത് നാടിനു വേണ്ടി പണിത തിന് അവകാശം ഉന്നയിച്ച് ആരെങ്കിലും സ്വന്തം ഫോട്ടോ ഒട്ടിച്ച് നോട്ടീസടിക്ക്യോ..

ഇക്കണക്കിന് സ്വാതന്ത്ര്യം നേടി തന്നവർക്ക് അഭിവാദ്യം അർപ്പിച്ച് എത്രയെത്ര ഫ്ളെക്സ് നമ്മൾ വെക്കേണ്ടി വരും.

കുറച്ചു കാലം കഴിഞ്ഞ് വരാൻ പോകുന്ന ഒരു ഫ്ളക്സ് ഇങ്ങനെയാവും,

'ഇത്രയും കാലം ഒന്നും ചെയ്യാതെ സ്വന്തം കാര്യം നോക്കി നടന്ന്, ഇന്നലെ തീരെ പ്രതീക്ഷിക്കാതെ എനിക്കും മണിക്കുന്നിലെ ഉമ്മർ ക്കാക്കും പൊറാട്ടേം ബീഫും വാങ്ങിത്തന്ന എംപി സുഗുണൻ വാരി ക്കുഴിയിലിന് അഭിനന്ദനത്തിന്റെ പൂച്ചെണ്ടുകൾ. ആ കട നാളെയും തുറക്കുന്നതാണ്."

സ്കൂളിൽ പഠിക്കുന്ന കാലത്തെ ഏറ്റവും ഉജ്ജ്വല കൗതുകങ്ങളിൽ ഒന്നായിരുന്നു മഴ. മഴക്കാലം വസന്തകാലമായാണ് എനിക്ക് തോന്നാറ്. മഴ ശരിക്കും ഒരു വിരുന്നുകാരിയായിരുന്നു. അദ്ഭുത ലാസ്യവിന്യാസ ങ്ങളോടെയുള്ള അവളുടെ ഒരു വരവുണ്ട്. അകലെ നിന്നേ പുരപ്പുറ ങ്ങളിലും മരങ്ങളിലും വെള്ളക്കെട്ടുകളിലും ചാടിത്തുള്ളി വീണു കൊണ്ടുള്ള അവളുടെ വരവിന്റെ ശബ്ദം കേൾക്കുമ്പോഴേ ഞങ്ങൾ അമ്മയും മക്കളും മുറ്റത്തേക്കോടും. അഴയിൽ തോരാനിട്ട വസ്ത്രങ്ങൾ എടുത്തു തീരുമ്പോഴേക്കും മഴ തലയ്ക്കു മുകളിൽ എത്തിയിട്ടുണ്ടാവും. വെയിലിന്റെ മണമുള്ള വസ്ത്രങ്ങളും നെഞ്ചോട് ചേർത്ത് പിടിച്ച് മുറ്റം കടലാക്കുന്ന മഴയേയും നോക്കിയുള്ള അമ്മയുടെ ഒരു നിൽപ്പുണ്ട്. ആ നിൽപ്പ് ഞാനിപ്പോഴും കാണുന്നു.

ചില നേരം മഴയുടെ വരവിന് വേഗത കൂടുതലാണ്. അപ്പോൾ ഉണങ്ങിയ വസ്ത്രങ്ങൾക്കൊപ്പം അമ്മയും മക്കളും ഇത്തിരി നനയും. അപൂർവ്വ ഘട്ടങ്ങളിൽ മഴ ശബ്ദം കേൾപ്പിക്കാതെ വന്ന് മുറ്റത്തിന്റെ കാൽക്കൽ വീഴും. അഴലിലെ ഉണങ്ങിയ വസ്ത്രങ്ങളെല്ലാം വീണ്ടും നനഞ്ഞ് ചപ്ലിപിളിയാവും.

അപ്പോൾ അമ്മയ്ക്ക് ഇരട്ടി പണിയാണ്.

മറ്റൊരു കൗതുകം പൂർണ്ണ ചന്ദ്രനായിരുന്നു. നിലാവ് നിറഞ്ഞ ആകാശത്തിൽ വട്ടച്ചന്ദ്രൻ മേഘങ്ങൾക്കുള്ളിലൂടെ പറക്കുന്നത്

കോലായയിലും മുറ്റത്തും ഇരുന്നങ്ങിനെ നോക്കി നിൽക്കും. അങ്ങേരുടെ കൂടെ ഞാനും പറക്കും. ചന്ദ്രൻ പറക്കുന്നത് കാണാൻ ഏറ്റവും രസം തറവാട്ടു മുറ്റത്താണ്. അവിടെ കട്ടിൽ ഇട്ട് മലർന്നങ്ങ് കിടക്കും. മുകളിൽ ആകാശവും ചന്ദ്രനും ഞാനും മാത്രം. ഞങ്ങൾക്ക് താഴെ എവിടേക്കും പറക്കാതെ കട്ടിലും. ആ കിടത്തങ്ങളിൽ എത്രയോ നക്ഷത്രമണ്ഡലങ്ങളിലേക്ക് ഞാൻ യാത്ര ചെയ്തിട്ടുണ്ട്. പല നക്ഷത്രങ്ങളും വാസയോഗ്യമാണ്. ശാന്തമാണ്. ചില നക്ഷത്രങ്ങളിൽ ഇത്തിരി ചൂടു കൂടുതലാണ്. എന്നാലും സഹിക്കാം.

ഗ്രാമങ്ങളിലെ ആകാശമാണ് സുന്ദരം. നഗരങ്ങളിലെ ആകാശത്തിന് മൊത്തം കരിയാണ്. കാടിന്നു മുകളിലെ ആകാശം കണ്ണാടിപോലെയാണെന്ന് തോന്നിയിട്ടുണ്ട്. ആദ്യത്തെ തിരക്കഥയുടെ ചിത്രീകരണ ലൊക്കേഷൻ വയനാടൻ കാടിന്നുള്ളിലായിരുന്നു. ശ്രീ മധുഅമ്പാട്ടായിരുന്നു ഛായാഗ്രാഹകൻ, ചിത്രീകരിച്ചുകൊണ്ടിരിക്കേ ഒരിക്കൽ കാട്ടാന വന്നു. ഭയന്നു കറങ്ങിയ സിനിമക്കാരെ കണ്ടതും കാട്ടാന സ്ഥലം വിട്ടു.

എന്നാലും മഴയാണ് എനിക്കേറ്റവും ഇഷ്ടം. മഴ പെയ്തു കൊഴകൊഴാ കിടക്കുന്ന മുറ്റത്ത് അവിടവിടെ തേടിയാൽ അന്ന് കളിമണ്ണ് കിട്ടുമായിരുന്നു. അതെടുത്ത് ഉരുട്ടിയും നീട്ടിയും തോന്നിയപോലെ എന്തെങ്കിലും ചെറിയ രൂപങ്ങൾ ഉണ്ടാക്കും. അവ അച്ഛൻ ഉപേക്ഷിച്ച തീപ്പെട്ടി കൂടിന്നു മുകളിൽ ഉറപ്പിക്കും. ഇത്തിരി വെയിൽ വീഴുമ്പോഴേക്കും അതെല്ലാം ഉണങ്ങിപ്പൊടിയും. പിന്നീട് മക്കൾ സ്കൂളിൽ എത്തിയ കാലത്താണ് കളിമണ്ണ് കടയിൽ നിന്നും വാങ്ങിക്കാമെന്ന് മനസ്സിലായത്. പല നിറത്തിലുള്ള കളിമണ്ണ് വാങ്ങി മക്കൾ അപ്പവും അടയും ചുട്ടു. വിശപ്പാറിയില്ലെങ്കിലും ഞാനതെല്ലാം മനസ്സുകൊണ്ട് രുചിച്ചു.

മനസ്സിൽ, "കളിമണ്ണു മെനഞ്ഞു മെനഞ്ഞൊരു.. കലമാനിനെ ഉണ്ടാക്കാത്ത." ആരാണുള്ളത്? ഓരോ സ്വപ്നവും കളിമൺ കുമ്പാരമാണ്. മെനയുന്ന കലമാനാവില്ല പുറത്തു വന്ന് മേയുന്നതെന്നു മാത്രം. എന്നാലും കൊല്ലാതെ വളർത്താൻ സാധിച്ചാൽ അതും നിലാവ് പുതച്ച മറ്റൊരു പൂർണ്ണചന്ദ്രപ്രഭ.

ജീവിതം തന്നെ ഒരു ശില്പനിർമ്മാണമാണ്. ശില്പം ചുട്ടെടുക്കാനായി ഉള്ളിൽ എരിയുന്ന ഉലയിലെ തീയ്യായി മാറുകയാണ് ഓരോരുത്തരും.

●

ബാംഗ്ലൂർ എറണാകുളം ഇന്റർസിറ്റി ഉണങ്ങിയ ഭാരതപ്പുഴയ്ക്കു മുകളിലൂടെ ഉരുളുന്നു. വണ്ടിക്കും ദാഹം. പുഴക്കും ദാഹം. ആറാൾക്കുള്ള ഇരിപ്പിടത്തിൽ രണ്ടു ജാലകവും കാഴ്ച്ചവാതിലാക്കി ഞാനും എനിക്കു മുന്നിൽ ഒരു മെലിഞ്ഞ പെൺകുട്ടിയും. നെഞ്ചോട് ചേർത്തു പിടിച്ച

ബാഗിൽ നിന്നും പടി വിടാതെ അവൾ ഉറങ്ങുന്നു. അടയുന്ന കൺപോളകൾ കാറ്റിൽ ആടുന്ന തൊട്ടാവാടിയിലകളായി ഇടയ്ക്കിടെ വിടരുന്നു, വയ്യെന്നു പറഞ്ഞ് അടയുന്നു. വെയിൽ നിറമുള്ള കുഞ്ഞു ശ്രീ മുഖം. നെറ്റിയിൽ ദൂരെയെങ്ങോ ഉള്ള നക്ഷത്രമായി ഒരു പൊട്ട്. അതിനും മുകളിൽ ഭർതൃമതീ തിലകം.

അവളോട് ചേർന്ന് തടിച്ചൊരു സത്രീ. ഇടയ്ക്കിടെ അവരുടെ തലയും ഉറക്കത്തിൽ അവളുടെ ചുമലിലേക്ക് വീഴുന്നുണ്ട്. പെട്ടെന്ന് ഞെട്ടി അവരത് തിരിച്ചെടുത്ത് നിവർത്തിപ്പിടിക്കുന്നുണ്ട്. വീണ്ടും കൈവിട്ട് അവളിലേക്ക് തന്നെ വീഴുന്നുമുണ്ട്. അവർക്കും അരികിൽ അവരുടെ അച്ഛനാവാം അദ്ദേഹവും ഉറങ്ങുന്നു. വായ സ്വൽപ്പം തുറന്നുള്ള നിദ്രയിൽ അരികിലൂടെ ഇടയ്ക്കിടെ ആരെങ്കിലും കടന്നുമാറുമ്പോൾ അതറിയും വിധം അദ്ദേഹം വായടക്കും. കടന്നുമാറുന്ന ആൾ അകന്നാൽ വീണ്ടും വായ തുറക്കും.

എനിക്കരികിൽ ആലുവയിൽ ഇറങ്ങേണ്ട ഒരു പെൺകുട്ടി. വെണ്ടയുടെ വണ്ണമേ ഉള്ളൂ. ഭക്ഷണം ധാരാളം കഴിക്കാറുണ്ടെന്ന് ഉറപ്പ്. ഇടയ്ക്കിടെ അവൾ കയ്യിലെ ബാഗിൽ നിന്നും ചോക്ലേറ്റ് നുണഞ്ഞിരുന്നു. നല്ല മണമുള്ള ചോക്ലേറ്റ്. ആലുവയിൽ എപ്പോൾ എത്തുമെന്ന് അവളെന്നോട് ചോദിച്ചിരുന്നു. നാല് ഇരുപതോടെ എഞ്ചിൻ ഡ്രൈവർക്ക് അവിടെ എത്തിയേ പറ്റൂ എന്ന് പറഞ്ഞപ്പോൾ, ആ സമയം നമ്മളും അവിടെ എത്തുമല്ലേ, എന്നവൾ പറഞ്ഞു ചിരിച്ചിരുന്നു. ആ ചിരിയും ഭാരതപ്പുഴയ്ക്ക് കാണാൻ സാധിച്ചില്ല .

കണ്ടിരുന്നെങ്കിൽ അത്രയെങ്കിലും പുഴയുടെ ദാഹം കുറഞ്ഞു കിട്ടുമായിരുന്നു. അപ്പോഴേക്കും അവളും മുന്നോട്ടാഞ്ഞ് സ്വന്തം മടിയിൽ വെച്ച സഞ്ചിയിൽ നെറ്റി അമർത്തി ഉറങ്ങിയിരുന്നു.

അവൾക്കും അപ്പുറം എന്നെക്കാൾ ഉയരമുള്ള ഒരു പുരുഷൻ. സുമുഖൻ. മുഖത്ത് കണ്ണു മറക്കുന്ന കൂളിഗ് ഗ്ളാസ്. ഇടയ്ക്കിടെ അദ്ദേഹം എന്നെ നോക്കും. എന്നെ അദ്ദേഹം കളറിലാണ് കാണുന്നത്. ഞാൻ പുഞ്ചിരിക്കും. അദ്ദേഹവും പുഞ്ചിരിക്കും. ഒറ്റപ്പാലം കഴിഞ്ഞപ്പോൾ അദ്ദേഹം മുഖം എനിക്കു നേരെ തിരിച്ചിരുന്നു. അപ്പോഴും ഞാൻ പുഞ്ചിരിച്ചു. അദ്ദേഹം പുഞ്ചിരിച്ചില്ല. അദ്ദേഹവും ഉറങ്ങിയെന്ന് തലയുടെ ചായ്‌വ് കണ്ടപ്പോൾ മനസ്സിലായി.

എല്ലാം പിടിച്ചെടുത്ത് ദാഹം പിടിച്ചടക്കി ഇന്റർസിറ്റി ഓടുന്നു.

തൃശൂർ എത്താറായി.

എത്രയും പെട്ടെന്ന് എനിക്ക് ഒരിടത്ത് എത്താനുണ്ട്. ഒരാഴ്ച്ചയോളമായി ഫോൺ വിളിച്ചിട്ടും കിട്ടാത്ത ഒരാളെ കാണാനുണ്ട്. അയാൾക്ക് നല്ല സുഖമില്ലെന്ന അറിവുണ്ട്.

പ്ലാറ്റ്ഫോമിലൂടെ തീവണ്ടി കയറിയതും വാതിൽക്കലേക്ക് നീങ്ങിയ എനിക്കു മുന്നിൽ നേരത്തെ വന്നു സ്ഥലം പിടിച്ച വിധം വാതിലിന്നും

പുറത്തെ പ്രകൃതിക്കും ഇടയിലായി കൂളിംഗ് ഗ്ലാസ് ധരിച്ച സുമുഖൻ പുറത്തേക്കും നോക്കി വാതിൽക്കലെ കമ്പിയും പിടിച്ചു നിൽക്കുന്നു. ആ നിൽപ്പ് അത്ര ശരിയെല്ലന്ന വിധം മുഖം തിരിച്ച അദ്ദേഹത്തോട് ഞാൻ പുഞ്ചിരിച്ചെങ്കിലും ഇറങ്ങാനുള്ള ധൃതിയിൽ അദ്ദേഹം അത് കണ്ടില്ല. എന്നാൽ വണ്ടി നിൽക്കാറായതും താഴത്തെ ചവിട്ടുപടിയി ലേക്ക് കാലെടുത്തു വെച്ച അദ്ദേഹത്തെ തടയാൻ ആ കൂളിംഗ് ഗ്ലാസും മൊഞ്ചും ഒന്നും എനിക്ക് പ്രശ്നമായിരുന്നില്ല.

“വണ്ടി നിൽക്കട്ടെ.. ഇറങ്ങരുത്...”

“ഓക്കെ .. ഓക്കെ..” എന്നു പറഞ്ഞു വണ്ടി നിൽക്കുന്നതിന്നു മുൻപെ ഇറങ്ങാൻ കാലെടുത്ത ആ വിഡ്ഢിയെ വീണ്ടും തടഞ്ഞു..

“വീണുപോകും.. ഇറങ്ങല്ലേ.”

ഇതെല്ലാം സിംപിൾ എന്ന വിവരക്കേടോടെ കാലെടുത്തു പ്ലാറ്റ്ഫോമി ലേക്ക് ഇറങ്ങിയ ആ ബുദ്ധിമാൻ ഒന്നുലഞ്ഞു.

പിന്നെ നിശ്ചലം നിന്നു.

രണ്ടടി ദൂരെയായി നിന്ന ഇന്റർസിറ്റിയിൽ നിന്നും ഇറങ്ങി ഞാനാ ദേഹം തൊടുമ്പോൾ അത് ആലിലപോലെ വിറയ്ക്കുന്നു. ഇത്തിരി മൂത്രവും കിനിഞ്ഞോ എന്നു സംശയം. എന്നിട്ടും ഞാൻ അദ്ദേഹത്തോട് പറഞ്ഞു.

“മണ്ടത്തരം കാണിച്ചിട്ട് വിറച്ചിട്ട് കാര്യമില്ല. ഫിസിക്സിന് നിങ്ങ ളുടെ കൂളിംഗ് ഗ്ലാസും തടിയും ഒന്നും പ്രശ്നമല്ല. അത് അതിന്റെ സ്വഭാവം കാണിക്കും. അല്ലെങ്കിൽ നിങ്ങളും നിങ്ങളിലെ ഫിസിക്സും ചത്തുപോകും.”

പുറത്ത് കാത്തു നിന്ന ദീപന്റെ ടാക്സിയിൽ കയറാൻ ഒരുങ്ങുമ്പോൾ തീവണ്ടിയിൽ തൊട്ടു മുന്നിലെ ജാലകത്തിന്നരികിൽ ഉറങ്ങിയിരുന്ന പെൺ കുട്ടി ഓടിയെത്തി പിറകിൽ നിന്നും വിളിച്ചു.

ഒപ്പം അദ്ദേഹം.

ഇപ്പോൾ കൂളിംഗ് ഗ്ലാസ് ഇല്ല.

ഇത്തിരി പേടിയോടെയും പരിഭവത്തോടെയും പെൺകുട്ടി പറഞ്ഞു.

“എപ്പഴും ഇങ്ങിനെയാ. പറഞ്ഞാൽ കേൾക്കില്ല. ഇപ്പോ നല്ല പേടി യായി. ഇനി ഉണ്ടാവില്ല അല്ലേ...”

ഞാനും പറഞ്ഞു.

“ഉണ്ടാവില്ല.”

അദ്ദേഹവും തലയാട്ടി.

ഉണ്ടാവില്ല.

മിക്കദിവസവും നമ്മൾ വീട്ടിൽ തിരിച്ചെത്തുന്നത് നമ്മുടെ അഹങ്കാരവും അറിവില്ലായ്മയും കാരണം എത്രയോ തവണ മരണത്തെ തൊട്ടുരുമ്മി രക്ഷപ്പെട്ടാണ്.

ഓർക്കുക.

ഫിസിക്സിന് ഒന്നും ചെയ്യാൻ കഴിയില്ല.

അത് അതിന്റെ സ്വഭാവം കാണിക്കും.

കുട്ടിക്കാലത്തെ കൗതുകങ്ങളിൽ ഒന്നായിരുന്നു വീട് മേയാനുള്ള ഓല മെടയൽ. തറവാട്ടിലെ കിണറിന്നടുത്ത് പറമ്പിൽ നിന്നും കിട്ടുന്ന തെങ്ങോലകൾ ചീന്തി അട്ടിക്ക് വെച്ച് അമ്മാവനും ഏച്ചിയും ഭാനുവേച്ചിയും അമ്മയും എല്ലാം പാനിയിൽ വെള്ളം കോരി ഇടയ്ക്കിടെ ഓലകൾക്ക് നനച്ചു കൊടുക്കും. നാലഞ്ചു ദിവസത്തെ നനകൊണ്ട് ഏതാണ്ട് കുതിർന്നു കിട്ടുന്നതോടെ ഒഴിവു സമയങ്ങളിൽ അതെല്ലാം എടുത്ത് മെടയാൻ തുടങ്ങും. ചിലപ്പോൾ മെടയുന്നവരോടൊപ്പം ഞാനും കൂടും.

അമ്മയുടെ കുട്ടിക്കാലത്ത് തറവാട് പുല്ല് മേഞ്ഞതായിരുന്നു. പിന്നീടാണ് ഓല വന്നത്. അമ്മയ്ക്ക് കൂട്ടിന് ഞാനും ഏട്ടന്മാരും വരുമ്പോഴേക്കും ഓല മാറ്റി ഓടിട്ട തറവാടായി. ചുറ്റും പുതിയ മുറികളും വരാന്തകളും ആയി. പക്ഷേ തൊഴുത്തും നെല്ലുകുത്തുപുരയും ഓലമേഞ്ഞതായിരുന്നു. പിന്നെ നെല്ലുകുത്തുപുര ഓടിട്ടു. വീണ്ടും കുറെ വർഷം കഴിഞ്ഞാണ് തൊഴുത്ത് ഓടു മേഞ്ഞത്. മേയാനുള്ള ഓലകൾ കഴിച്ച് ശേഷിക്കുന്നവ അയൽവക്കങ്ങളിലെ ആവശ്യക്കാർക്ക് നൽകും. ഓലമേഞ്ഞ വീടുകൾ അക്കാലത്ത് ധാരാളം ഉണ്ടായിരുന്നു. സാവകാശം അതെല്ലാം ഓടിട്ട വീടുകളായതോടെ തെങ്ങോലകളും തെങ്ങിൽ തന്നെ ഉണങ്ങി വീണ് ചിലത് അടുപ്പിൽ അമർന്നു. ചിലതെല്ലാം പച്ചക്കറി വള്ളികൾക്ക് പടരാനും വേലികൾക്ക് താങ്ങായും മണ്ണിൽ അലിഞ്ഞു. കാലം മുദ്രാവാക്യം വിളിച്ച് പറക്കവേ വീടുകളുടെ ഓട് ഭംഗി മാഞ്ഞ് അവയെല്ലാം കോൺക്രീറ്റ് സൗധങ്ങളായി.

കോളേജിൽ പഠിക്കുമ്പോൾ എന്റെ സുഹൃത്ത് ബാലകൃഷ്ണൻ താമസിച്ചിരുന്ന ഓലമേഞ്ഞ വീട്ടിൽ ഞാനിടയ്ക്കിടെ പോകാറുണ്ട്. എന്തൊരു തണുപ്പാണ് അകത്ത്. രാത്രിയിൽ ആണത്രെ കൂടുതൽ ഭംഗി. ചാണകം മെഴുകിയ നിലത്ത് മെത്തപ്പായയിൽ മലർന്നു കിടന്നാൽ ഓല ച്ചീന്തുകൾക്കിടയിലൂടെ ചിലപ്പോൾ ആകാശം കാണാം. താഴേക്ക് വീഴാൻ തയ്യാറായി പാകം വന്ന ഒന്നോ രണ്ടോ നക്ഷത്രങ്ങളും.

നമുക്കൊക്കെ ഒരു നക്ഷത്രം തന്നെ ധാരാളം. ബാലകൃഷ്ണനനും കിട്ടി ഒരു നക്ഷത്രം. അവനിപ്പോൾ വയനാട്ടിലാണ്. കൂട്ടിന് കുട്ടികളും അവരുടെ അമ്മയും.

തേങ്ങയുടെ കൊരച്ചിൽ പൊട്ടിച്ചെടുത്ത് അഗ്രം ചതച്ച് ബ്രഷാക്കിയാണ് അച്ഛൻ പല്ലുതേക്കാറ്. കുട്ടിക്കാലത്ത് ഞങ്ങൾ മക്കൾ മാവില ചുരുട്ടി അഗ്രം കടിച്ച് ബ്രഷ് ഉണ്ടാക്കിയാണ് പല്ല് വെളുപ്പിക്കാറ്. ചിലർ പഴുത്തമാവില തേടുമ്പോ ഞാൻ നല്ല പച്ചില പറിച്ച് ബ്രഷാക്കും. പകൽ നേരത്ത് മാവിൻ ചോട്ടിലൂടെ നടക്കുമ്പോ തളിരില പറിച്ച് വെറുതെ ചവയ്ക്കും. വായിൽ ടൂത്ത് പെയ്സ്റ്റ് വന്നത് വളരെ കാലത്തിനു ശേഷമാണ്.

തേക്കുന്നതിനൊപ്പം മിക്ക കുട്ടികളും പേസ്റ്റ് രുചിക്കാറാണ് പതിവ്. അന്നത്തെ ടൂത്ത്പേസ്റ്റ് തീരാറാവുമ്പോഴേക്കും ട്യൂബ് ഞെക്കി ഉള്ളത് പുറത്തെടുക്കണമെങ്കിൽ നല്ല മസിൽ പവർ വേണം. വല്ലാത്ത ബലമുള്ള ട്യൂബായിരുന്നു അന്നെല്ലാം. അക്കാലത്തെ ചില സിനിമകളിലെങ്കിലും നായകന്റെ ദാരിദ്ര്യം തിരക്കഥയിൽ കയറുമ്പോൾ കല്ല് വെച്ച് അമർത്തി അവസാനം ഉള്ള പേസ്റ്റ് എടുക്കുന്ന രംഗം വരാറുണ്ട്. കമലഹാസന്റെ ഒരു പടത്തിൽ ശ്രീ കെ ബാലചന്ദ്രൻ ആണെന്ന് തോന്നുന്നു അത്തരം ഒരു സങ്കടം ദൃശ്യപ്പെടുത്തിയിട്ടുണ്ട്. ചിത്രം, "വരുമയിൻ നിറം ചുവപ്പ്". പിന്നീടാണ് ടൂത്ത് പേസ്റ്റെല്ലാം ഇപ്പോ കാണുന്ന പഞ്ഞിപോലുള്ള കുഴലിൽ വന്നത്. മിക്ക കുഴലിലും വലിയൊരളവ് കാറ്റായിരിക്കും.

തെങ്ങും തേങ്ങയും കാണുമ്പോൾ മനസ്സ് പല ശബ്ദങ്ങളും അടയാളപ്പെടുത്തും. നീളൻ മുളയേണി തെങ്ങിൽ ചാരി പാതിയോളം കയറി പിന്നെ തളപ്പിട്ട് ചാടിച്ചാടി മുകളിൽ എത്തി നാളികേരങ്ങൾ താഴേക്ക് വെട്ടിയിടുന്ന കൊയ്യേറ്റക്കാരൻ ഉക്കാരന്റെ, "കുഞ്ഞി എപ്പോ വന്നീനീ..." എന്ന ചോദ്യ ശബ്ദം. വെട്ടേറ്റ് വീഴുന്ന നാളികേരത്തിന്റെ "ബ്തം.." ശബ്ദം. കൂട്ടിയിട്ടവ കത്തിയുടെ അഗ്രത്തിൽ വെട്ടി ഉയർത്തി കൂനയിലേക്ക് വലിച്ചിടുന്ന അബ്ദുവിന്റെയും കുട്ടിബാലന്റെയും എണ്ണം തെറ്റുന്ന ശബ്ദം. നാളികേരത്തിൽ വീഴുന്ന കത്തിയുടെ ഹ്റിം ശബ്ദം. കത്തി ഊരുമ്പോൾ ഉള്ള ഇക്കിളി ശബ്ദം. കുത്തി നിർത്തിയ കട്ടപ്പാരയിലേക്ക് പൊതിക്കാനായി നാളികേരം അമർത്തുമ്പോഴുള്ള ഊള്ളി ശബ്ദം. ചകിരി അമർത്തി പൊളിക്കുമ്പോൾ നാരുകൾ അടരുന്ന ഹരഹര ശബ്ദം. പുറത്തെടുത്ത നാളികേരങ്ങൾ കൂട്ടത്തിലേക്ക് ഇടുമ്പോ പരസ്പരം കൂട്ടിമുട്ടി ഉണ്ടാകുന്ന ലോഹ ശബ്ദം. നാളികേരം വെട്ടുമ്പോഴുള്ള ചിരട്ടയിൽ കത്തി തട്ടുന്ന കിണ്ണ ശബ്ദം. ഇത്തിരി വെട്ടിയ ചിരട്ട വിടവിലൂടെ ഉയർത്തിപ്പിടിച്ച വായ വഴി നാളികേര വെള്ളം താഴേക്ക് ഒഴുകുമ്പോഴുള്ള ഗ്ളിം ശബ്ദം. കൊപ്പര വാടുമ്പോൾ കളത്തിൽ കൊത്താൻ വരുന്ന കാക്കകളെ ആട്ടുന്ന അദ്രുമാനിക്കയുടെ പോ.. പോ ശബ്ദം. വെയിലിന്റെ ചൂട് സഹിക്കാതെ തലയിൽ പറ്റെ വെട്ടിയ മുടിയിൽ അതേ അദ്രുമാൻ തടവുമ്പോഴുള്ള മുടിയാടും കതിരുലയും ശബ്ദം.

തേങ്ങയോളം അത് തരുന്ന തെങ്ങോളം ജീവിതത്തെ സമ്പന്നമാക്കുന്ന മറ്റൊരു കനിയും വൃക്ഷവും ഇല്ല.

ബീരാനിക്കയുടെ ആൺമക്കളാണ് കോയക്ക, ബാവുക്ക, സിദ്ധിക്ക്. കോയക്ക പണിയാൻ ആഗ്രഹിക്കുന്ന കുഞ്ഞുവീടിന്റെ കുറ്റിയടി ചടങ്ങ് കൂടി എനിക്ക് കാണിച്ചു തരാനായിരുന്നു ഇന്നലെ സൂര്യനുദിച്ചത്. പരിചയപ്പെടുമ്പോൾ കോയക്ക പറഞ്ഞു.

"എനിക്ക് കൂലിപ്പണിയാണ്."

ഞാനും പറഞ്ഞു.

"എനിക്കും കൂലിപ്പണിയാണ്."

അപ്പോൾ അടുത്തുള്ള ആളും കൈ നീട്ടി പറഞ്ഞു.

"ഞാനും കൂലിപ്പണിക്കാരനാണ്."

കോയക്ക ചിരിയോടെ ചോദിച്ചു.

"എവിടാണ്...?"

അയാൾ പറഞ്ഞു.

"റെയിൽവേലാണ്. കൊടിപിടിക്കുന്ന കൂലിപ്പണിയാണ്."

കോയക്കയുടെ മനസ്സൊന്നുണർന്നു.

കുറ്റിയടിക്കുന്ന ദിവസം ചില കാര്യങ്ങൾക്കായി ഓടി നടക്കവേ എങ്ങനെയോ ഞാൻ അവിടെ എത്തിപ്പെട്ടതാണ്. അപ്പോഴാണ് കോയക്കയെ പരിചയപ്പെടുന്നത്. ബീരാനിക്കയുടെ മൂത്തമകനായ കോയക്ക കൂലിപ്പണിയെടുക്കുന്നത് അനുജൻ ബാവുക്കയുടെ കോൺട്രാക്ട് കൂലിപ്പണിയിലാണ്. മൂന്ന് സെന്റിനകത്ത് പണിയുന്ന കുഞ്ഞുവീടിന് കുറ്റിയടിക്കാൻ ടെയ്പ്പും പിടിച്ച് കുറ്റികൾക്കുള്ള സ്ഥലം തിരയുമ്പോൾ ചുമരിന്റെ സ്ഥാനം അനുജൻ ബാവുക്കയുടെ സ്ഥലത്തേക്ക് ഇത്തിരി കയറും എന്ന പ്രശ്നം വന്നതും അതൊന്നും സാരമില്ലെന്നും അവിടേക്ക് കയറിക്കോട്ടേന്നും ബാവുക്ക.

വശത്തൂടെയുള്ള കുറ്റികളിൽ രണ്ടെണ്ണം, ഇപ്പുറം കെട്ടിക്കഴിഞ്ഞ പെങ്ങളുടെ അതിരും കടന്ന് മുറ്റത്തേക്ക് കയറുംന്ന് പരിഭ്രമിച്ചതും, എല്ലാം ഒന്നാണെന്നും കയറിക്കോട്ടേന്നും അളിയനും. അതൊന്നും വേണ്ടെന്നും വീട് ചെറുതായാലും വല്ല്യ മനസ്സുണ്ടല്ലോന്ന് കോയക്കയും. ഒടുക്കം 'കിബിലമറി' കാര്യമാക്കാതെ ഭൂമിക്ക് വെള്ളം നൽകി കന്നിമൂലയിൽ കുറ്റിയടിക്കുമ്പോൾ കൊയക്ക ഒരു നുള്ളു കരഞ്ഞു. ആ തുള്ളികളും ഭൂമി സാദരം നെഞ്ചിലമർത്തി.

സ്വത്തുണ്ടായാൽ ബന്ധം ഹലാക്കിലാവും എന്നാണ് പഴംപുരാണം പോലെ പലരും പറഞ്ഞു കേൾക്കാറ്. അവരെയെല്ലാം ഞാൻ കോയക്കയുടെ മുന്നിലേക്ക് സാദരം ക്ഷണിക്കുന്നു.

ജീവിതം മൊത്തം ഒരു കൂലിപ്പണിയായി കണ്ടാൽ എത്ര കിളച്ചാലും മുറിച്ചാലും കുറ്റികൾ അടിച്ചാലും മനസ്സിന്റെ അതിരുകൾ കാഴ്ച്ചയിൽ പോലും വരില്ല.

യാത്രയ്ക്കിടയിലാണ് ആ മുഖം കണ്ടത്.

ചുറ്റുമുള്ളതൊന്നും ആ മുഖം കാണുന്നില്ലായിരുന്നു.

ഓടുന്ന തീവണ്ടി മുറിയോ, ഇടയ്ക്ക് അരികിൽ വന്ന് ഏതോ വില്പനക്കാരൻ മുഖത്തോടടുപ്പിച്ച ഭാഗ്യക്കുറി ടിക്കറ്റുകളോ, പലതും കുത്തിനിറച്ച സഞ്ചിയും തൂക്കി കടം വാങ്ങിയതെന്തോ തിരിച്ചു തരാനുള്ള ഗൗരവത്തോടെ കൈ നീട്ടിയ ഭിക്ഷക്കാരന്റെ വിരൽ തുമ്പിലെ രേഖകളോ, മസ്സാജ് ചെയ്യുന്ന ചീർപ്പുമായി വന്ന ആളുടെ 'വാങ്ങിക്കോ വാങ്ങിക്കോ' എന്ന ശബ്ദമോ, ഇടയ്ക്ക് നിർത്തുന്ന സ്റ്റേഷനിലെ മണമോ ബഹളമോ ഒന്നും അയാൾ കാണുന്നില്ല. അയാൾ മണിക്കൂറുകളോളം സംസാരത്തിലായിരുന്നു. അതും നല്ല ഉച്ചത്തിൽ. ഇടയ്ക്കൊന്ന് ശ്വാസം എടുക്കാനായി മൗനിയാവും. വീണ്ടും തുടരും.

അക്ഷര ശരങ്ങൾ നെഞ്ചിൽ തറയ്ക്കുന്ന അകലെയുള്ള മുഖങ്ങളുടെ മൂളലും ഞരക്കങ്ങളും മാത്രമേ അയാൾ കേൾക്കുന്നുള്ളൂ. അതിൽ സ്ത്രീകളും പുരുഷന്മാരും ഉണ്ടെന്ന് ശബ്ദതാളവിന്യാസങ്ങളിൽ വ്യക്തം. അവരിൽ ആരോ വിഷമത്തോടെ കരഞ്ഞുവെന്നും ഉറപ്പ്. അല്ലെങ്കിൽ അയാൾ പെട്ടെന്ന് ശബ്ദം വളരെ താഴ്ത്തി വീണുപോയ വാക്കുകളിൽ ചിലത് പെറുക്കിയെടുത്ത് പൊടി തുടച്ച് വളവ് നിവർത്തി വീണ്ടും അവർക്കു തന്നെ ആദരവോടെ തിരിച്ചു നൽകില്ല.

എല്ലാം കഴിഞ്ഞ് നല്ല വിയർപ്പോടെ ജാലകത്തിന്നരികിൽ വന്ന് ഇരുന്ന് മുന്നോട്ട് നോക്കിയപ്പോഴാണ് അയാൾ എന്നെയും തീവണ്ടിയേയും കാണുന്നതും താൻ വണ്ടിക്കുള്ളിലാണെന്ന് തിരിച്ചറിയുന്നതും.

"അടുത്ത സ്റ്റേഷൻ ഏതാണ്..?"

"അങ്കമാലി."

"അവിടെ നിർത്ത്വോ."

"ഇല്ല."

"അപ്പോ ഇറങ്ങാൻ പറ്റൂല."

"നിർത്താത്ത വണ്ടീന്ന് ഡ്രൈവർക്കുപോലും ഇറങ്ങാൻ പറ്റൂല."

അയാൾ പുഞ്ചിരിച്ചു.

കൈ നീട്ടി.

അതൊരു ഷെയ്ക്ക്ഹാൻഡായി.

"എന്തോ ഓർത്ത് ചോദിച്ചു പോയതാണ്. നിൽക്കുന്ന സ്റ്റേഷനും നിൽക്കാത്ത സ്റ്റേഷനും ഒന്നും പിടികിട്ടുന്നില്ല. ഫോൺ വിളിച്ച് വിളിച്ച് തല തന്നെ ഫോണായിപ്പോയി. ഏത് നേരവും തലയില് റിംഗ് ടോണാണ്. ഞാൻ പവിത്രൻ.."

"ഞാൻ രഘു."

"സാറ് ഐടീ ആണോ. കണ്ടിട്ട് ഐടി പോലുണ്ട്."

"അല്ല."

"പിന്നെ..?"

"അതുപോലത്തെ മറ്റൊരു ടീ."

അയാൾ പുഞ്ചിരിച്ചു.

"ഞാനൊരു മാർക്കറ്റിങ്ങ് കമ്പനിയിലായിരുന്നു. തീപിടിച്ച ജോലി. ആറു മാസത്തിലധികം ശമ്പളം കിട്ടിയില്ല. ഭക്ഷണം ഇല്ലെങ്കിലും കമ്പനിക്ക് വേണ്ടി ഇടുന്ന എക്സിക്യൂട്ടിവ് ഷർട്ടും പാന്റും ടൈയ്യും അലക്കണ്ടേ സർ. പിടിച്ചു നിന്ന് പിടിച്ചു നിന്ന് വീഴുംന്നായപ്പോ കമ്പനി വിട്ടു. അതേ ടൈയ്യും ഷർട്ടും പാന്റും ഇട്ട് സ്വന്തായി ഒരു പരിപാടി തുടങ്ങി. അതുപോലെ ടൈ അലക്കാൻ കഴിയാതെ വന്ന കുറച്ചാൾക്ക് പണിയും കൊടുത്തു. ഇപ്പോ എല്ലാരും ടൈ അലക്കുന്നുണ്ട്. പക്ഷേ ഇങ്ങനെ കൂടെ നിന്ന് എല്ലാം പറഞ്ഞു കൊടുത്ത് ചെയ്യിക്കണം. അതാണ് ഫോണിങ്ങനെ വന്നോണ്ട് നിൽക്കുന്നത്."

വീണ്ടും ഫോൺ ശബ്ദിച്ചതും എഴുന്നേൽക്കാൻ പോയ അയാളെ ഞാൻ പിടിച്ചു.

"തീവണ്ടിയാണെന്ന് ഓർമ്മ വേണം. ഇതും പിടിച്ച് നടന്നു നടന്ന് തുറന്ന വാതിലിലൂടെ താഴേക്ക് പോവരുത്."

"ഇല്ല."

"ഈ സംസാരിക്കുന്നവരൊക്കെ എവിടെയാണ്..?"

"ഏഴ് പേരുണ്ട് സർ. മൂന്നാള് വേറെ തീവണ്ടികളിലാണ്. നാലുപേര് കമ്പനീല് ഉണ്ട്."

തീവണ്ടി നിർത്തിയ ഏതോ സ്റ്റേഷനിൽ അയാൾ ഇറങ്ങി. അയാളുടെ മടിയിൽ വില്പനയ്ക്കായി ആരോ ഇട്ട സ്ക്കൂൾ അറ്റ്ലസ് അടുത്ത യാത്രക്കാരനെയും കാത്ത് കാറ്റുകൊണ്ട് ഇരിപ്പിടത്തിൽ കിടക്കുന്നു.

അഞ്ചുതെങ്ങ് കായൽക്കരയിലെ ഒരു വാടക മുറിയിൽ വർഷങ്ങൾക്കു മുൻപ് ഒരു തിരക്കഥയിലെ കഥാപാത്രങ്ങൾക്കൊപ്പം തനിച്ച് ഇരിക്കുന്ന നേരത്താണ് സുരാജ് വെഞ്ഞാറമൂടിനെ ഞാൻ കാണുന്നത്. സ്വല്പം മാറിയുള്ള രാജസേനന്റെ മുറിക്കു മുന്നിലെ ചവിട്ടു പടിയിൽ പുറം തിരിഞ്ഞ് ഇരുന്ന് മറ്റൊരു സിനിമയിലെ നായകന് തിരുവനന്തപുരം ഭാഷയുടെ മർമ്മവിദ്യ ഉച്ചരിച്ചു പഠിപ്പിച്ച ക്ഷീണവുമായി വന്നതാണ് അദ്ദേഹം. സ്വല്പം മുന്നോട്ട് കുനിഞ്ഞ് തന്നോട് തന്നെ സംസാരിക്കും വിധം മനസ്സിലെ നൊമ്പര ഫലങ്ങൾ നർമ്മ വാക്കുകളിലൂടെ കുലുക്കി

വീഴ്ത്തുകയായിരുന്നു അദ്ദേഹം. ആ ഇരുത്തം ഞാൻ മറക്കില്ല. സിനിമയുടെ ചുറ്റുവട്ടത്ത് ഉണ്ടെങ്കിലും തിരശ്ശീലയിലെ പ്രകാശത്തിലേക്ക് കടന്നു നിൽക്കാൻ അന്നദ്ദേഹത്തിന് സാധിച്ചിട്ടില്ല. അന്ന് നീട്ടിത്തന്ന വിരലിൽ ഷെയ്ക്ക്ഹാന്റ് പോലെ തൊട്ടൊന്ന് പുഞ്ചിരിച്ചതല്ലാതെ പിന്നീടദ്ദേഹത്തോട് പുഞ്ചിരിക്കാൻ പരസ്പരം കണ്ടുമുട്ടിയിട്ടും ഇല്ല.

പിൻതിരിഞ്ഞു പാതി കുനിഞ്ഞുള്ള ആ ഇരുത്തത്തെ നിറഞ്ഞ ചിരിയോടെയുള്ള ഒരു പാരിതോഷികമായി മാറ്റിയെടുക്കാൻ അദ്ദേഹത്തിനൊപ്പം നിന്ന സമയഖണ്ഡത്തെ ഞാൻ നമിക്കുന്നു.

പേരുണ്ടെന്ന് പറഞ്ഞ് സ്വയം വിജ്രംഭിച്ചു നിൽക്കാതെ, "പേരില്ലാത്തവരെ" കണ്ടറിഞ്ഞ ജൂറിയോട് ഒരിഷ്ടം തോന്നുന്നു.

●

കുഞ്ഞുങ്ങൾ പാടുന്നത് കേൾക്കാൻ നല്ല സുഖമാണ്. കുട്ടിക്കാലത്ത് മക്കളോട് പാടാൻ പറയാത്ത അച്ഛനമ്മമാരില്ലെന്നു തന്നെ പറയാം. മിക്ക കുഞ്ഞുങ്ങളും പാടിയിട്ടുണ്ടാവും. അതേ അച്ഛനും അമ്മയും അവരുടെ കുഞ്ഞുകാലത്തും പാടിയിട്ടുണ്ടാവും. ചിലർ പാടിയിട്ടുണ്ടാവുക അച്ഛനമ്മമാർക്ക് മാത്രം കേൾക്കാനാവും. അനേകം ചിലർ അച്ഛനമ്മമാരുടെ നിർബന്ധം കാരണം മറ്റുള്ളവരെ കേൾപ്പിക്കാനാവും പാടിയിട്ടുണ്ടാവുക. ചിലരെല്ലാം പാട്ട് പാതിവഴിയിൽ കളയും. ചില അച്ഛനമ്മമാർ മക്കൾ പാടിയ കാര്യമേ അവർ വളരുന്നതോടെ മറക്കും. പിന്നെ ഗാനം മാറി ബഹളം നിറഞ്ഞ ജീവിതമാവും കുഞ്ഞുങ്ങൾക്ക്.

ഞാനും കുഞ്ഞായിരിക്കുമ്പോൾ പാടിയിട്ടുണ്ടാവും. അച്ഛനും അമ്മയും കുട്ടിക്കാലത്ത് പാടിയിരുന്നോ എന്ന് ഞാൻ ചോദിച്ചിട്ടുണ്ട്. നീ പോടാ... എന്നായിരുന്നു അമ്മയുടെ ഉത്തരം. അച്ഛൻ പാടിയിട്ടുണ്ട് എന്നു പറഞ്ഞിട്ടുണ്ട്. അതാരെങ്കിലും കേട്ടിരുന്നോ എന്ന് അച്ഛനോർമ്മയില്ല. കഴിഞ്ഞ തവണ കൊച്ചിയിൽ വെച്ചു കണ്ടപ്പോൾ തീരെ കുഞ്ഞായിരിക്കുമ്പോൾ ആരെങ്കിലും പാടാൻ പറഞ്ഞ് പാടിയിട്ടുണ്ടോ എന്ന് ഞാൻ ശ്രീയേശുദാസിനോട് ചോദിച്ചു. താടിക്കുള്ളിൽ വിരിഞ്ഞ ഒരു ചിരിയായിരുന്നു അദ്ദേഹത്തിന്റെ ഉത്തരം.

ശരീരം പാടാറില്ലെങ്കിലും മനസ്സ് പാടുന്നവരാണ് പരശ്ശതം. സംഗീതം തെളിനീരുപോലെ ഉള്ളം മനസ്സിൽ കോരിയെടുക്കുന്ന അവരിൽ അവർക്കുപോലും അജ്ഞാതമായ ഒരു സംഗീതജ്ഞാനം ഉൾക്കാഴ്ച്ചയായി പരിലസിക്കുന്നുണ്ട്. വിശദീകരിക്കാനോ മറ്റുള്ളവർക്ക് വ്യക്തമാക്കാനോ കഴിയാത്ത ഒരു ഉന്മാദ ഭാവമാണ് ആ അവസ്ഥ. അസാധാരണമായ ഒരു ആനന്ദനടനമാണ് സംഗീതം നൽകുന്ന ഹൃൽസ്പന്ദം ശരീരത്തിൽ വിതറിയിടുന്നത്. ഇളം വെയിലിൽ മറ്റെല്ലാം മറന്ന് തനിയെ നിൽക്കുന്ന സുഖം. അവനവന് നടന്നെത്താൻ കഴിയുന്ന ഉയരത്തിലേക്ക് ചെറു

പാറകളിൽ കാൽവെച്ചങ്ങനെ ശരീരം കൊണ്ടുപോകുന്ന സുഖം. പ്രായം മറന്ന് തൊട്ടിലിൽ കിടക്കുന്ന സുഖം. മരണംപോലും മറന്നു പോയി പൊടി തട്ടി ദേഹവും കയ്യിലെടുത്ത് ജീവിതത്തിലേക്ക് തിരികെ വരുന്ന സുഖം.

സംഗീതം അങ്ങനെയാണ്.

ദിവസത്തിൽ ഒരിക്കലെങ്കിലും നാല് പാട്ടുകൾ കേൾക്കുക.

ഇല്ലെങ്കിൽ മനസ്സിൽ വരുന്നതുപോലെ പാടുക.

എല്ലാ അസ്വസ്ഥതകളും അത് മായ്ക്കും.

ഇത്രയും എഴുതിയത് ഗായകൻ ഉണ്ണികൃഷ്ണന്റെ മകൾ ഉത്തര "സെയ്വം" എന്ന തമിഴ് സിനിമയിൽ പാടിയ,

"അഴകേ അഴകേ.. എല്ലാം അഴകിൽ.."

എന്ന ഗാനം കേട്ട അഴക് കാരണം.

ആ ഗാനം യുട്യൂബിൽ ഉണ്ട്.

കേൾക്കുക.

•

ഒരു കൈനോട്ടക്കാരനെയും പക്ഷിശാസ്ത്രക്കാരിയേയും മുഖലക്ഷണ ക്കാരിയേയും കണ്ടിട്ട് എത്രയോ വർഷങ്ങളായി. എനിക്കവരെയെല്ലാം വളരെ ഇഷ്ടമാണ്. കൗതുകമാണ്.

കൈയിൽ ഭൂതക്കണ്ണാടി വെച്ച് ഒരു കൈനോട്ടക്കാരൻ എന്നോട് പറഞ്ഞത് എനിക്ക് സിമന്റ് കച്ചവടം ആണെന്നാണ്. സിമന്റ് കച്ചവടം ചെയ്യാൻ വളരെ ആഗ്രഹമുണ്ടെങ്കിലും എന്തുകൊണ്ടോ എനിക്കത് സാധിച്ചില്ല. ഞാൻ സിമന്റ് കച്ചവടം ചെയ്യാത്തത് കാരണം അദ്ദേഹം പറഞ്ഞത് തെറ്റാവുന്നുമില്ല. അദ്ദേഹത്തിന്റെ ദൃഷ്ടിയിൽ എന്നിൽ എവി ടെയോ ഇത്തിരി സിമന്റ് ഉണ്ട്. അത് കാണാതെ പോയത് എന്റെ തെറ്റ്. എന്നാലും അദ്ദേഹം ഓരോരോ കാര്യങ്ങൾ പറയുമ്പോൾ ഞാനത് കൗതുകത്തോടെ കേട്ടു. കീശയിലുള്ള പണം പ്രതിഫലമായി കൊടു ക്കുമ്പോൾ ഇത് ഒരു നേരത്തെ ഭക്ഷണത്തിന് തികയുമോ എന്നു ഞാൻ ചോദിച്ചിരുന്നു. ഒന്നിലധികം നേരത്തേക്ക് തികയും എന്നു പറയുമ്പോൾ അദ്ദേഹം ആ പ്രതിഫലത്തിലെ രേഖകളിലേക്ക് നോക്കിയതേ ഇല്ല. അ താണ് ജ്ഞാനം.

തത്തക്കൂട് തുറന്ന് തത്ത കൊത്തിയെടുക്കുന്ന കടലാസ് കൂടിലെ ഏതാനും വരികൾ എഴുതിയ ചിത്രം നിവർത്തി. "അയ്യയ്യോ.. എന്ന പ്രമാദ മപ്പാ.." എന്ന് വശീകരിക്കും വിധം പറയുന്ന കിളിമൊഴിയിലെ അദ്ഭുതവും സന്തോഷവും ആശീർവാദവും പ്രത്യാശയും പക്ഷിശാസ്ത്രക്കാരിയിൽ

നിന്നല്ലാതെ ഈ ഭൂമിയിൽ വേറെ എവിടുന്ന് കിട്ടും. അതും നിസ്സാര പ്രതിഫലത്തിന്. "ഉങ്കമാതിരി ഒരു ഭാഗ്യവാൻ ഇല്ലൈ." എന്ന് പക്ഷി ശാസ്ത്രക്കാരിയല്ലാതെ മറ്റാരും ഇതുവരെ എന്നോട് പറഞ്ഞിട്ടില്ല.

ഇടയ്ക്കിടെ ഞാൻ എന്നോട് പറയാറുണ്ടെന്ന് മാത്രം.

ഒരിക്കൽ എനിക്ക് തത്ത കൊത്തിയെടുത്ത് തന്ന ചിത്രത്തിൽ സുബ്രമണ്യനും മയിലും. അത് കണ്ടതും അവർ കട്ടായമായി എന്നോട് പറഞ്ഞു.

"നീങ്ക കാവടി താൻ.."

ഞാൻ അവർക്ക് ഒരു ഷെയ്ക്ക് ഹാൻഡ് കൊടുത്തു.

ചെന്നൈ നഗരത്തിലെ പോണ്ടി ബസാറിൽ വെച്ച് ഛായാഗ്രാഹകൻ ഹേമചന്ദ്രനാണ് ശ്രീ പ്രേംനസീർ അഭിനയിച്ച ചാരം എന്ന സിനിമയുടെ തിരക്കഥ എഴുതുന്ന സമയത്ത് എന്നെയും ബക്കറിനെയും ഒരു മുഖലക്ഷണക്കാരിയെ കാണിച്ചു തന്നത്.

നല്ല താടിയുള്ള ബക്കറിനോട് അവർ മുഖം വടിച്ചു വരാൻ പറഞ്ഞു. ബക്കർ ചിരിച്ചു. എന്റെ മുഖവും തടിച്ച കണ്ണടയും നോക്കി അവർ സത്യം പറഞ്ഞു.

"ഉള്ളിൽ നല്ല വിശപ്പുണ്ട് അല്ലേ...?"

അരികിൽ കഴിക്കാനായി വെച്ചിരുന്ന വട്ടയില പൊതിയിൽ നിന്നും അവർ പകുത്തു തന്ന ഇഡ്ഡലിക്ക് അതീവ രുചിയായിരുന്നു

നിദ്രയുടെ ആത്മാവാണ് നിദ്ര തരുന്ന സ്വപ്നം.

ഇന്നലെ ഗുരുവായൂർ ആയിരുന്നു. രാത്രി നിദ്ര തന്ന സ്വപ്നത്തിലെ എന്റെ ദിവസം കഴിഞ്ഞ വർഷത്തെ മെയ് ഇരുപതായിരുന്നു. ഒരു വർഷവും ഇത്തിരി ദിവസങ്ങളും ആലിലയിൽ ചാഞ്ഞ കാറ്റുപോലെ എന്നിൽ നിന്നും പിറകോട്ട് പറന്നുപോയി.

എവിടെ നോക്കിയാലും തീയതി കുറിച്ചിട്ട ഇടങ്ങളിലെല്ലാം മെയ് 20, 2013. ക്ഷേത്രത്തിലേക്കുള്ള മഞ്ജുളാൽ വഴിയിലെ ലോട്ടറി വില്പനക്കാരൻ ഉച്ചത്തിൽ വിളിച്ചു പറയുന്നത് ആ ദിവസം നറുക്കെടുക്കുന്ന ലോട്ടറിയുടെ ശേഷിക്കുന്ന ടിക്കറ്റുകളുടെ മഹത്വം. എനിക്കു നേരെ നീട്ടിയ ലോട്ടറി ടിക്കറ്റിന് ഏതോ ദിനപത്രത്തിന്റെ വലുപ്പവും പരസ്പരം കെട്ടിപ്പിടിച്ച ഏതാനും കുഞ്ഞുങ്ങളുടെ ജീവനുള്ള മുഖചിത്രവും. ആ കുഞ്ഞുങ്ങളും ഞാനും പരസ്പരം കൈ നീട്ടിയെങ്കിലും എനിക്കവരിൽ എത്താനായില്ല. ടിക്കറ്റിനു വില ചോദിച്ചപ്പോൾ അയാൾ പറഞ്ഞത് ആദ്യം അയാളെ വാങ്ങണമെന്നാണ്. അയാൾ ടിക്കറ്റ് മടക്കി. കുഞ്ഞുങ്ങൾ അതിനുള്ളിലെങ്ങോ അകപ്പെട്ട് മാഞ്ഞു. എനിക്ക് സങ്കടം വന്നു.

അച്ഛന് ദീർഘദൂര യാത്രകൾ ഒരു സ്വപ്നമായിരുന്നു. പലയിടത്തും സഞ്ചരിക്കാൻ അച്ഛൻ ആഗ്രഹിച്ചിരുന്നു. ജോലി തന്നെ ഒരു നിത്യ സഞ്ചാരമായതുകൊണ്ടാവും അച്ഛൻ ദൂരദിക്കുകളിലേക്കൊന്നും പോയിരുന്നില്ല. സഞ്ചാരത്തിന് അതിർത്തികൾ ഇല്ല എന്ന് അച്ഛൻ പറയാറുണ്ട്. സഞ്ചരിക്കാനുള്ള ആഗ്രഹം എന്നിൽ തിളയ്ക്കാറുള്ളതും അച്ഛന്റെ വാക്കുകൾ എന്നിൽ അഗ്നിയായി നിൽക്കുന്നതുകൊണ്ടാവും.

ഉറങ്ങുന്നതിന്നു മുൻപുള്ള ആ പകൽ മുഴുവൻ ആ മെയ് ഇരുപതാം തീയ്യതി പ്രിയപ്പെട്ട ഒരാൾക്കൊപ്പം ക്ഷേത്രത്തിൽ കുറച്ചു സമയം ചില വിട്ടതിന്റെ ഓർമ്മ മനസ്സിൽ എന്തുകൊണ്ടോ നിർമ്മാല്യമായി വിങ്ങി നിന്നിരുന്നു.

ആ വിങ്ങൽ അറിഞ്ഞാവും അച്ഛൻ സ്വപ്നത്തിൽ വന്നെന്നെ വാടാ.. എന്നു പറഞ്ഞ് ഗുരുവായൂരേക്ക് കൂട്ടിക്കൊണ്ടുപോയത്. ക്ഷേത്രത്തിന്നകത്തേക്കല്ല ക്ഷേത്രപരിസരത്തേക്കായിരുന്നു എന്റെ കൈപിടിച്ചുള്ള അച്ഛന്റെ യാത്ര. ശ്രദ്ധിച്ചു നടന്നാൽ ഉപേക്ഷിക്കപ്പെട്ട അച്ഛനമ്മമാരെ ധാരാളം കാണാം അവിടെ. കാര്യസാധ്യങ്ങൾക്കായി മാത്രം നമശ്ശിവായ ചൊല്ലി നടന്നാൽ അവരെയെന്നല്ല അവനവനെപോലും കാണില്ല.

ശീവേലിക്കല്ലുപോലെ നിശ്ശബ്ദം ഇരിക്കുന്ന അവർ ഓരോരുത്തർക്കും മുന്നിൽ തെല്ലിട നേരം പ്രാർത്ഥിച്ചു നിന്നു അച്ഛൻ. ആ പ്രാർത്ഥനയും അവരുടെ മുഖകാന്തിയും കണ്ടു നിന്നു ഞാനും. അവർക്ക് പ്രാർത്ഥനകളോ തീർത്ഥമോ ആവശ്യമില്ലെന്നും അവർ തന്നെ പ്രാർത്ഥനയാണെന്നും പറയുകയായിരുന്നു അച്ഛൻ.

വളരെ നേരം കൈയും പിടിച്ച് ചുറ്റി നടന്ന് ഒടുക്കം അച്ഛൻ എന്നിൽ തന്നെ പ്രകാശമായി മാഞ്ഞു. ക്ഷേത്ര പരിസരത്തെവിടെയോ ഞാൻ അച്ഛനില്ലാതെ ഒറ്റപ്പെട്ടു നിന്നു.

ജീവിതത്തിൽ ഒറ്റപ്പെട്ടാലും മുന്നോട്ടുള്ള വഴി തെളിച്ചെടുക്കാമെന്നെങ്കിലും സ്വപ്നം കാണാം. സ്വപ്നത്തിൽ ഒറ്റപ്പെട്ടാൽ സ്വപ്നത്തിൽ തന്നെ വിലയം പ്രാപിക്കുകയേ നിവർത്തിയുള്ളൂ.

ഇന്ന് ജോലിക്കിടയിൽ ഒരു ജോത്സ്യരുടെ മുറിക്കു പുറത്ത് കുറച്ചു നേരം ഇരിക്കാൻ സാധിച്ചു. അകത്ത് ജോത്സ്യരും അദ്ദേഹത്തെ കാണാൻ വന്ന ആളും.

ജോത്സ്യരുടെ ശബ്ദം ഉയർന്നു.

“പോവാൻ പാടില്ല.”

അയാളും ശബ്ദം ഉയർത്തി.

“ഞാൻ പോവും..”

"പോവാനേ പാടില്ല."

"പോവും. അവനെ തല്ലും."

"തല്ലാൻ പറ്റൂല.."

"തല്ലിയേ പറ്റൂ.."

"പറ്റൂല."

"പറ്റും."

ജോത്സ്യൻ അയാളെയോ, അയാൾ ജോത്സ്യനെയോ രണ്ട് പൊട്ടിക്കാനുള്ള ശ്രമത്തിലാണെന്നാണ് ഞാൻ ആദ്യം കരുതിയത്. പിന്നെ ചിത്രം തെളിഞ്ഞു.

ആരെയോ തല്ലാനുള്ള പരക്കം പാച്ചിലിനിടയിൽ തല്ലിന്റെ ദിവസഫലം അറിയാൻ വന്നതായിരുന്നു അയാൾ. ജോത്സ്യർ ഉറപ്പ് പറഞ്ഞു.

"തല്ലിയാൽ തിരിച്ചു വരില്ല. അകത്താവും."

"അകത്തായാലും എനിക്ക് തല്ലിയേ പറ്റൂ."

"അകത്തായാൽ പിന്നെ പുറത്തിറങ്ങൂല.

പുറത്തിറങ്ങാതെ തല്ലാനും പറ്റൂല."

പിന്നെ കുറച്ചു നേരം തല്ലാൻ വന്ന ആളുടെ ശബ്ദം കേട്ടില്ല.

ജോത്സ്യർ എന്തോ ശ്ലോകം ചൊല്ലി. അതിന്റെ അർത്ഥം ജോത്സ്യർക്ക് പോലും ദേഷ്യം കാരണം വ്യക്തമായില്ല.

എനിക്കുറപ്പാണ്.

ജോത്സ്യർ വേണ്ടെന്ന് പറഞ്ഞാലും അയാൾ ചെല്ലും.

തല്ലും.

കുറച്ചുകാലം കഴിഞ്ഞാൽ അയാളുടെ ബന്ധുവോ ചങ്ങാതിയോ ഇതേ ജോത്സ്യരെ കാണാൻ വരും.

"എന്തേയ്.."

"ജയിലിലാണ്."

"നന്നായി."

"എപ്പം ഇറങ്ങും ജോത്സ്യരേ.."

"അടുത്ത തല്ലിന്റെ സീസണായിട്ടു പോരേ."

"മതി. "

വിവരവും വിവേകവും ഉള്ള ജോത്സ്യന്മാരുണ്ടായിട്ടും തല്ലുന്നവനും തല്ലു കൊള്ളുന്നവനും എന്തുകൊണ്ടോ രക്ഷപ്പെടുന്നില്ല

ആരാണ് അനാഥൻ..?

ജനിച്ചപ്പഴേ മരിച്ചുപോകുന്നവർ ആണോ..

ജന്മം തന്ന് അച്ഛനും അമ്മയും കർമ്മം തീർത്ത് പോയവർ ആണോ.

സഹോദരീ സഹോദരന്മാർ ഇല്ലാത്തവരാണോ..

ബന്ധുക്കൾ മൈന്റ് ചെയ്യാത്തവർ ആണോ..

ഭാര്യമാർ ഉപേക്ഷിച്ചവരോ..

ഭർത്താക്കന്മാർ വിട്ടുപോയവരോ ആണോ..

ഗുരുക്കന്മാർ ഇരിപ്പിടത്തിൽ എഴുന്നേൽപ്പിച്ചു നിർത്തുന്നവരോ

പാഠ്യസമയത്ത് ഒപ്പം ഇരുത്താതെ പുറത്താക്കുന്നവരോ ആണോ..

പരീക്ഷയിൽ തോറ്റുപോകുന്നവരാണോ..

പരീക്ഷയിൽ ജയിച്ചിട്ടും ജീവിതത്തിൽ തോറ്റുപോയെന്ന് മറ്റുള്ളവർ പറയുന്നവരാണോ..

മത്സരത്തിൽ മൂന്നിന്നരികിൽപോലും എത്തിയില്ലെന്ന് മാർക്കിടുന്നവർ പറയുന്നവരാണോ..

മത്സരിക്കാനേ സാധിക്കാത്തവരാണോ..

വോട്ടെടുപ്പിൽ നിലംപരിശാകുന്നവരാണോ..

പൊലീസ് പിടിക്കുന്നവരാണോ..

വാദിക്കുന്നവരും..

വാദം കേൾക്കുന്നവരും ആണോ..

ആരാണ് അനാഥൻ..

കീശയിലും ബാങ്കിലും കൂട്ടുകാരനിലും ധനം ഇല്ലാത്തവരാണോ. ഭിക്ഷയെടുക്കാൻപോലും ആരോഗ്യം ഇല്ലാത്തവരാണോ. പണക്കാരായ പ്രബല ഭിക്ഷക്കാരാണോ. വലിയ കാറുകൾ മാത്രം ഉള്ളവരാണോ. ചില വാഹനങ്ങൾ പുറത്ത് പാർക്ക് ചെയ്യണം എന്ന് നിഷ്ക്കർഷിക്കുന്ന സ്ഥലത്ത്, വിരുന്നിനു പോയി ഗമ കാണിക്കുന്നവരാണോ..

ആരാണ് അനാഥൻ..

ആർക്കും എപ്പോഴും വെടിവെച്ചു രസിക്കാൻ ഉപയോഗിക്കപ്പെടാവുന്നവരാണോ. മറ്റൊരാൾക്കായി പ്രതികളായി മാറാൻ വിധിക്കപ്പെട്ടവരാണോ. എന്തു ചെയ്താലും ആരും ചോദിക്കാൻ ധൈര്യപ്പെടാത്തവരാണോ..

എന്തു ചെയ്താലും ആരും ചോദിക്കാൻ ഇല്ലാത്തവരാണോ. എല്ലാവരും വരിവരിയായി നിൽക്കേ അതിനും മുന്നിലേക്ക് അകമ്പടിക്കാർക്കൊപ്പം കയറിച്ചെന്ന് നെഗളിക്കാൻ തലയെടുപ്പുള്ളവർ ആണോ. അഴുക്ക് ജോലികൾക്ക് തരംതിരിക്കപ്പെട്ടവർ ആണോ. ജാഥ ഉള്ളപ്പോൾ

മാത്രം വിശപ്പു മാറുന്നവരാണോ. മറ്റുള്ളവരെക്കുറിച്ച് എഴുതുന്ന വരാണോ. വിഹാഹമോചനത്തിന് കാത്തു നിൽക്കുന്നവരാണോ.

അവർ പണിതിട്ട കുഞ്ഞുങ്ങളാണോ..

ആരാണ് അനാഥൻ..

വില്പനയ്ക്ക് വെച്ച ശരീരങ്ങളാണോ..

മുറിക്കുമ്പോൾ പുളയുന്നവരാണോ..

മറ്റാരോ മരിച്ചതിന് വെട്ടേറ്റ് വീഴുന്നവനാണോ.

അവന്റെ കരച്ചിൽ കയ്യെത്താ ദൂരെ നിന്ന് അറിയുന്ന കുഞ്ഞുങ്ങളും അമ്മമാരും ആണോ.

"മനസ്സെന്ന് പറയുന്ന കോമാളി" ശരീരത്തിനകത്ത് എവിടെയെന്ന് അറിയാത്തവരാണോ..

ആരാണ് അനാഥൻ...?

പയ്യന്നൂരിനും തൃക്കരിപ്പൂരിനും ഇടയിലൂടെ തെളിനീർ ഞരമ്പായി ഒഴുകുന്ന കവ്വായിപ്പുഴ ഒരിടത്ത് വെച്ച് എത്തിപ്പെടുന്നത് തറവാടിന്നു പിറകിലൂടെയാണ്. തറവാട്ടിൽ നിന്നിറങ്ങി ഏതാനും ദൂരം പുഴമണം ഏറ്റ് നടന്നാൽ പുഴയിലേക്കിറങ്ങാം. പുഴയോരത്താണ് ശ്മശാനം. അവിടെ യാണ് എന്റെ കുഞ്ഞിരാമേട്ടനും വിലയം പ്രാപിച്ചത്.

തറവാട് ഭാഗങ്ങളായി മാറിയ ശേഷം തറവാടിനോടോരം ചേർന്നുള്ള ശ്മശാന ഭാഗത്ത് പിന്നെ ആരും സ്വശരീരം ദാനം നൽകിയിട്ടില്ല. വീടു കളിൽ ദഹനം നടക്കുന്നതിലും നല്ലത് പൊതുവായൊരിടത്താവാം എന്ന നാട്ടുചിന്തയും അതിനൊരു കാരണമാവാം. കുട്ടിക്കാലത്ത് ഞാൻ ആ ശരീര വിസ്മൃത മണ്ണിൽ ചെന്ന് പലപ്പോഴും കളിക്കാറുണ്ട്. അവിടെ മുള്ളുള്ള ചില ചെടികൾ വളരുമായിരുന്നു. അതിൽ ഇളം ചോപ്പുള്ള പൂക്കളും മഞ്ഞക്കായ്കളും അവയിലേക്ക് ആതിഥ്യം അരുളി വരുന്ന കുഞ്ഞുകിളികളും അലങ്കാരങ്ങളാവുമായിരുന്നു. ആ കിളികൾക്കൊന്നും എന്നെ തീരെ ഭയമില്ലായിരുന്നു. തറവാട്ടിലെ ഓരോരുത്തരായി അവിടെ വിലയം പ്രാപിക്കുമ്പോൾ ഒരിക്കൽ അമ്മയും അച്ഛനും പിന്നെ വരി നിന്നു നിന്ന് ഞാനും അവിടെ തന്നെ എത്തുമെന്ന് ചിന്തിച്ചിരുന്നു. അതിനായി ഞാൻ ഒരു സ്ഥലവും കണ്ടുവെച്ചിരുന്നു.

കയ്യാലയോട് ചേർന്ന് ധാരാളം ചമ്പകപ്പൂക്കൾ വീഴുന്ന ഒരു സ്ഥല മായിരുന്നു അത്. കളികൾക്കിടയിൽ ചമ്പകം പെറുക്കി അവിടെ ഞാൻ ചില അലങ്കാരങ്ങൾ ഒരുക്കുമായിരുന്നു. ഒരിക്കൽ ഞാനാ സ്ഥലം കുഞ്ഞിരാമേട്ടന് കാണിച്ചു കൊടുത്തു. ആ സ്ഥലം വേണ്ടെന്നും അവിടം

ധാരാളം ഉറുമ്പുകൾ ഉണ്ടെന്നും മറ്റൊരു സ്ഥലം കാണിച്ചു തരാമെന്നും കുഞ്ഞിരാമേട്ടൻ പറഞ്ഞുവെങ്കിലും ഇതുവരെ കാണിച്ചു തന്നില്ല. സ്ഥലം നോക്കി നടന്ന സമയത്തായിരുന്നു, കുഞ്ഞിരാമേട്ടനെ എനിക്കു തന്ന, ഞാൻ ഏച്ചിഎന്ന് വിളിക്കുന്ന അമ്മയുടെ അനിയത്തി മീനാക്ഷി ഏച്ചി എന്നെ വിളിക്കുന്നതും ശ്മശാനത്തിൽ കളിച്ചു നടക്കുന്നതിന് കുഞ്ഞി രാമേട്ടനെ സ്നേഹത്തോടെ ശാസിച്ചതും. കുഞ്ഞിരാമേട്ടൻ അതൊന്നും മൈന്റ് ചെയ്തില്ല.

ഭാര്യയേയും ശ്മശാനത്തെയും ഒരിക്കലും പേടിക്കരുതെന്ന് കുഞ്ഞി രാമേട്ടൻ എന്നോട് പറഞ്ഞു. കുറെ നേരം അവിടെ എന്നോടൊപ്പം ചിലവഴിച്ച് എനിക്കൊരു പാട്ടും പാടി തന്നാണ് കുഞ്ഞിരാമേട്ടനും ഞാനും അവിടം വിട്ടത്. ഇന്നും ആരെ യാത്രയാക്കാൻ ചെന്നാലും ഞാൻ കുഞ്ഞി രാമേട്ടന്റെ പാട്ട് ഓർക്കും. കരുത്തനാണ് കുഞ്ഞിരാമേട്ടൻ. ഉയർന്ന ദേഹം. ദേഹം നിറയെ സ്നേഹം. അശേഷം ചിതൽ വീഴാത്ത ശരീര ബലം. അതുകൊണ്ടാവാം അവസാന സമയംവരെ, മറവിയിലേക്ക് വീണ് ശരീരം വരപോലെ ആയിട്ടും ഈ മനുഷ്യന് അസുഖം ഒന്നും ഇല്ല എന്ന് എല്ലാ വൈദ്യവിശാരദന്മാരും പറഞ്ഞത്.

അച്ഛന്റെ പ്രിയചങ്ങാതിയായിരുന്നു കുഞ്ഞിരാമേട്ടൻ. പലപ്പോഴും എന്റെ വൈകുന്നേര സഞ്ചാരങ്ങൾ കുഞ്ഞിരാമേട്ടനൊപ്പമായിരുന്നു. കുഞ്ഞിരാമേട്ടൻ വീട്ടിൽ വരുമ്പോഴൊക്കെ വീടിന്റെ അന്തരീക്ഷം പെട്ടെ ന്നൊരു കുളിർമഴയുടെ സാന്നിധ്യം തരും. മനസ്സിൽ സംഗീതം ഉണ്ടാ യിരുന്നു കുഞ്ഞിരാമേട്ടന്. എനിക്കായി പാടുമായിരുന്നു. കൂടുതലും നാടക ഗാനങ്ങൾ. ഏച്ചിയെ വിവാഹം ആലോചിച്ചു വന്നപ്പോൾ കുഞ്ഞിരാമേ ട്ടനെക്കുറിച്ച് ഞാൻ കേട്ട ഒരു വാചകം തന്നെ, അയാള് നന്നായി പാടും എന്നായിരുന്നു.

എന്തിനാണ് ഞാനിതെല്ലാം ഇപ്പോൾ എഴുതുന്നതെന്ന് ഞാനും നിങ്ങളെ പോലെ ചിന്തിക്കുന്നു. ഉത്തരം ഒന്നേയുള്ളൂ. ഇടയ്ക്കിടെ മനസ്സിന്റെ പിടി വാശിയിൽ അടഞ്ഞുപോയ ഓർമ്മയുടെ പരശ്ശതം ജാലകങ്ങളിൽ ഏതെങ്കിലും ഒന്നു തുറക്കുക. ഇത്തിരി ഇഷ്ടക്കേടോടെയും കുശു മ്പോടെയും മുൻശുണ്ഠിയോടെയും നമ്മൾ നുണയാതെ മാറ്റിവെച്ച ജീവിത മധുരങ്ങൾ എത്ര നല്ല ത്രിമധുരങ്ങളായിരുന്നുവെന്ന് ആ ജാലക ങ്ങൾ അരുമയോടെ പറഞ്ഞു തരും.

ഇന്നലെ രാത്രി മുഴുവൻ യഥാവിധി പ്രതിഫലംപോലും വാങ്ങാത്ത ഒരു ഡോക്ടറായിരുന്നു മനസ്സിൽ. തനിക്കാരുമല്ലാത്ത അവശനായ ഒരു രോഗിയുടെ ഇടയ്ക്കിടെ വരുന്ന ഒരു പനിയുടെ കാരണം തേടി പല പുസ്തകങ്ങളും പഠിച്ച് ബുദ്ധിയെ വജ്രബലമാക്കി എന്റെ മുന്നിൽ പ്രഭാത ഭക്ഷണംപോലും മറന്ന് ചിന്തിച്ചിരിക്കുന്ന ഒരു ഡോക്ടർ. സ്വയം ലക്ഷ്മീ സാന്നിധ്യമായി മാറി തനിക്കായി അവർ നൽകുന്ന നന്മ ആ രോഗി അറിയുന്നില്ല. ആ രോഗിക്ക് അത് നൽകി എന്ന ചിന്ത ആ ഡോക്ട റിലും അവശേഷിക്കുന്നില്ല. ആ സദ്ഫലം അവർ കാലത്തിന്റെ കർമ്മ

വൃക്ഷത്തിലെ ഫലങ്ങളിലൊന്നായി മാറ്റി വെക്കുന്നു. അങ്ങനെ നമ്മൾക്കായും മറ്റുള്ളവർ മാറ്റി വെച്ച എത്രയെത്ര സദ്ഫലങ്ങൾനമ്മളും അറിയുന്നില്ല.

●

ഗീതുമോഹൻദാസും ദീപമോളും.

"ആകാശത്തേക്കൊരു ജാലകം" എന്ന കഥയിലെ കഥാപാത്രമാണെങ്കിലും അവൾ എന്റെ ദീപമോൾ ആയിരുന്നു.

നിറഞ്ഞ കുട്ടിത്തം.

വീടിനകത്തും പുറത്തും അമ്മയുടെ മടിയിലും മനസ്സിന്റെ ചായ്പിലും എല്ലാം ഒറ്റപ്പെട്ടുപോയ ബാല്യം. കൂട്ടിന് അമ്മ മാത്രം. പിന്നെ എന്നെങ്കിലും കാതിൽ വീഴാനായി കാതോർക്കുന്ന പപ്പയുടെ ശബ്ദം തരുന്ന ടെലഫോണും.

അതെല്ലാം എന്റെ മനസ്സിൽ ദീപമോളെ കുറിച്ചുള്ള അറിവുകളാണ്. എന്നാൽ അതൊന്നും വിശദമായി പറയാതെ, അലീനയും ടെലഫോൺ അങ്കിളും പറയുന്ന സംഭാഷണങ്ങളിൽ കൂടി മാത്രം അതെല്ലാം പിടിച്ചെടുക്കുന്ന ഗീതു എനിക്കൊരു അദ്ഭുതമായിരുന്നു. ഓരോ ഷോട്ടിലും ഗീതുവിനെ ഫോക്കസ്സ് ചെയ്യുമ്പോൾ കാര്യം പിടിച്ചെടുത്ത് പെട്ടെന്ന് മാറുന്ന ആ മുഖം ഇന്നും മനസ്സിലെ മങ്ങാത്ത കണ്ണാടിയാണ്.

ചില ദിവസങ്ങളിൽ അതിരാവിലെ ആയിരുന്നു ചിത്രീകരണം. പാതി മയക്കത്തിലാവും ഗീതു വരിക. ഒരു രംഗത്തിൽ ഗീതുവിനെ പിയാനോയോട് ചേർത്തു നിർത്തി ഷോട്ടെടുക്കേ ദീപമോളായി മാറി സംഭാഷണം ഉരുവിട്ട് ഷോട്ട് തീരുന്നതോടെ പതിയെ പതിയെ ഉറക്കം വന്ന് പിയാനോയോട് ചാരി ഉറങ്ങിപ്പോയ ഗീതു എനിക്കന്നത്തെ മനോഹര കാഴ്ചയായിരുന്നു.

പപ്പയുടെ കല്ലറയിൽ പൂക്കൾ സമർപ്പിക്കാൻ ചെന്ന അലീനയും ദീപമോളും അവിടെ അവരെക്കാൾ മുൻപേ ടെലഫോൺ അങ്കിൽ പൂക്കൾ കൊണ്ടുവെച്ചത് കാണുന്ന ഒരു രംഗമുണ്ട് ചിത്രത്തിൽ. അതും അതിരാവിലെ ചിത്രീകരിച്ചതായിരുന്നു. പൂക്കൾ കണ്ട ഗീതു എന്നോട് ചോദിച്ചു.

"ഈ പൂക്കൾ ടെലഫോൺ അങ്കിൾ എപ്പോഴാണ് ഇവിടെ കൊണ്ടുവെച്ചിട്ടുണ്ടാവ്വാ. രാത്രിയിലാണോ..?"

കഥയിൽ അത് രാത്രിയിലാവാം.

അല്ലെങ്കിൽ സൂര്യോദയത്തിനു മുൻപാവാം.

അത് ഞാൻ ചിന്തിച്ചിരുന്നില്ല.

പക്ഷേ കുഞ്ഞുങ്ങൾക്ക് ഉത്തരം കിട്ടിയേ തീരൂ..

കഥയിൽ ആ ഉത്തരം എപ്പോഴും ഉണ്ടാവും.

കല്ലറയിൽ പൂക്കൾ വെച്ച ശേഷം ആ പൂക്കൾ ഞാൻ അവൾക്ക് സമ്മാനിച്ചു. സ്വല്പനേരം പൂക്കളും പിടിച്ച് പള്ളിക്കകത്ത് ഇരുന്ന ഗീതു അടുത്ത ഷോട്ട് എടുക്കുന്നതിന്നു മുൻപ് കുറച്ചു നേരം കൂടി ഉറങ്ങി.

ഉറങ്ങി ഉണർന്ന ആ കുഞ്ഞാണ് പിന്നീട് ഗീതാഞ്ജലി ഥാപ്പയെ പുരസ്ക്കാര ജേതാവാക്കും വിധം Liar's Dice സംവിധാനം ചെയ്ത് പ്രശസ്തയായത്.

ഒന്നുമുതൽ പൂജ്യം വരെയുടെ ചിത്രീകരണത്തിനിടയിൽ ഒരിക്കൽ പോലും ഗീതു ക്യാമറയ്ക്കു മുന്നിൽ ഒരു പിഴവും വരുത്തിയിരുന്നില്ല. അത്രയ്ക്കും സൂക്ഷ്മമായിരുന്നു ഗീതുവിന്റെ നിരീക്ഷണം.

ആ സിനിമയ്ക്കു ശേഷം ഗീതുവിനെ എനിക്ക് ഇതുവരെ കാണാൻ സാധിച്ചിട്ടില്ല.

ഒരിക്കൽ കാണണം.

ഇപ്പോൾ ആരോടെങ്കിലും എന്തെങ്കിലും അങ്ങോട്ട് പറയേണ്ടി വന്നാലോ, അല്ലെങ്കിൽ വിവരം വല്ലതും ഇങ്ങോട്ട് പറയാനുണ്ടെങ്കിലോ, അവരിൽ പലർക്കും കേൾക്കാനും പറയാനും ഒന്നും നേരമില്ല.

എല്ലാവരും അപ്പോൾ തന്നെ പറയും.

"അതൊന്ന് ഇങ്ങോട്ട് മെയില് ചെയ്തേക്കൂ. ഞാൻ ഡൗൺലോഡ് ചെയ്തോളാം."

അല്ലെങ്കിൽ...

"ദാ അങ്ങോട്ട് മെയ്ല് ചെയ്തേക്കാം, ഒന്നവിടെ നോക്കണേ.."

പിന്നെ 'hi' ന്നോ.. 'pls chk' ന്നോ എഴുതലായി,

അറ്റാച്ച് ചെയ്യലായി,

സെന്റ് ചെയ്യലായി.

അപ്പുറത്ത് ഡൗൺലോഡ് വീഴലായി..

തുറക്കാൻ പരിഭ്രമിക്കലായി..

കിട്ടാതെ വിളിക്കലായി..

വീണ്ടും അയയ്ക്കലായി...

ഒടുക്കം അറ്റാച്ച്, അറ്റാച്ച്ഡ് ആവലായി...

അതോടെ കാര്യം അയച്ച ആളുടെ ജോലി തീർന്നു.

കിട്ടിയാൽ കിട്ടിയവൻ അപ്പോൾ തന്നെ ഒരു ക്ലിക്ക് ...

ഇപ്പുറത്ത് ഒരു നോട്ടിഫിക്കേഷൻ..

അതോടെ എല്ലാം കബൂലായി.

ജീവിതം ഒരുമാതിരി എരൂം പുളീം ഇല്ലാതെ കടിച്ചു മുറിച്ചു വിഴുങ്ങേണ്ടി വരുന്ന കൊള്ളിബിസ്ക്കറ്റിന് സമം.

ഇനി ഒരു സംഭവം പറയാം.

നഗരത്തിലെ ശ്മശാനം

രാത്രി ദഹനം ഇല്ല.

വൈകുന്നേരം ആറുമണിക്ക് ഗെയ്റ്റ് അടക്കും.

ബുക്ക് ചെയ്ത ശരീരം അവിടേക്ക് ഓടിയെത്താൻ ആറു മണി കടക്കും എന്നു മനസ്സിലാക്കിയ സമയമില്ലാത്ത ബന്ധു ശ്മശാനത്തിലേക്ക് വിളിച്ചു.

“ദഹിക്കാനുള്ള ആള് അവിടെ എത്താൻ വൈകും. കാത്തുനിൽക്കണേ..”

ഉടനെ വന്നു നൂറായിരം ജോലിയുള്ള ശ്മശാന ജോലിക്കാരന്റെ മറുപടി.

“നിങ്ങളതങ്ങ് മെയ്ല് ചെയ്തേക്ക്. ഞാനിവിടെ എടുത്തോളാം.”

കേട്ടു കേൾവിയല്ല.

തമാശയ്ക്കാണെങ്കിലും, നടന്നതാണ്.

നമ്മളെല്ലാം ഓരോ അറ്റാച്ച്മെന്റാണ്.

ഒരേ ഒരു ക്ലിക്ക്.

അതിനപ്പുറം നമ്മൾ ഒരു ചുക്കുമല്ല.

സ്കൂൾ മുറ്റത്ത് നിന്നേ തുടങ്ങിയതാണ് ആകാശത്തിനുള്ളിൽ കിടക്കുന്ന അദ്ഭുതങ്ങളോടുള്ള പ്രണയം. പല രാത്രികളിലും ആകാശം നോക്കി അന്തിച്ചു കിടന്നിട്ടുണ്ട്.

തറവാട്ടു മുറ്റത്ത് നിന്നും കാണുന്ന ചന്ദ്രനല്ല കോഴിക്കോട് വാടക മുറ്റത്ത് നിന്നും കാണുന്ന ചന്ദ്രൻ. അതേ ചന്ദ്രനെയും വ്യാഴത്തെയും ശനിയേയും അല്ല ഒരിക്കൽ എങ്ങനെയോ സ്വന്തമാക്കിയ കുഞ്ഞു ടെലസ്ക്കോപ്പിലൂടെ കണ്ടത്. പ്രപഞ്ചത്തിൽ നേരാംവണ്ണം (നേർരേഖയിൽ) ഒന്നും ചലിക്കുന്നില്ലെന്നും സർവ്വതും സ്വയം കറങ്ങിയും, കറങ്ങിക്കൊണ്ട് കറങ്ങിക്കറങ്ങി പറക്കുന്നുവെന്നും ഒരിക്കൽ, “നിനക്ക് നേരാം വണ്ണം നടന്നൂടേന്ന്.” ചോദിച്ച മാത്യുമാഷോട് പറഞ്ഞപ്പോൾ, മാഷ് തല്ലാൻ വന്നു.

ഞാൻ ഓടിക്കളഞ്ഞു.

പിന്നീട് ആ മാഷുടെ മകൾ കോളേജിൽ ഒപ്പം പഠിക്കാൻ ഒരേ ക്ലാസിൽ കൂടിയപ്പോൾ അച്ഛനെന്നെ തല്ലാൻ വന്നത് മോളോട് പറഞ്ഞു. മോൾക്ക് സങ്കടം വന്നു. ആ സങ്കടം കണ്ടതും സ്ക്കൂൾ മാഗസിനു വേണ്ടി ശൂന്യാകാശ യാത്രകളെക്കുറിച്ച് സയൻസ്മാഷ് ഇഗ്നേഷ്യസ് ആവശ്യപ്പെട്ട് എഴുതിയ ലേഖനം മാഗസിൻ പത്രാധിപരായ അച്ഛൻമാഷ് അച്ചടിക്കാതെ മാറ്റി വെച്ച കാര്യം അവളോട് പറഞ്ഞില്ല.

എന്തിനാ അവളെ വീണ്ടും സങ്കടപ്പെടുത്തുന്നത്.

ഞങ്ങൾ കണ്ണടക്കാർക്ക് ശൂന്യാകാശ യാത്രകളൊക്കെ മുകളിലേക്കങ്ങനെ നോക്കി നിന്ന്, നിന്ന നിൽപ്പിൽ നടത്താനല്ലേ കഴിയൂ..

അന്നത്തെ സ്പുട്നിക്കും ചന്ദ്രയാത്രയും സാറ്റേൺ റോക്കറ്റും എല്ലാം ഭൂമിയുടെ അതിരും വിട്ട് മനസ്സിനെ പ്രകാശവർഷങ്ങൾക്കും അപ്പുറം എത്തിച്ച മുഹൂർത്തങ്ങൾ എത്രയെത്രെ. ലോകത്തിൽ ഏറ്റവും കുറഞ്ഞ വിഷമഘട്ടങ്ങൾ അഭിമുഖീകരിച്ചുകൊണ്ട് ഇത്തിരിപ്പോന്ന കൈനീട്ടവുമായി ആകാശത്തിനുമപ്പുറം ഉജ്ജ്വല കുതിപ്പു നടത്തുന്ന ഭാരത ശാസ്ത്രജ്ഞന്മാരുടെ പ്രയത്നങ്ങളെ, വിജയിക്കണേ എന്ന ചിന്തയുടെ നെഞ്ചിടിപ്പോടെ എത്ര തവണ കണ്ടു നിന്നിരിക്കുന്നു ഇതിനകം.

ആകാശം ശൂന്യമല്ല.

അവിടം പലതിനും പരിഹാരമുണ്ട്.

എനിക്കുറപ്പാണ്.

ചൊവ്വയിലേക്ക് പറക്കുന്ന നമ്മുടെ ചിറകും കിറുകൃത്യമായി ചൊവ്വക്ക് ഇത്തിരി ഇൻഡ്യൻകാറ്റ് വീശിക്കൊടുക്കും.

മംഗൾയാൻ വിജയം ഞാൻ കാത്തിരുന്ന ഒരു സ്വപ്നമാണ്.

ആദ്യം എഴുതിയ തിരക്കഥയ്ക്ക് സംഗീതം നൽകിയത് ശ്രീ കാവാലം ആയിരുന്നു. ഹാർമോണിയപ്പെട്ടി വെച്ചുള്ള അതിന്റെ തട്ടും മുട്ടും എല്ലാം നടന്നത് തിരുവനന്തപുരത്ത്. അന്നത് നേരിൽ കാണാൻ സാധിച്ചിരുന്നില്ല.

പിന്നീടുള്ള മിക്ക സിനിമകളുടെ തട്ടിലും മുട്ടിലും പങ്കെടുത്തിട്ടുണ്ട്. സിനിമാഗാനങ്ങളുടെ ജനനത്തിന് സാക്ഷിയാവുക ഒരനുഭവമാണ്.

ഒരു ഗാനം പിറക്കുക..

അതിന്റെ ലഹരിച്ചുഴിയിൽ ഉൾപ്പെട്ടങ്ങനെ സ്വയം മറക്കുക...

അതനുഭവിച്ചു തന്നെ അറിയണം

ജോൺസൺ.

ഇളയരാജ.

രവീന്ദ്രൻ.

ഔസേപ്പച്ചൻ.

ജയചന്ദ്രൻ.

മോഹൻ സിതാര.

ശരത്.

ഇവർക്കെല്ലാം മുൻപിൽ ചമ്രം പടിഞ്ഞിരിക്കുക.

എന്നിട്ട് കണ്ണടയ്ക്കുക...

മനസ്സിൽ കുറിച്ച സിനിമയെന്ന ആകാശത്തിൽ മഴവില്ല് വരയ്ക്കുന്ന മാന്ത്രിക വിദ്യ മനം നിറയെ കാണുവാനുള്ള ഭാഗ്യം ഉണ്ടാവുക. പഴയ കാല സിനിമാ ഗാനങ്ങൾ പിറന്നതെല്ലാം അത്തരം ചടുലവും ഗംഭീര വുമായ ഉത്സവങ്ങൾക്കുള്ളിലായിരുന്നു.

നസീമയിലെ.., 'എന്നിട്ടും നീയെന്നെ അറിഞ്ഞില്ലല്ലോ..'

'അച്ഛൻ കൊമ്പത്ത്.. അമ്മ വരമ്പത്ത്..'

'അരുണ കിരണ മണി ഗോപുരവാതിലിൽ..'

അവയെല്ലാം പിറവിയെടുക്കുമ്പോൾ അനുഭവിച്ച ആനന്ദം അപാരമാണ്. മറക്കാൻ കഴിയാത്ത സന്ദർഭങ്ങളിൽ ചിലത്.

'രാരീ രാരീരം രാരോ...' ചിട്ടപ്പെടുത്തുന്നതിനിടയിൽ മോഹൻ സിതാര കരഞ്ഞത്.

'ആലിപ്പഴം പെറുക്കാൻ പീലിക്കുട നിവർത്തി' റെക്കോർഡ് ചെയ്യവേ റിക്കോർഡിസ്റ്റും ഞാനും ഇളയരാജയും മാത്രമല്ല കൺസോൾ മുറി യിൽ പാട്ടിന്റെ താളത്തിനൊത്ത് ഇളയരാജ തെല്ലിട നേരം താളം ചവിട്ടി യത്. കണ്ണൂർ ഗസ്റ്റ് ഹൗസിൽ ഗിരീഷ് പുത്തഞ്ചേരിയുടെ വരികൾ പാടി ക്കൊണ്ട് രവീന്ദ്രൻ മാഷ് വിതുമ്പിയത്. സാലിഗ്രാമത്തിലെ ഒരു ഫ്ളാ റ്റിൽ ഹാർമോണിയം മാറ്റി വെച്ച് തറയിൽ ചെമ്മീനായി ചുരുണ്ടു കിടന്നു മയങ്ങിയ ജോൺസണെ, സമയമായപ്പോൾ വിളിച്ചുണർത്താനായി ചെന്ന ഞാൻ, അദ്ദേഹം ഉറങ്ങിയിട്ടില്ലെന്നും അപ്പോഴും ആ ഗാനം പതിയെ കണ്ണടച്ചു മൂളി ഉള്ളിലിട്ടുരുട്ടുകയാണെന്നും അറിഞ്ഞത്.

'സിന്ദൂരരേഖ'യുടെ ഗാനങ്ങൾ ചിട്ടപ്പെടുത്തവേ പാടിപ്പാടി കണ്ണു നിറഞ്ഞൊഴുകിയിട്ടും രാഗങ്ങളിൽ നിന്നും രാഗങ്ങളിലേക്ക് ഒഴുകി യൊഴുകി ഒടുക്കം പാടിയതത്രയും മണ്ടത്തരം എന്ന് ചിരിയോടെ പറഞ്ഞ ശരത്, ആ മണ്ടത്തരങ്ങളിൽ നിന്നും, 'കാളിന്ദിയിൽ തേടീ നിൻ നീലാഭമാം രൂപം..' എന്ന ഗാനം കോരിയെടുത്തത്.

സിനിമ തിരശ്ശീലയിൽ എത്തുന്നതിന്നു മുൻപേ ഇത്തരം അനവധി ഉജ്ജ്വല കുഞ്ഞു സിനിമകൾ അതിൽ ഒത്തുകൂടുന്നവർക്കും ചുറ്റും നട ക്കാറുണ്ട്. അതിലൂടെ കടന്നുപോയി ഒടുക്കം സിനിമ തിരശ്ശീലയിൽ വീഴുമ്പോൾ അതവരുടെ ജീവിതത്തിൽ മറ്റാർക്കും പകുത്തുകൊടുക്കാൻ

സാധിക്കാത്ത വികാരമായി മാറും. ലാഭവും നഷ്ടവും എന്നതിലുപരി, കൈമാറുന്ന അത്തരം കുഞ്ഞു സന്തോഷങ്ങളെ ജീവിതത്തിലെ പച്ചപ്പു കളായി ഇന്നും കാണുന്ന എത്രയോ പേരുണ്ട് നമുക്കു ചുറ്റും.

ഇന്നത്തെ ജോലി കഴിഞ്ഞു നല്ല ക്ഷീണവും കെട്ടിപ്പിടിച്ചാണ് ഉറങ്ങാൻ കിടന്നത്. ഉറക്കം വരുന്നില്ല. സമയം രണ്ടുമണി. മനസ്സിൽ വെറുതെ താളം പിടിക്കുന്ന മുകേഷിന്റെ ഗാനം. ആനന്ദിലെ.. 'മെനെ തേരേലീയേ ഹിസാത്ത് രംഗ് കെ സപ്നെ.....'

സലീൻ ചൗധരിയുടെ മാസ്മര സംഗീതം..

ഞാനത് കേൾക്കട്ടെ.

എനിക്ക് ഇഷ്ടപ്പെട്ട ഉടുപ്പുകളിൽ ഒന്നാണ് ജീൻസ്.

അതുപോലെ ഇഷ്ടപ്പെട്ട കഥകളിൽ ഒന്നാണ് 'ജീൻസിട്ട പെൺ കുട്ടിയെ..'ക്കുറിച്ച് അക്ബർ കക്കട്ടിൽ എഴുതിയ കഥയും.

എന്തുകൊണ്ട് ജീൻസ് ഇഷ്ടപ്പെട്ടു എന്നു ചോദിച്ചാൽ ആ തുണി ഉണ്ടാക്കി എടുക്കുന്ന രീതിയോട് തോന്നിയ ഇഷ്ടമാണ്. തുണി നെയ്ത ശേഷം പിന്നീടതിനെ പാകപ്പെടുത്തിയെടുക്കുന്ന പ്രക്രിയ മനോഹരമാണ്. അതൊരു പുനഃസൃഷ്ടിയാണ്. ഒന്നിനെ മറ്റൊന്നാക്കി മാറ്റുക. കാഞ്ചീ പുരം സാരി നെയ്യുന്നതിലും എന്തിന് ചുട്ടിത്തോർത്ത് നെയ്യുന്നതിൽ പോലും നെയ്ത ശേഷമുള്ള പുനഃസൃഷ്ടി പ്രയത്നം കാണാമെങ്കിലും ജീൻസ് തുണിയെ അടിച്ചും ചതച്ചും ഉരച്ചും ചളിപുരട്ടിയും മുറിച്ചും തകർത്തും ഒട്ടിച്ചും പറിച്ചും വേദനിപ്പിച്ചും കരയിപ്പിച്ചും ഒടുക്കം മനുഷ്യ ശരീരത്തിലേക്കുള്ള ഉറയാക്കി മാറ്റുന്ന ആ രീതി അപാരമാണ്.

ഈ തുണിയുടെ ഏറ്റവും നല്ല ഗുണം ഒരിക്കൽ വാങ്ങിയാൽ പിന്നെ മരിക്കുന്നതിന്റെ തലേ ദിവസം കഴുകിയാൽ മതി എന്നതാണ്. അഴുക്കും പ്രായവും നരയും വാർദ്ധക്യവും എല്ലാം അതിനൊരു ചന്തമാണ്. അതായിട്ട് ശരീരത്തെ നാറ്റിക്കില്ല. അതിനെ നാറ്റിക്കാഞ്ഞാൽ മതി എന്നതാണ് ജീൻസിന്റെ തത്ത്വചിന്ത. ഏത് പ്രതലത്തിലും ഒന്നൂതി വൃത്തിയാക്കി ഇരിക്കാം. മഴയും വെയിലും ഇത്രയും വിശാലതയോടെ സഹിക്കുന്ന മറ്റൊരു നൂലും ഇല്ല എന്നു തോന്നുന്നു. ഈ വസ്ത്രം ധരിച്ച് വന്ന എന്റെ ഓർമ്മയിലുള്ള മിക്ക സിനിമാ കഥാപാത്രങ്ങളും സുന്ദരീ സുന്ദരന്മായിരുന്നു. കഥകൾ വായിക്കവേ മനസ്സിൽ വന്നു കയറിയവരും ഭംഗിയുള്ളവരായിരുന്നു.

ഒരു കാര്യം പറയാതെ വയ്യ.

ഈ തുണി ധരിച്ചു നടക്കുന്ന മിക്കവരും വളരെ പ്രസന്നരും പുഞ്ചിരി ക്കുന്നവരും പെട്ടെന്ന് സഹായിക്കുന്നവരും മറ്റുള്ളവരുടെ കാര്യങ്ങളിൽ

വെറുതെ മൂക്കു മുട്ടിക്കാത്തവരും ലക്ഷ്യബോധമുള്ളവരും ഒരു ഹോബി യായി വെറുതെ ദുഃഖിക്കാത്തവരും ആയാണ് ഞാൻ കാണാറുള്ളത്.

ലിഫ്റ്റിൽ പതിനെട്ടാം നിലയിലേക്കുള്ള തിളങ്ങുന്ന വട്ടത്തിൽ വിരലമർത്തി ശാന്തമായി ഉയരവേ പുഞ്ചിരിയോടെ അവൾ സുപ്രഭാതം നേർന്നു. പിന്നീട് പറഞ്ഞു.

"ഞങ്ങള് രാത്രി മുഴുവൻ ആശുപത്രിയിലായിരുന്നു. വന്ദനയുടെ അച്ഛനടുത്ത്. ഇന്ന് വീട്ടിലേക്ക് കൊണ്ടുവരും."

അറിഞ്ഞുവെന്ന് ഞാൻ.

"പതിനൊന്ന് കീമോ ഉണ്ട്. ഭേദാവുംന്ന് ഉറപ്പാ."

"ഭേദാവും..."

"പെട്ടെന്നാരേം വീട്ടില് സഹായത്തിന് വെക്കണ്ടാന്ന് ഞങ്ങള് പറഞ്ഞു. ഇരുപത് ദിവസത്തോളം ലീവുണ്ട്. അതുവരെ ഞങ്ങളില്ലേ.."

"ഉണ്ടല്ലോ.."

വസ്ത്രത്തിന്റെ ഏറ്റവും വലിയ നന്മ അത് നഗ്നത മറക്കുന്നു എന്ന തല്ല. എവിടെയോ നമ്മൾ നഗ്നരാണ് എന്ന് സൂചിപ്പിക്കുന്നു എന്നതാണ്.

ഏതാണ്ട് മുപ്പത് വർഷങ്ങൾക്ക് മുൻപ് എനിക്കും ഒരു ജീൻസുണ്ടാ യിരുന്നു. എപ്പോഴോ അത് എവിടെയോ അലക്കാനിട്ട് എടുക്കാൻ മറന്നു.

അഴ പൊട്ടിക്കാണും.

എന്നാലും അത് ജീവിച്ചിരിപ്പുണ്ടാവും.

ഉറപ്പ്.

•

ഭാഗ്യംകൊണ്ടുവരാനായി പേരിൽ മാറ്റം വരുത്തുന്ന ധാരാളം പേരെ എനിക്കറിയാം. കുറെക്കാലം കൃഷ്ണേട്ടാ..ന്ന് വിളിച്ചിരുന്ന ഒരു സുഹൃത്ത് എന്തൊക്കെയോ മനഃപ്രയാസങ്ങൾ കാരണം ഒരു ദിവസം പെട്ടെന്ന് ക്രുഷ്ണേട്ടൻ ആയി. കൃഷ്ണേട്ടൻ ക്രുഷ്ണേട്ടൻ ആയി മാറിയിട്ടും എല്ലാവരും അദ്ദേഹത്തെ കൃഷ്ണേട്ടാ എന്നാണ് വിളിച്ചതും.

പലരുടെയും പേരുകൾ ഇങ്ങനെ ചെത്തിമുറിച്ചും മൊത്തം വേരു പറിച്ചു മാറ്റിയും ആണ് പലരും അവർ ആഗ്രഹിക്കുന്ന വിധം ഭയങ്കര ന്മാരായത് എന്നവർ തന്നെ വിശ്വസിക്കുന്ന ഒരു കാലമാണ് നമുക്ക് ചുറ്റും.

ഇന്ന് പ്രതീക്ഷിക്കാതെ കംപ്യൂട്ടറിൽ വന്ന ഒരു പ്രമുഖ പത്രത്താളിൽ പേരിന്റെ മഹത്ത്വം സൗജന്യമായി പരിശോധിക്കാവുന്ന ഒരു കോളം കണ്ടു.

പേരിൽ വല്ല തിരുത്തലുകളും വേണ്ടി വരുമെങ്കിൽ അതും അവർ തന്നെ ചെയ്തു കൊടുക്കുമത്രേ.

ഇനി പേരിലെ അക്ഷരങ്ങളുടെ കെട്ടിപ്പിടുത്ത രീതിയാണ് പ്രശ്നമെങ്കിൽ അവയെ വിടർത്തിയടർത്തി മാറ്റേണ്ടി വന്നാൽ മാറ്റുക തന്നെ. ധാരാളം ആവശ്യങ്ങൾ ഉണ്ട്. വാടക നൽകാനുണ്ട്. ബില്ലുകളുണ്ട്. യാത്രകളുണ്ട്. ടിക്കറ്റെടുക്കണം. ലോൺ അടക്കണം. അങ്ങനെ പലതും. പേരിലെ രക്ഷക്ഷരം ഒന്നു ചതച്ചു തിരുമ്മിയിട്ടാൽ അതൊക്കെ ശരിയാവുമെങ്കിൽ നോക്കാലോ.

അക്ഷരം ഒരെണ്ണം കൈവിട്ടാലും ഉച്ചാരണം മാറില്ല. മാത്രമല്ല എത്ര തവണ പലേരി എന്നു പറഞ്ഞാലും പലരും പാലേരി എന്നാണ് പറയാറ്. അപൂർവ്വം ചിലർ അവിടന്നും കടക്കും. അതുകൊണ്ട് ഞാൻ കോളത്തിൽ പേരെഴുതി.

raghunath paleri

വിശകലനവും ഫലവും പെട്ടെന്ന് വന്നു.

'സംഭവബഹുലമായ ജീവിതമായിരിക്കും. ലഘുവായ പ്രയത്നം കൊണ്ട് വിപുലമായി സമ്പാദിക്കാനുള്ള വിദ്യ വശമാണ്. ഇഷ്ടജനം കുറവായിരിക്കും. അപകടങ്ങളിൽ നിന്ന് അദ്ഭുതകരമായി രക്ഷപ്പെടും. കൈത്തൊഴിൽ കൊണ്ട് ജീവിക്കുന്നവരായിരിക്കും. ആത്മധൈര്യവും ദൈവവിശ്വാസവുമുണ്ട്. കായിക വിനോദത്തിലേർപ്പെട്ട് കീർത്തി നേടും. ആർക്കും ധനം കൊടുക്കും. ഭാഗ്യശാലിയെന്ന് തീർത്തും പറയാം.'

അപ്പോ ഒന്നു മാറ്റി പിടിച്ചു പേരെഴുതി.

paleri raghunath

ഫലം വന്നു.

'സംഭവബഹുലമായ ജീവിതമായിരിക്കും. ലഘുവായ പ്രയത്നം കൊണ്ട് വിപുലമായി സമ്പാദിക്കാനുള്ള വിദ്യ വശമാണ്. ഇഷ്ടജനം കുറവായിരിക്കും. അപകടങ്ങളിൽ നിന്ന് അദ്ഭുതകരമായി രക്ഷപ്പെടും. കൈത്തൊഴിൽ കൊണ്ട് ജീവിക്കുന്നവരായിരിക്കും. ആത്മധൈര്യവും ദൈവവിശ്വാസവുമുണ്ട്. കായിക വിനോദത്തിലേർപ്പെട്ട് കീർത്തി നേടും. ആർക്കും ധനം കൊടുക്കും. ഭാഗ്യശാലിയെന്ന് തീർത്തും പറയാം.'

വീണ്ടും മാറ്റി നോക്കി.

raghu paleri nath

'സംഭവബഹുലമായ ജീവിതമായിരിക്കും. ലഘുവായ പ്രയത്നം കൊണ്ട് വിപുലമായി സമ്പാദിക്കാനുള്ള വിദ്യ വശമാണ്. ഇഷ്ടജനം കുറവായിരിക്കും. അപകടങ്ങളിൽ നിന്ന് അദ്ഭുതകരമായി രക്ഷപ്പെടും. കൈത്തൊഴിൽ കൊണ്ട് ജീവിക്കുന്നവരായിരിക്കും. ആത്മധൈര്യവും ദൈവവിശ്വാസവുമുണ്ട്. കായിക വിനോദത്തിലേർപ്പെട്ട് കീർത്തി നേടും. ആർക്കും ധനം കൊടുക്കും. ഭാഗ്യശാലിയെന്ന് തീർത്തും പറയാം.'

ഒന്നൂടി മാറ്റി നോക്കി.

naghuleri parath

തെല്ലിട കാത്തു നിന്നു.

എന്തുകൊണ്ടോ ഇതുവരെ ഫലം വന്നില്ല.

അവസാനത്തെ പേരാണ് നല്ലത്. നല്ല ഫലം ചെയ്യും.

ഈ നിമിഷം മുതൽ എന്റെ പേര്, നാഥുലേരി പരാത്.

●

തറവാട്ടിൽ ചെല്ലുന്ന കാലങ്ങളിലെ വൈകുന്നേരങ്ങളിൽ വീട്ടിൽ നിന്നിറങ്ങി പാടവും തോടും കടന്ന് തീവണ്ടി വീഥിയുടെ വശത്തൂടെ കുറെ ദൂരം നടക്കുക ഒരു ലഹരിയായിരുന്നു. തീവണ്ടിപ്പാളം ചിലനേരം അതിന്റെ ഒരു ലോഹമണം പ്രസരിപ്പിക്കും. വളരെ അകലെ നിന്നും ഓടിയെത്തുകയോ ഓടിയകലുകയോ ചെയുന്ന തീവണ്ടിയുടെ കാൽ പ്പെരുമാറ്റം, ടിക് ടക് പ്ടും ശബ്ദങ്ങളായി ആ പാളത്തിൽ കാത് വെച്ചാൽ കേൾക്കാൻ സാധിക്കും. ഞാൻ കാത് വെച്ച് നോക്കിയിട്ടുണ്ട്. തീവണ്ടിയുടേതാണോ എന്നറിയില്ല പലതരം ടിക് ടക് പ്ടും കേട്ടിട്ടും ഉണ്ട്.

അക്കാലത്ത് കട്ടിയേറിയ മരപ്പലകകൾ ആയിരുന്നു പാളങ്ങൾക്കടിയിൽ വിരിച്ചിരുന്നത്. മണിക്കൂറുകൾ ഇടവിട്ടായിരുന്നു ഓരോ കൽക്കരി തീവണ്ടികളുടെയും അങ്ങോട്ടും ഇങ്ങോട്ടുമുള്ള സഞ്ചാരം. നിറയെ അണിഞ്ഞ ആടയാഭരണങ്ങളുടെ മേളപ്പെരുമയോടെ, സൗമ്യമാർന്ന അലർച്ചയോടെ വെളിച്ചപ്പെട്ടു വരുന്ന തെയ്യക്കോലങ്ങളായി അവ അരികിലൂടങ്ങ് പാഞ്ഞു പോകും. ആ ഓരോ പാച്ചിലും ഓരോ ഉത്സവം. ചിഞ്ചിലാരവത്തോടെ പാഞ്ഞകന്ന നീളൻ വാഹനം തന്ന കരിപ്പുകയും മണവും ശബ്ദവും ലഹരിയും വളരെ നേരം എനിക്കു ചുറ്റും തങ്ങി നിൽക്കും.

ഓടുന്ന തീവണ്ടി കാണുക ഓരോ സിനിമ കാണുന്നതുപോലെയാണ് അക്കാലത്ത്. നിറയെ കഥാപാത്രങ്ങൾ. പരശ്ശതം കഥകൾ. എങ്ങനെയും വ്യാഖ്യാനിക്കാവുന്ന ജീവിതസത്യങ്ങൾ. ഒരു കെട്ട് കാർമേഘം പുറത്തേക്കെറിഞ്ഞു തന്ന് ഓടി അകലുന്ന സഞ്ചാരിയായി തീവണ്ടി അകന്നാൽ, പിന്നീടാണ് റെയിൽപ്പാളത്തിലേക്ക് അയാൾ വരുക. റെയിൽവേയിലെ കീമാൻ എന്നറിയപ്പെടുന്ന, ശരീരത്തിൽ ഒരുപാട് ഭാരം താങ്ങി വലിയ ചുറ്റികയും ചുവന്ന കൊടിയും കയ്യിൽ പിടിച്ച, താക്കോൽ മനുഷ്യൻ. കുലുങ്ങിപ്പാഞ്ഞ തീവണ്ടി പോയ വഴി പാളത്തിലെ ആണികൾ വല്ലതും ഇളകിയോ, എവിടെയെങ്കിലും വിള്ളൽ വീണോ എന്നു നോക്കാൻ. ആണികൾ തിരികെ ഉറപ്പിക്കണം. വിള്ളലുകൾ തീർക്കണം.

ഉറപ്പാണ്.

ആണികൾ ഇളകിയിട്ടുണ്ടാവും. വിള്ളൽ വീണിട്ടുണ്ടാവും.

പാളത്തിലൂടെ അങ്ങോട്ടും ഇങ്ങോട്ടും നടന്ന് വിട്ടുപോയ ആണികൾ ചുറ്റിക വീശിയടിച്ച് ഉറപ്പിച്ച് ആ താക്കോൽ മനുഷ്യൻ മുന്നോട്ട് നടക്കും. അടുത്ത തീവണ്ടിക്ക് വഴിയൊരുക്കാൻ.

ഒരിക്കൽ ഒരു താക്കോൽ മനുഷ്യന്റെ കൂടെ കുറെ ദൂരം നടന്നിട്ടുണ്ട്. ആണികൾ കിറുകൃത്യതയോടെ അടിച്ചുറപ്പിക്കുന്നത് കണ്ടിട്ടുണ്ട്. നോട്ടം എപ്പോഴും താഴേക്കായിരിക്കും. ഇളകിയിട്ടില്ല എന്നു നമുക്ക് തോന്നുന്ന ആണികളും അയാളുടെ വീശിയടിയിൽ ഒന്നു പിറകോട്ടോടി യഥാ സ്ഥാനത്ത് ഉറച്ചിരിക്കും.

ആ ഉറപ്പാണ് നമ്മുടെ സഞ്ചാരത്തിനു പിറകിലെ ഉറപ്പും. ഓരോ തീവണ്ടിയോട്ടവും ഓരോ ജീവിതയോട്ടവും മുന്നിൽ കാൽനടയായി ഗമിച്ച ഏതോ താക്കോൽ മനുഷ്യന്റെ പാദം വന്ദിച്ചു തന്നെയാവും.

നമുക്കു വേണ്ടി നഗ്നപാദവുമായി ആരോ മുൻപേ നടന്നിട്ടുണ്ട്. അല്ലെങ്കിൽ ഭയമില്ലാത്ത ഒരു നടത്തം നമുക്ക് സാദ്ധ്യമല്ല. നമ്മളും നടക്കേണ്ടിയിരിക്കുന്നു. നമുക്ക് പിറകെ നമ്മുടെ മക്കളും സഞ്ചരിക്കുന്നുണ്ടല്ലോ.

കഴിഞ്ഞ ദിവസം അച്ഛൻ മാഞ്ഞുപോയ ഒരു പെൺകുട്ടിയോട് ആ വേദന പങ്കുവെക്കുന്ന സംസാരത്തിനിടെ ചോദിച്ചു.

“വീട്ടിൽ ഇപ്പോൾ ആരൊക്കെയുണ്ട് മോളേ..”

ഉത്തരം പെട്ടെന്ന് വന്നു.

“അച്ഛൻ അമ്മ അനിയൻ..”

മാഞ്ഞുപോയ അച്ഛനെ അവളിലെ താക്കോൽ മനുഷ്യൻ മാത്ര നേരത്തിനുള്ളിൽ തിരികെ എടുത്തു വെച്ചിരിക്കുന്നു.

ജീവിതം താക്കോൽ മനുഷ്യന്റെ മനഃശ്ശക്തിയിൽ ഓടിക്കൊണ്ടിരിക്കുന്നു. ഓരോ കറുത്ത മേഘത്തുണ്ടും സമ്മാനിച്ചുകൊണ്ട്. അത് വെളുത്ത മേഘമാക്കാൻ നമുക്ക് സമ്മതം തന്നുകൊണ്ട്.

സത്യത്തിൽ മറ്റാരോ താങ്ങി നടക്കുന്ന വേദനയുടെ അവശിഷ്ടമാണ് നമ്മൾ അനുഭവിക്കുന്ന സന്തോഷമെല്ലാം എന്ന് ചില സമയം തോന്നാറുണ്ട്.

ഒരു നുള്ള് ഭക്ഷണം കഴിക്കുമ്പോൾ ..

ഒരു പുൽപ്പരപ്പിലൂടെ നടക്കുമ്പോൾ..

ഒരു പാലം കടക്കുമ്പോൾ..

ഒരു പഴം പറിക്കുമ്പോൾ..

തീ പോലെ സ്നേഹിക്കുന്നവൾ രഘുവേട്ടാ..ന്ന് വിളിക്കുമ്പോൾ..

നീരു വന്ന പാദം പതിയെ എടുത്തു വെച്ച് അരികിലേക്ക് വന്ന് പുഞ്ചിരിയോടെ കൈ നീട്ടുന്ന ചങ്ങാതിയെ ചേർത്തണയ്ക്കുമ്പോൾ. പേരു മറന്നുപോകാത്ത പഴയ ടീച്ചറുടെ വാത്സല്ല്യത്തിനു മുന്നിൽ പേരോർമ്മിക്കാൻ പാടുപെടുമ്പോൾ. അച്ഛനെന്നോ അളമാരയ്ക്കകത്ത് വെച്ച ഉടുപ്പിന്റെ മണം സ്വന്തം വസ്ത്രം എടുക്കാനായി തുറന്ന അളമാരപ്പാളി അടക്കവേ തിരികെ വീശുന്ന കാറ്റിൽ മുഖത്ത് വീഴുമ്പോൾ. വയറ് വേദനിക്കുന്ന രാത്രികളിൽ വേദന ശമിക്കാനായി ചരിഞ്ഞു കിടന്ന് ഗർഭത്തിലേക്ക് ചുരുളവേ മുൻപൊരിക്കൽ വേദന തടവി മാറ്റിയ അമ്മയെ തൊട്ടതായി തോന്നുമ്പോൾ.

അറിയാതെ ചില നേരം മക്കളാരോ വന്ന് മടിയിലേക്ക് ചാടിക്കയറുമ്പോൾ. തനിച്ചു നിൽക്കേ ചില നേരം അരികിൽ വന്ന് തോളിൽ കയ്യിട്ട് ഞാനില്ലേ കൂടെ എന്ന് ഉൾമന്ത്രമായി ചിലർ നിശ്ശബ്ദം നിൽക്കുമ്പോൾ..

എന്തുണ്ടെങ്കിലും പറയണേ.., എന്നാരോ പറയുമ്പോൾ.

എവിടെയോ എനിക്കായി ഒരു ഫലം കായ്ക്കാനായി ഒരു ചെടി പുഷ്ടിയോടെ വളരുമ്പോൾ.

അങ്ങനെയങ്ങിനെ താമരയിതൾപോലെ വിരിയുന്ന ഓരോ ആനന്ദലഹരിയും മറ്റാരോ എനിക്കായി രുചിച്ച വേദനയുടെ സത്താണെന്ന് തോന്നാറുണ്ട്..

•

അപൂർവ്വം സിനിമാ ഷൂട്ടിങ്ങുകളെ നേരിൽ കണ്ടിട്ടുള്ളൂ. ആദ്യം കണ്ടത് കെ.ജി. ജോർജിന്റെ സ്വപ്നാടനം ആണ്. തിരുവനന്തപുരം കോവളം കടപ്പുറത്ത് പൂഴിയിൽ നിലം ചേർന്ന് ഇത്തിരി ഉയരത്തിൽ ക്യാമറ വെച്ച് ക്യാമറയ്ക്കരികിൽ നിന്നും പൂഴിയിൽ കാലടി പതിച്ച് നടന്നകലുന്ന നായകനെയും കാലടികളെയും കടലിനെയും ആകാശത്തെയും എല്ലാം പകർത്തി ക്യമാറയ്ക്ക് പിറകിൽ മുഴുകി ഇരിക്കുന്നു ഛായാഗ്രാഹകൻ രാമചന്ദ്രബാബുവും സംവിധായകൻ കെ.ജി. ജോർജും. രണ്ടു പേരും ആരാണെന്ന് അന്ന് ഒരു പിടിയും ഇല്ല. സിനിമ വന്നപ്പോൾ തിയേറ്ററിൽ പോയി കണ്ടു. പിന്നീട് രാമചന്ദ്രബാബു എന്റെ വിലമതിക്കാനാവാത്ത ചങ്ങാതിയായി. എന്റ സിനിമയ്ക്ക് ക്യാമറയും കയ്യിൽ പിടിച്ച് ഒപ്പം നിന്നു.

പിന്നീട് കണ്ട ഷൂട്ടിങ്ങ് രജനികാന്തിന്റെ ഒരു പടമായിരുന്നു. വഴിയോരത്ത് ബഹളം കണ്ട് തിരിക്കിൽ പെട്ട് ഇത്തിരി നേരം തലയുയർത്തി നിന്ന് കണ്ടു. എല്ലാവരും പിരിഞ്ഞപ്പോൾ തലയിൽ വീണ വെയിലിന്റെ ചൂട് മാത്രം ബാക്കി.

ഓർമ്മയിൽ ഉള്ള മറ്റൊരു ഷൂട്ടിങ്ങ് സുമൻ സുമലത ടീമിന്റെ തമിഴ് ചിത്രം. അതിൽ സുമനു വേണ്ട ഒരു മെയ്ക്കപ്പ് ട്രയൽ ഇട്ടത് എന്റെ

മുഖത്താണ്. ട്രയൽ തീരുന്നതുവരെ ഷൂട്ടിങ്ങ് കണ്ടു നിന്നു. അത് തീർന്ന പ്പോൾ കഴുകിത്തുടച്ച് സ്ഥലം വിട്ടു.

പിന്നീട് കണ്ട ഷൂട്ടിങ്ങെല്ലാം സ്വന്തം നിഴൽപോലും വിയർക്കും വിധം അദ്ധ്വാനിച്ച സിനിമകളായിരുന്നു. അവനവന് എന്തെങ്കിലും ചെയ്യാനു ണ്ടാവുന്ന സിനിമയുടെ ഷൂട്ടിങ്ങ് കാണുമ്പോഴേ രസമുണ്ടാവൂ. വെറുതെ നോക്കി നിന്നാൽ രസച്ചരട് പൊട്ടി പെട്ടെന്ന് ബോറടിക്കും.

മധുരമായി തോന്നിയ ഒരു ഷൂട്ടിങ്ങ് സത്യന്റെ തൂവൽകൊട്ടാര മായിരുന്നു. കുറച്ചു സമയമേ സത്യന്റെ കൂടെ ഉണ്ടായിരുന്നുള്ളൂ. എന്നാലും കൈക്കുടന്നയിൽ കോരിയെടുത്ത നിലാവുപോലെ അതത്രയും ശുദ്ധം.

ഓർമ്മയിൽ വല്ലാതെ സ്പർശിച്ച ഒരു ഷൂട്ടിങ്ങ് കാഴ്ച്ചയായിരുന്നു

ലോഹിതദാസിന്റെ കന്മദം. കണ്ടു നിന്ന് കണ്ടു നിന്ന് വളരെ നേരം ചിലവഴിച്ചു അവിടെ.

പ്രിയപ്പെട്ടവനായിരുന്നു ലോഹി.

വായിച്ചു തീരാത്ത ഒരു തീരക്കഥ.

ഒരുമിച്ചുണ്ടായിരുന്ന ദിവസങ്ങളിൽ സംസാരിച്ചിട്ടുള്ളതെല്ലാം സിനിമ വിട്ടുള്ള വിഷയം മാത്രം. കന്മദം ഞാൻ അനവധി തവണ കണ്ടിട്ടുണ്ട്.

ഇനിയും കാണും.

ഇന്നൊരാളുടെ വിവാഹ ദിനമായിരുന്നു. ഒരാൾ കൂട്ടിനെത്തുന്നത് ആരിലും ആഹ്ളാദമാണ്. അതൊരു പ്രതീക്ഷയാണ്. കണ്ടു തീരാത്ത സ്വപ്നമാണ്. സ്വയം മറന്നുപോകുന്ന ആകാംക്ഷയാണ്.

ഈ വിവാഹം ഞാൻ അറിഞ്ഞിരുന്നില്ല. പങ്കെടുക്കാൻ ക്ഷണിച്ച പ്രിയപ്പെട്ടൊരാൾക്കാവട്ടെ വിവാഹ ചടങ്ങിലേക്ക് എത്തേണ്ട വഴിയും സ്ഥലവും പിടിയില്ല. കൂടെ ചെന്നു. സ്ഥലവും സ്റ്റേജും, ഫ്ളാഷിന്നുള്ളിൽ മിന്നി നിൽക്കുന്ന വരനെയും വധുവിനെയും കാണിച്ചു. ഒപ്പം ചെന്ന ഞാനും വരന്റെ കൈ പിടിച്ചു.

അവനെന്താ സന്തോഷം.

ജീവിതം ഉഗ്രനാവട്ടെ.

വന്നതിൽ കടലോളം നന്ദി പറഞ്ഞു അവൻ. അതിലേറെ സ്നേഹം പറഞ്ഞു. പുഞ്ചിരി മുഖം നിറഞ്ഞു നിന്നു. അരികിൽ നിർത്തി ചിത്രം പകർത്തി.

പ്രസന്നവതിയായ വധു. ഇത്തിരി അലങ്കാരം. ഒത്തിരി പ്രകാശം. ആ പ്രകാശവും അവന്റെ ചിരിയും മതി ഇനിയുള്ള കാലത്തെ അവരുടെ

ബാങ്ക് ബാലൻസ്. ഉള്ള പൂക്കളും നുള്ളി പൊന്നോണമായി ജീവിക്കട്ടെ രണ്ടുപേരും. നാളത്തെ ഹർത്താൽ അവരെ വിഷമിപ്പിക്കാതിരിക്കട്ടെ.

ക്ഷണിക്കാത്ത കല്യാണത്തിന് മുൻപും പോയിട്ടുണ്ട്. പഴയൊരു സഹപാഠിയെ തിരക്കി വീട്ടിൽ വന്ന കാദിരിക്കോയയെയും കൂട്ടി സഹപാഠിയുടെ വീടും തേടി ചെന്നത് ആഘോഷ പന്തലിട്ട വീട്ടു മുറ്റത്തേക്ക്. മുന്നിലേക്ക് കയറി വന്നത് അവനും വധുവും. കണ്ടതും എന്തേ ഇന്നലെ മൈലാഞ്ചിക്ക് വരാഞ്ഞേ..ന്ന് ചോദിച്ച് അവൻ ചൂടായി. അതിനപ്പുറം വേറെന്ത് ക്ഷണം വേണം എനിക്കും കാദിരിക്കും..!!

ഒരിക്കൽ കണ്ണൂരിലെ തളാപ്പിൽ ബസ്സിറങ്ങിയപ്പോൾ ആ സ്ഥലത്തുള്ളൊരു ചങ്ങാതിയെ ഓർമ്മ വന്നു. കാണാൻ ഒരു പൂതി. പേരു പറഞ്ഞ് വഴി ചോദിച്ചു ചെന്നപ്പോൾ വീട്ടുമുറ്റത്ത് അവന്റെ മകളുടെ നിക്കാഹ്. കണ്ടതും വന്നു കെട്ടിപ്പിടിച്ചു. ഞാൻ വരുംന്ന് അവന് ഉറപ്പായിരുന്നത്രെ. പുറത്തേക്ക് വീഴാൻ മടിക്കുന്ന വാക്കുകളിൽ കണ്ണീർ നനവും. എന്നെ ക്ഷണിക്കാൻ മറന്നല്ലോ എന്ന് ഒരു മാത്ര നേരം പെട്ടെന്നവൻ ഓർത്തത് എന്നെ ഒരു ഉറുമ്പിൻ കടിയോളം വേദനിപ്പിച്ചു.

വിവാഹത്തിന് ക്ഷണിക്കാൻ മറന്നു പോകുന്നത് മനഃപൂർവ്വമല്ല. ക്ഷണം വല്ലാത്തൊരു പ്രക്രിയ ആണ്. ക്ഷണിക്കുന്നവന്റെ തലയിലെ സകല നട്ടുകളും ലൂസാക്കുന്ന പ്രക്രിയ. സത്യത്തിൽ ഒന്നിനും ക്ഷണമേ ആവശ്യമില്ല. അറിഞ്ഞാൽ ഒപ്പം കൂടുന്നതാണ് ഉത്തമം. ഞാൻ വരും എന്നങ്ങോട്ട് പറയുന്നവരും ഉണ്ടാവും ധാരാളം. ചിലർ അവസാന വിനാഴിക വരെ എല്ലാറ്റിനും കൂടെ ഉണ്ടാവും. മുഹൂർത്ത നേരം കൃത്യമായി മാറി നിൽക്കും. ക്ഷണിക്കാൻ മറന്നതു തന്നെ കാരണം. കൂടെ ഉള്ളവരെ ക്ഷണിക്കാൻ പലരും ഓർക്കാറില്ല. അവർ കൂടെ ഉണ്ടല്ലോ എന്ന ചിന്തയാവും കാരണം.

ക്ഷണിച്ച കാര്യം ഓർത്തോത്തിരുന്നാലും ചിലപ്പോൾ മറന്നു പോകുന്ന വിവാഹം ഉണ്ട്. പ്രശസ്ത ഛായാഗ്രാഹകൻ മധുഅമ്പാട്ടിന്റെ വിവാഹം എനിക്ക് അങ്ങനെ ആയിരുന്നു. ഓർത്തിരുന്നിട്ടും വിവാഹം കഴിഞ്ഞു. പക്ഷേ വിട്ടു കൊടുത്തില്ല. നേരിട്ടു ചെല്ലണം. മധുവിനെ കാണണം. കൈ പിടിച്ചു കുലുക്കി സന്തോഷം പറയണം. ചിന്തിച്ചു ചിന്തിച്ച് ഒടുക്കം ഒരു ദിവസം എങ്ങനെയോ ചെന്നൈയിലെ വീട്ടിൽ ചെന്നു. മധുവിനെ കണ്ടു. ഫ്രീ ആയി കെട്ടിപ്പിടിച്ചു.

ഇറങ്ങാൻ നേരം മധു പറഞ്ഞു.

“വിവാഹത്തിന് വന്നതല്ലേ. എന്റെ ഒരു സന്തോഷം കൂടി കണ്ടിട്ടു പോയാ മതി..”

അകത്തു ചെന്ന് ഒരു കുഞ്ഞിനെ എടുത്ത് കയ്യിലേക്ക് വെച്ചു തന്ന് മധു പറഞ്ഞു.

“എന്റെ കുഞ്ഞാണ്...”

ഒരു വിഷുക്കണിക്കു മുന്നിൽ കണ്ണു തുറന്ന അനുഭവമായിരുന്നു അത്.

മധു തുടർന്നു.

“ഇനി കുഞ്ഞിനെ കാണാൻ വേറെ ക്ഷണിക്കാൻ വയ്യ. രഘു വരുമ്പോഴേക്കും ഇവന്റേം കല്യാണമാവും.”

എനിക്കിപ്പോ മധുവിനെ ഒന്നു കാണാൻ തോന്നുന്നു.

എന്തൊരു വശ്യതയാണ് മധുവിന്റെ ഛായാഗ്രഹണത്തിന്.

ആലുവ സ്റ്റേഷൻ.

ഉറക്കമെണീറ്റ കുഞ്ഞിന്റെ ചടപ്പോടെ ശബ്ദം കേൾപ്പിക്കാതെ ഹൗറയ്ക്ക് പോകുന്ന തീവണ്ടി പ്ലാറ്റ്ഫോമിൽ വന്നു. അധികം യാത്രക്കാരില്ല. ഇഷ്ടംപോലെ ഇരിപ്പിടങ്ങൾ ഒഴിഞ്ഞു കിടക്കുന്നു. കുറെ പേർ അങ്ങോട്ടും ഇങ്ങോട്ടും ഓടുന്നു. നിൽക്കേണ്ട സമയം കഴിഞ്ഞ് സാവകാശം വണ്ടി നീങ്ങി. പെട്ടെന്നാണ് ഒരു സ്ത്രീയും പെൺകുട്ടിയും മുണ്ടു മാടിക്കുത്തിയ പുരുഷനും രണ്ടു ചാക്കും സഹായിയായ മറ്റൊരാളും വെപ്രാളത്തോടെ നീങ്ങിത്തുടങ്ങിയ ഒരു വാതിലിന്നു നേരെ ഓടിയടുത്തത്. പടിയിലേക്ക് കാല് കിട്ടാത്ത പെൺകുട്ടിയെ ആദ്യം മുണ്ടുമാടിക്കുത്തിയ പുരുഷൻ പൊന്തിച്ച് അകത്തേക്ക് തള്ളി പിറകെ സ്ത്രീയെ പൊക്കിയെടുത്ത് അകത്തേക്കെറിഞ്ഞു. അവർ ഉള്ളിലേക്ക് മടങ്ങി വീണു. രണ്ടും വണ്ടിക്കടിയിലേക്ക് ഇപ്പോൾ വീഴും എന്ന ഭയത്തിൽ, അരുതേ... എന്നു ഞാൻ ശബ്ദിച്ചത് വണ്ടിയും അവരും ഒന്നും കേട്ടില്ല. അവരെ അകത്തേക്കെറിഞ്ഞ ശേഷം പുരുഷനും സഹായിയും രണ്ടു വലിയ ചാക്കും അകത്തേക്ക് തള്ളി. അപ്പോഴേക്കും തീവണ്ടിക്ക് വേഗതയേറി.

അകത്തു വീണ സ്ത്രീ ചാക്കിൽ പിടിച്ച് നിവരുന്നത് മുന്നിലൂടെ നീങ്ങിയ തീവണ്ടി വാതിലിലൂടെ ഞാൻ കണ്ടു. വല്ലാത്ത വേദന തോന്നി. എന്റെ ശ്രദ്ധ മുണ്ടുമാടിക്കുത്തിയ ഹീറോയിലായി. ഹീറോയുടെ ഒരു ചെരിപ്പ് എന്റെ മുന്നിലേക്കായി തെറിച്ചു നീങ്ങി വന്നിരുന്നു.

വമ്പത്തര കിതപ്പോടെ നെഞ്ചു വിരിച്ച് വന്ന് ചെരിപ്പെടുത്ത ഹീറോയോട് ഞാൻ ചോദിച്ചു.

“എന്തിനാ ഇത്ര കഷ്ടപ്പെട്ട് അങ്ങനെ അവരെ ഉള്ളിലേക്കിട്ടത്. വണ്ടിക്കടിയിൽ വീണിരുന്നെങ്കിലോ..”

“വേറെ വഴിയില്ല. വണ്ടി നീങ്ങീലേ..”

“അവരെങ്ങോട്ടാണ്...?”

“സേലത്തേക്ക്...”

"ആ വണ്ടി സേലത്ത് പോവില്ല. സേലത്തേക്ക് പോണ വണ്ടി പിന്നാലെ വരുന്നുണ്ട്."

അയാൾ ശവമായി.

എനിക്ക് നല്ല ദേഷ്യം വന്നു.

"പെറുക്കിയെടുത്ത് വലിച്ചെറിയുമ്പം പോസ്റ്റ് നോക്കീട്ട് എറിയണ്ടെ...'"

ശവം കീശയിൽ നിന്നും ഫോൺ എടുത്തു.

"ഇനി ഫോൺ വിളിച്ച് അവരെ വണ്ടീന്ന് ചാടിക്കണ്ട. ഷൊർണൂർ. ഇറങ്ങാൻ പറ. സേലത്തേക്ക് വേറെ വണ്ടി കിട്ടും."

ആവി തീർന്ന ആ മടക്കിക്കുത്തുകാരൻ സെല്ലിൽ രണ്ടു കുത്തു കുത്തി സത്യം പറഞ്ഞു.

"ഇതില് പൈസ ഇല്ല..."

നന്നായീന്ന് ഞാനും.

"ഷൊർണൂർ എത്തുന്നതു വരെ അവർക്ക് സ്വസ്ഥായി വണ്ടിയിൽ ഇരിക്കാലോ.."

പെണ്ണുങ്ങളെ ഭരിച്ചു നടക്കുന്ന ചില ആണുങ്ങളുണ്ട്. അവരുടെ വിവരമില്ലായ്മയുടെ മതിൽക്കെട്ടിനകത്തായതുകൊണ്ടാണ് പല വീട്ടമ്മമാരും പെൺകുട്ടികളും നിസ്സഹായരായി പോകുന്നതും എടുത്തെറിയപ്പെടുന്നതും.

തീവണ്ടി നീങ്ങിത്തുടങ്ങിയതും അയാൾ ധൃതിവെച്ചതും ആ സ്ത്രീ വേണ്ടാ..വേണ്ടാ..ന്ന് പറയുന്നത് ഞാൻ കേട്ടതാണ്..

കോഴിക്കോട് ക്രൗൺ തിയേറ്ററിന്നു മുന്നിൽ ശ്രീ പോൾ കല്ലാനോടിനൊപ്പം വർഷങ്ങൾക്കു മുൻപ് നിൽക്കുമ്പോഴാണ് ആ വഴി വന്ന ശ്രീ മാമുക്കോയയെ പോൾ പരിചയപ്പെടുത്തുന്നത്. കത്തുന്ന പന്തം പോലെ ഒരു അവതാരം. ഉള്ളിൽ നർമ്മത്തിന്റെ പൂക്കുറ്റി. വിസിൽ പടക്കം പൊട്ടുന്ന ചിരി. മുഖം നിറയെ പൂത്തിരി. ഭാഷയിലും മനസ്സിലും വായനയുടെയും പാറക്കെട്ടുപോൽ തപിച്ച ജീവിതത്തിന്റെയും രുചിക്കൂട്ട്. കാൽക്കീഴിൽ എപ്പോഴും ചവിട്ടുന്ന മണ്ണും സ്നേഹവും.

പോൾ പരിചയപ്പെടുത്തുന്നതിനും കുറച്ചു ദിവസം മുൻപ് സംഗം തിയേറ്ററിലെ തിരശ്ശീലയിൽ ശ്രീ നിലമ്പൂർ ബാലൻ സംവിധാനം ചെയ്ത 'അന്യരുടെ ഭൂമി' എന്ന സിനിമാവെളിച്ചത്തിലാണ് മാമുക്കോയയെ ആദ്യം കണ്ടത്. സിനിമയിൽ ചൂണ്ടയിട്ട് പിടിച്ച മീനുമായി വരുന്ന മാമുക്കോയ കഥാപാത്രത്തോട് കാശു കൊടുത്ത് എന്തും വാങ്ങാം എന്നു വിചാരിച്ച മറ്റൊരു കഥാപാത്രം ചോദിക്കുന്നു...

"മീനിനെന്ത് വേണം.." ന്ന്..

ചുണ്ടക്കാരൻ മറുപടി പറഞ്ഞു.

"ഇത്തിരി വെളിച്ചെണ്ണേം.. മൊളകും. എന്താ ഞമ്മക്ക് ഇറങ്ങൂലേ..?"

തിയേറ്ററിനെ രസിപ്പിച്ച ചൂണ്ടക്കാരൻ.

രണ്ട് വെളുത്ത പല്ലും മുന്നിലേക്കിട്ട് തന്ന് പ്രകടമല്ലാത്ത ജീവിതം പച്ചയ്ക്ക് കാണിച്ചു തരുന്ന അസാധാരണ നടൻ. ആ ചൂണ്ടക്കാരനാണ് മുന്നിൽ നിൽക്കുന്നത്. ചൂണ്ടക്കാരൻ പരിചയപ്പെട്ടു.

"എവിടാ രഘൂന്റെ താമസം.."

"ഇവിടെ തന്നെ.."

"ഇതിപ്പം കോഴിക്കോടല്ലേ. കോഴിക്കോട് എവിടെ...?"

"നടക്കാവില്..."

"നടക്കാവില് എവിടെ..?"

"ചോമത്ത് വയൽല്."

'വയൽല് എവിടെ...?"

"വയൽന്റെ നടുക്കാണ്..."

"മതി. നടുക്ക് നിന്നാ മതി. വയല് മുഴ്വോനും കാണാലോ.."

കല്ലായ് പുഴയിൽ മരം അളക്കുന്ന പണി വിട്ട് സിനിമയിലെ മാമുക്കോയ യായി ആ ചൂണ്ടക്കാരൻ മാറിയ ശേഷം അദ്ദേഹത്തിന്റെ പല്ലുള്ള ഒരു ചിത്രംപോലും ഞാൻ കാണാതിരുന്നിട്ടില്ല. അത്രയ്ക്കും ഇഷ്ടമാണ് എനിക്കീ നടനെ. മാമുക്കോയ വന്നു കഴിഞ്ഞാൽ വെറുതെ നിൽക്കുന്ന കഥാപാത്രമാണെങ്കിലും ആ രംഗത്തിന് ഒരു തെളിച്ചമുണ്ടാകും. ഒപ്പ മുള്ളത് ഒടുവിൽ ശങ്കരാടി തുടങ്ങിയ വടവൃക്ഷത്തണലുകളാണെങ്കിൽ, എല്ലാം കൊണ്ടും ഉത്സവമായി.

റെയിൽവേ സ്റ്റേഷനിലെ വിവരാന്വേഷണ ജാലകത്തിലൂടെ അക ത്തേക്ക് വിടുന്ന ചോദ്യങ്ങളും പുറത്തേക്ക് വരുന്ന ഉത്തരങ്ങളും പലപ്പോഴും എന്നെ രസിപ്പിച്ചിട്ടുണ്ട്. ചിന്തിപ്പിച്ചിട്ടുണ്ട്. പുറത്തു നിൽ ക്കുന്ന പരിഭ്രമ മനസ്സുകളുടെ വിഭ്രാന്തിയോടെ ഉള്ള അന്വേഷ ണങ്ങളും അവയ്ക്കെല്ലാം അകത്തിരുന്ന് ക്ഷമയോടെ ഉത്തരം നൽകുന്ന മനസ്സിന്റെ നിയന്ത്രണം വിടാതുള്ള സഹായ വാക്കുകളും ഓരോ യാത്രകളേയും വഴി തെറ്റാതെ നിയന്ത്രിക്കുന്നു എന്നതാണ് സത്യം. ഇന്ന് ഹർത്താൽ ദിനത്തിൽ കേട്ട രണ്ട് അന്വേഷണവും അതിന്റെ ഉത്തര ങ്ങളും..

1.

ഒരാൾ പരിഭ്രമിച്ച് ഓടി വന്ന് അകത്തേക്ക് മുഖം വീഴ്ത്തി ചോദിച്ചു.

"ഈ ട്രെയിൻ അല്ലേ ആ ട്രെയിൻ...?"

അകത്തു നിന്നും അരുമയോടെ ഉത്തരം വന്നു.

"അതെ. ആ ട്രെയിൻ തന്നെയാണ് ഈ ട്രെയിൻ.."

അയാൾ സന്തോഷത്തോടെ പോയി.

പ്ലാറ്റ്ഫോമിൽ ആ സമയത്ത് ട്രെയിൻ ഒന്നും ഇല്ലായിരുന്നു.

അയാൾ ഏത് ട്രെയിൻ ആവോ കണ്ടത്..?

2.

തെല്ലിട കഴിഞ്ഞ് മറ്റൊരു മുഖം വന്നു.

"വടക്കോട്ടുള്ള വണ്ടി ഇനി എപ്പഴാ....?"

"മൂന്ന് മുപ്പതിന്."

"അതിനു മുൻപോ..?"

"ഒന്ന് പതിനഞ്ചിന്.."

അപ്പോൾ സമയം രണ്ട് കഴിഞ്ഞിരുന്നു.

അയാൾ എന്തോ ചിന്തിച്ചു. വീണ്ടും ചോദിച്ചു.

"അതിനു ശേഷം ഒന്നും ഇല്ലേ..?"

"ഉണ്ട്. മൂന്ന് മുപ്പതിന്..."

"അപ്പോ മൂന്ന് മുപ്പതിന് മുൻപ് വേറെ ഇല്ലേ..?"

"ഉണ്ട്. ഒന്ന് പതിനഞ്ചിന്."

"അല്ലപ്പാ.. അതിന് ശേഷം...?"

"ഉണ്ട്. മൂന്ന് മുപ്പതിന്..."

അയാൾ വീണ്ടും ധർമ്മ സങ്കടത്തിലായി.

പിന്നേം ചോദിച്ചു.

"അല്ലപ്പാ.. അയിന്റെ മുമ്പ് വേറെ ഇല്ലേ..?"

അകത്ത് നിന്നും സ്വരം കനത്തു.

"അനക്ക് ഇപ്പോ എന്താ മാണ്ട്യേ...?"

ഉത്തരം ഞാൻ പറഞ്ഞു.

"ഇദ്ദേഹത്തിന് ഒന്ന് പതിനഞ്ചിനും മൂന്ന് മുപ്പതിനും ഇടയ്ക്ക് ഒരു വണ്ടി വേണം. അത് കൊടുക്കാൻ സാധിക്ക്യോ.. ?"

അകത്തുള്ള ചങ്ങാതി ചിരിച്ചു.

"അടുത്ത റെയിൽവേ ബഡ്ജറ്റ്വരെ കാക്കണം. മൂപ്പർക്ക് സമയം ണ്ടാവ്വോ...?"

ഞാൻ അദ്ദേഹത്തെ നോക്കി.

അദ്ദേഹം പുഞ്ചിരിച്ചു.

"ഇല്ല. വേഗം വീട്ടിലെത്തണം..."

"എന്നാ അടുത്ത വണ്ടി മൂന്ന് മുപ്പതിന്."

ഒരു മാഗ്നിഫൈയിംഗ് ലെൻസുപോലെ മനസ്സ് കയ്യിൽ പിടിച്ച് ജീവിതം തൊട്ടടുത്ത് നിന്നും നിരീക്ഷിക്കണം. രസച്ചരടുകൾ കെട്ടിയ നമ്മുടെ തന്നെ പരശ്ശതം പട്ടങ്ങൾ നമുക്കു ചുറ്റും പറക്കുന്നത് കാണാം. അവ കാണുമ്പോൾ സകല വേദനയും മറക്കും. സകല നഷ്ടങ്ങളും നേട്ട ങ്ങളാകും..

നവാസിന്റെ തെല്ലിട നേരത്തെ കഥ ഇങ്ങനെ തുടങ്ങാം.

കോഴിക്കോട് നഗരം.

രാത്രി ഒമ്പതരയ്ക്കാണ് തീവണ്ടിയാപ്പീസിൽ നിന്നും നവാസിന്റെ ഓട്ടോയിൽ കയറിയത്. നവാസ് സൗദിയിലായിരുന്നു. ഓട്ടോയിലെ റേഡിയോ ചെറിയ ശബ്ദത്തിൽ കൈതപ്രം എഴുതിയ പാട്ട് പാടുന്നു. ആ പാട്ട് എനിക്കും ഇഷ്ടമാണെന്ന് അറിഞ്ഞതും യാത്രയ്ക്കിടയിൽ ഞങ്ങളുടെ സംസാരം കൈതപ്രത്തിലും പാട്ടുകളിലും ഒതുങ്ങി.

അതിനിടെ കൈതപ്രം എഴുതിയ ആദ്യ പാട്ടുകളിൽ ഒന്നായ "ദേവദുന്ദുഭീ രാഗലയ.."ത്തിനിടയിൽ വെച്ച് നവാസ് ഇത്തിരി നേരം അറി യാതെ മനസ്സ് തുറന്നു.

ആറുമാസത്തെ സ്വയം അവധിക്ക് നാട്ടിൽ വന്നതാണ്. പോകുംവരെ എന്തെങ്കിലും തൊഴിലിനായി കണ്ടെത്തിയതാണ് ഉറ്റ ചങ്ങാതി രജീ ഷിന്റെ ഈ ഓട്ടോ ഓടിക്കൽ. രജീഷിന് നല്ല സുഖമില്ല. കിട്ടുന്ന പണം അവനെ ഏല്പിച്ചാൽ ചങ്ങാതിക്കൊരു സഹായവും ആവും. രാത്രിയാണ് ഓട്ടോ ഓടിക്കുന്നത്. രാത്രി നേരത്തുള്ള ഓട്ടങ്ങൾ ആയതുകൊണ്ട് റെയിൽവേ സ്റ്റേഷനിൽ ആണ് കൂടുതൽ നേരവും. യാത്രയ്ക്കു മുൻപ് അവിടത്തെ പൊലീസ് എയ്ഡ് പോസ്റ്റിൽ ഒപ്പിടണം.

കൗതുകത്തോടെ ചോദിച്ചു.

"എങ്ങനെയുണ്ട് രാത്രി ഓട്ടം..?"

നവാസ് ഓട്ടത്തിനിടയിൽ കീശയിൽ വീണ രണ്ട് സങ്കടം പറഞ്ഞു.

ഒന്നാം സങ്കടം ഇങ്ങനെ.

ഒരു ദിവസം രാത്രി രണ്ടു മണിയുടെ വണ്ടിക്ക് വന്നിറങ്ങിയ കുടുംബം. എത്തേണ്ടത് കുണ്ടോട്ടി. കുണ്ടോട്ടിയിലേക്ക് ഒത്തിരി ദൂരം ഉണ്ട്. ഒപ്പിട്ട് കുടുംബത്തെയും എടുത്ത് കുണ്ടോട്ടി വരെ ഓടി അവർ

പറഞ്ഞ വീടിന്നു മുന്നിൽ നിർത്തി. പൈസ എടുക്കാനായി വീടിന്ന കത്തേക്ക് പടി തുറന്നു പോയ കുടുംബത്തിലെ കുടുംബനാഥനെയും കാത്ത് അര മണിക്കൂറോളം ഇരുന്നു. കാത്തിരുന്നു കാണാതെ ഇറങ്ങി ച്ചെന്നു ബെല്ലടിച്ചു. വാതിൽ തുറന്നത് മറ്റൊരാ. അയാൾ നിസ്സഹായത യോടെ പറഞ്ഞു.

"അങ്ങനൊരു കുടുംബം ഈ വീട്ടിലേക്ക് വന്നിട്ടില്ല."

കിട്ടാത്ത കൂലി ദൈവത്തിന്റെ മടിയിലേക്കിട്ട് നവാസ് തിരിച്ചു വന്നു.

രണ്ടാം സങ്കടം എന്താണ്..?

"ഇന്നലെ ഒരാൾ അരീക്കോടേയ്ക്ക് കയറി. കുറെ ദൂരം ഉണ്ട് അവി ടേക്കും. അവിടെ എത്താറായപ്പോൾ ഒരു ഹമ്പ്. ഓട്ടോ പതിയെ ഹമ്പ് കയറിയിറങ്ങുന്നതിനിടെ അയാൾ ഓട്ടോയിൽ നിന്നിറങ്ങി പണം തരാതെ ഓടിപ്പോയി.."

നവാസ് സങ്കടത്തോടെ ചോദിച്ചു.

"മനുഷ്യൻ എന്താ ഇങ്ങനെ..?"

മനുഷ്യൻ ഇങ്ങനെ ഒന്നുമല്ല നവാസ്. അതിന്റെ ഏറ്റവും നല്ല തെളിവ് നവാസ് തന്നെയല്ലേ?

ഇനി ഇങ്ങനെയൊന്നുമല്ലാത്ത ശിവദാസേട്ടന്റെ കഥ ഓട്ടോയ്ക്ക് പകരം ഒരു ബസ്സിൽ വെച്ച് ഇങ്ങനെ അവസാനിപ്പിക്കാം.

വളരെ മുൻപാണ്..

പുഴക്കരയിലേക്ക് തിരിയുന്ന ഇറക്കമുള്ള വഴിയിലെ മാവിൻ ചുവട്ടിൽ സൈക്കിൾ നിർത്തി തെല്ലിട നേരം ആരെയോ കാത്തു നിന്ന്, പിന്നീട് അതേ സൈക്കിളിൽ തനിയെ അകലുന്ന ശിവദാസേട്ടൻ ഇടയ്ക്കൊക്കെ ഒരു കഥ പറയെടാ...ന്നും പറഞ്ഞ്, എരഞ്ഞിപ്പാലം തോടിന്റെ കരയിലൂടെ എനിക്കൊപ്പം നടക്കാറുണ്ട്. ഇന്നലെ രാത്രി സേലത്തേക്ക് ഓടുന്ന തമിഴ് നാട് ബസ്സിന്റെ പിറകിലെ ഇരിപ്പിടത്തിൽ നിന്നും മുന്നിൽ കുറച്ചപ്പുറം മാറി മുകളിലേക്കുയർന്നു കണ്ട തലയുടെ മുന്നിലെ ചിരിക്കുന്ന മുഖം, ഇറക്കം ഇറങ്ങുന്ന സൈക്കിളിന്റെ സന്തോഷ ചെയിൻ ശബ്ദംപോലെ കേൾക്കേ അറിയാതെ വിളിച്ചു പോയി.

"ശിവേട്ടാ..."

ശിവേട്ടൻ ഇരിപ്പിടത്തിൽ തനിച്ചായിരുന്നു..

എത്രയോ മാമ്പൂക്കാലം കൂടെ ഉണ്ടായിരുന്നവളെ വീണ്ടും കാണാൻ ഇനി ഏത് പുഴക്കരയിലേക്ക് സൈക്കിളിൽ പറക്കണമെന്ന് ശിവേട്ടൻ ഒരു കഥപോലെ എന്നോട് ചോദിച്ചു.

മനസ്സെന്ന പുഴക്കരയിലേക്ക് പറന്നെത്താൻ സൈക്കിളായി വരുന്നതും മനസ്സ് തന്നെ. കോയമ്പത്തൂർ നഗരത്തിന്റെ കവാടമായ ഉക്കടത്ത് എന്നെ ഇറക്കി ബസ്സിന്നകത്തെ മാവിൻ ചുവട്ടിൽ തനിയെ ഇരുന്ന് ശിവേട്ടൻ അകന്നു പോയി.

ഈ അക്ഷരങ്ങൾ ശിവേട്ടന്റെ പ്രണയത്തിനും പ്രണയത്തിലെ മാമ്പൂക്കാരിക്കും അവരുടെ മക്കൾക്കും സമർപ്പിക്കുന്നു.

സ്നേഹം, പൂർണ്ണ ചന്ദ്രനോ നറും നിലാവോ ഒന്നും അല്ല.

സ്നേഹം സ്നേഹിച്ചു തന്നെ അറിയണം.

കുട്ടിക്കാലത്ത് വീട്ടുമുറ്റത്ത് വിശപ്പും മോഹങ്ങളും ശമിപ്പിക്കാൻ ഭിക്ഷ തേടി വരുന്നവർ ധാരാളം ഉണ്ടായിരുന്നു. കണ്ടു കണ്ട് എല്ലാവരേയും ഞങ്ങൾ കുട്ടികൾക്കും അച്ഛനും അമ്മയ്ക്കും നല്ല പരിചയമാണ്.

ചിലർക്ക് അരി മതി.

ചിലർക്ക് എന്തെങ്കിലും ഭക്ഷണം.

അപൂർവ്വം ചിലർക്ക് അഞ്ചു പൈസ പത്തു പൈസ...

എല്ലാവരും എല്ലാ ദിവസവും വരില്ല. അതിനവർക്കൊരു ചിട്ടയുണ്ടായിരുന്നു. അതിൽ എല്ലാ തിങ്കളാഴ്ച്ചയും വരുന്ന ഒരു വൃദ്ധ ദമ്പതികളുണ്ടായിരുന്നു. സന്ന്യാസി വേഷമായിരുന്നു. എപ്പോഴും ചിരിയാണ് രണ്ടാൾക്കും. മക്കൾ പുറത്താക്കിയവരാണോ, അതോ മക്കളെ പുറത്താക്കിയവരാണോ, അതോ കുഞ്ഞുങ്ങൾ ഇല്ലാതെ സർവ്വതും ദാനം കൊടുത്ത് സന്ന്യാസികളായവരാണോ എന്നൊന്നും അറിയില്ല.

അമ്മ അവരെ ദമ്പതിമാർ എന്നാണ് പറയുക.

"നാളെ തിങ്കളാഴ്ചയല്ലേ.. ദമ്പതിമാർ വരും", എന്ന് തലേ ദിവസം അമ്മ പറയുന്നത് കേൾക്കുമ്പോഴേ അവർ കയ്യിൽ ഇട്ടു തരുന്ന ഭസ്മത്തിന്റെ വാസന എന്നിലേക്ക് വീശി വരും. അവർ വന്നാൽ പുറത്തെ കോലായയിൽ സ്വല്പനേരം ഇരിക്കും. ഭാണ്ഡക്കെട്ട് തുറന്ന് ഭസ്മപ്പൊതി പുറത്തേടുക്കും. അവർക്ക് കഞ്ഞി മതി.

ഒരു പച്ചമുളകും.

പച്ചമുളക് ഓരോ കടി കടിച്ച് കൈമാറി, ശൂ...ന്ന് എരുവ് വലിച്ചെടുത്ത് അവർ ഒരേ പാത്രത്തിൽ നിന്നും കഞ്ഞി കുടിക്കും. അവസാനം വരുന്ന ഒരു കവിൾ കഞ്ഞി അതിൽ ഒരാൾക്ക് പങ്കു വെക്കാൻ അവർക്കിടയിൽ അവസാന നിമിഷം ഒരു പ്രണയ ഭാവം ഉണരും. മിക്കവാറും ഭാര്യയാവും അത് കുടിക്കുക. അപൂർവ്വ ദിവസം ഭർത്താവും.

ഇവരുടെയെല്ലാം വിഷമം കണ്ടും ഭിക്ഷ നൽകാനായി അമ്മ പെടുന്ന പെടാ പാട് കണ്ടും വരുന്നത് വരട്ടെയെന്ന ചിന്തയോടെ ഒരു ദിവസം കയ്യിൽ കിട്ടിയ പത്തു പൈസ ഞാൻ മുള്ളുവേലിക്കിടയിൽ വീട്ടിലേക്ക് കടക്കുന്ന പടിക്കൽ മുളക്കാനായി ഒരു ചെറിയ കുഴി കുത്തി നട്ടു.

ഇത്തിരി വെള്ളവും ഒഴിച്ചു.

ആ മരം വളരുന്നതും നിറയെ പണം കായിക്കുന്നതും വീട്ടിലേക്ക് വരാതെ തന്നെ ഭിക്ഷക്കാർ ആവശ്യത്തിന് നുള്ളിയെടുക്കുന്നതും പല തവണ സ്വപ്നം കണ്ടു. ഒരിക്കൽ അച്ഛനോട് ആ പണമരത്തെക്കുറിച്ചു പറഞ്ഞു. ഇളം ചിരിയായിരുന്നു അച്ഛനിൽ.

"എവിടെയാണ് നട്ടതെന്ന്.." അച്ഛൻ.

ഞാൻ സ്ഥലം കാണിച്ചു.

ഒരു കമ്പെടുത്ത് കുഴി തുരന്ന് ആ പത്തു പൈസ എടുത്ത് പടി കടന്നു വന്ന ഭിക്ഷക്കാരന് അച്ഛൻ അന്നത്തെ ഭിക്ഷ കൊടുത്തു.

പണം പൂക്കാത്തതും വിത്തില്ലാത്തതുമായ ഒരു ചെടിയാണെന്ന് അച്ഛൻ പറഞ്ഞു. അത് ചലിച്ചുകൊണ്ടിരിക്കുന്ന സർവ്വവ്യാപിയായ ഒരു സങ്കല്പ മാണെന്നും..

●

കിഴക്കേ നടക്കാവിലെ അച്ഛന്റെ ചങ്ങാതിയായിരുന്നു സ്വാമിക്കുട്ടി. കുട്ടിക്കാലത്ത് കണ്ടതാണെങ്കിലും ആ മുഖം എനിക്ക് നല്ല ഓർമ്മയുണ്ട്. സ്വാമിക്കുട്ടി മെലിഞ്ഞിട്ടായിരുന്നു. എനിക്ക് കണ്ണടയില്ലാത്ത കാലത്ത്, ഒരു ദിവസം നടക്കാവ് നിരത്തോരത്തൂടെ നടക്കേ, കുറച്ചപ്പുറം മുന്നിലായി എങ്ങോട്ടോ ധൃതിയിൽ നടക്കുന്ന അച്ഛനെ ഞാൻ കണ്ടു. പ്രതീക്ഷിക്കാതെ മുന്നിൽ വീണുകിട്ടിയ അച്ഛനെ കാണാനായി ഞൻ പിറകെ ധൃതിയിൽ ഓടി. ഏതാണ്ട് അടുത്തെത്താറായപ്പോഴേക്കും ഞാൻ അച്ഛാ..ന്ന് രണ്ടുമൂന്നു തവണ വിളിച്ചു കഴിഞ്ഞിരുന്നു. അച്ഛനെ തൊട്ടു തൊട്ടില്ലെന്ന് വന്നതും പെട്ടെന്ന് അരികിലെ കടയിൽ നിന്നും ഇറങ്ങി വന്ന സ്വാമിക്കുട്ടി എന്നെ തടഞ്ഞു പറഞ്ഞു.

"അതച്ഛനല്ല..."

ശരിയാണ്, അതച്ഛനെപോലെ എനിക്ക് തോന്നിച്ച ഏതാണ്ട് അച്ഛന്റെ ഛായയുള്ള ഒരാളായിരുന്നു. പിന്നെ എന്നെ ആശ്വസിപ്പിക്കാനാവാം അദ്ദേഹം തുടർന്നു.

"എനിക്കും കണ്ടപ്പോ അച്ഛനാണെന്ന് തോന്നി.."

അച്ഛന് ചുറ്റും അത്തരം നന്മ നിറഞ്ഞ അസാധാരണത്വം ഉള്ള ചങ്ങാതി മരങ്ങൾ ധാരാളം ഉണ്ടായിരുന്നു. അച്ഛൻ ശരിക്കും സ്നേഹത്തിന്റെ ഒരു കാടിന്നകത്തായിരുന്നു. അച്ഛൻ ഒരിക്കലും ആ കാടിന്നകത്തെ ഒറ്റമര മായിരുന്നില്ല. പിന്നീടെപ്പൊഴോ, സംസാരമദ്ധ്യേ ഒപ്പം ഇരിക്കുന്ന എന്നെ ചൂണ്ടി സ്വാമിക്കുട്ടി അച്ഛനോട് ചോദിച്ചു.

"ഇവൻ എത്രാമത്തെ മോനാ....?"

പലതരം ചിന്തകൾക്കിടയിൽ അച്ഛന് പെട്ടെന്ന് കൺഫ്യൂഷനായി..

അച്ഛൻ എന്നോട് തുറന്നു ചോദിച്ചു.

"എത്രാമത്തെയാ..?"

ഞാനും ചോദിച്ചു.

"നാലാമത്തെ അല്ലേ..?"

അച്ഛനും അതുറപ്പിച്ചു.

"നാലാമത്തെ.."

ഉച്ചത്തിൽ ചിരിച്ചുപോയ സ്വാമിക്കുട്ടിയും പെട്ടെന്ന് ഓർമ്മിക്കും വിധം സ്വന്തം മക്കളെ എണ്ണി.

"എനിക്ക് ഏഴാ.."

പിന്നെ എന്നോട് ചോദിച്ചു.

"നിനക്കെത്ര മക്കളെ വേണം..?"

അന്നെന്ത് ഉത്തരം പറഞ്ഞുവെന്ന് എനിക്കോർമ്മയില്ല. പക്ഷേ കോളേജിൽ എന്നേക്കാൾ ഒരു ക്ലാസ് മുകളിൽ പഠിച്ചിരുന്ന പ്രിയ കൂട്ടുകാരി മീര കോളേജ് വിടാൻ നേരം ഓട്ടോഗ്രാഫിൽ എഴുതി തന്നത്.. 'ബോബനും മോളിയും പോലെ രണ്ടു കുഞ്ഞുങ്ങൾ ഉണ്ടാവട്ടെ..' എന്നാണ്.

എനിക്ക് രണ്ടു കുഞ്ഞുങ്ങൾ പിറന്നു.

ഒരു ബോബനും മോളിയും.

ഇന്ന് മോളുടെ ജന്മദിനം.

അക്ഷരം വിരലിൽ തെളിയാത്ത കുഞ്ഞുനാളിൽ മോൾ ആദ്യമായി എനിക്കെഴുതിയ കത്ത് ഇന്നും എന്റെ ശേഖരത്തിൽ വീണ്ടും തുറന്നു വായിക്കാനായി എന്നെ കാത്തിരിക്കുന്നു..

ദില്ലക്കൊടുപ്പ കുട്ടികൾ.

ഈയ്യിടെ ക്ഷേത്ര ദർശനം നടത്തുന്ന ഒരു കുടുംബത്തെ കണ്ടു.

വലിയ വാഹനം. പതിനൊന്നോളം പേർ. നല്ല മടിശ്ശീല. പളപളാ വേഷം. കുടവയറും തലക്കനവും ഉള്ള പലതരം അച്ഛന്മാരും അമ്മമാരും. കൈക്കുഞ്ഞു മുതൽ മീശ പാകിയ പയ്യൻ വരെയുള്ള അവരുടെ കുട്ടികളും. എല്ലാവരും തീർത്ഥാടനത്തിലാണെങ്കിലും മൊത്തം ബഹളം. എന്തിനു വന്നുവെന്നോ എവിടേക്ക് വന്നുവെന്നോ ആർക്കും അറിയില്ല. എല്ലാരും കൂടി വീടെന്ന ക്ഷേത്രത്തിൽ നിന്നും കുഞ്ഞിനെയും ഒക്കത്ത് വെച്ച് ഇറങ്ങിയതാണ്. കുറച്ചു ദിവസം അവധിയുണ്ട്.

ഒരാൾ എന്നോട് സമയം ചോദിച്ചു. എനിക്ക് വാച്ചില്ലെന്ന് അറി ഞ്ഞതും സ്വന്തം വാച്ചു നോക്കി സമയം അറിഞ്ഞു. "ഈ വഴി പോയാ ആ വഴി

എത്തുമോ?" എന്ന് കൂട്ടത്തിൽ പ്രായമുള്ള അമ്മ ചോദിച്ചു. എത്തുമോ എന്നറിയാതെ ആ വഴിയിലേക്ക് ഞാനും നോക്കി.

വലിയവർക്ക് ഒന്നിനും ക്ഷമയില്ല.

മുഖം നിറയെ ആകാംക്ഷ.

ഉൽക്കണ്ഠ.

ഭയം.

ജീവിതം പൊട്ടിച്ചിട്ട ഒരു കൽക്കണ്ട കഷ്ണംപോലും മനസ്സിൽ കാണാനില്ല. കുട്ടികളെല്ലാം നാമജപത്തെക്കാൾ കൂടുതലും കേട്ടത് ചെറിയ ചെറിയ ആക്രോശങ്ങൾ. നുള്ളലുകൾ. ചുമലിൽ വീഴുന്ന അടികൾ.

"അവിടെ നിൽക്ക്.."

"ഇവിടെ നിൽക്ക്.."

"ഒറ്റച്ചവിട്ട് വെച്ചൂടും ഞാൻ.."

'ഭാസ്ക്കരൻ എവിടെപ്പോയി...?!"

"അപ്പഴേ പറഞ്ഞതാ ഇവിടെ എറങ്ങണ്ടാന്ന്..."

"വിശക്കുന്നൂന്ന് ഇപ്പഴാണോടി പറയുന്നത്..."

"ഏടത്തി ഇല്ലാഞ്ഞത് നന്നായി.."

"അതും കൂടി താങ്ങേണ്ടി വന്നേനേ.."

"നീ അവിടെങ്ങാനും ഇരുന്ന് അതിന് പാല് കൊടുക്കെടീ.."

"ഗുളിക വിഴുങ്ങ്യാ...?"

ഇടയ്ക്കിടെ ഒപ്പം നടക്കേ, കുറെ നാമജപങ്ങൾ പെറുക്കിയെങ്കിലും ഒരെണ്ണം ഇപ്പഴും മനസ്സിലായില്ല.

"ദില്ലക്കൊടുപ്പ മുച്ചൂടും ഒറ്റ.... "

പിന്നെ ഒരു ചീറ്റലായിരുന്നു.

ചിത്രപ്പണികളുള്ള ഒരു സ്തൂപം കുറച്ചധിക നേരം നോക്കി നിന്ന് ഒപ്പമുള്ള അനിയനനിയത്തിച്ചേട്ടന്മാരോട് എന്തോ പറയുന്ന പെൺകുട്ടിയുടെ കൈ പിടിച്ചു വലിച്ച് ഒപ്പം ചെല്ലാൻ നിർബന്ധിച്ച മുതിർന്നൊരു മുല്ലപ്പൂ സ്ത്രീ ദേഷ്യത്തോടെ എന്തോ പറഞ്ഞതാണ്. പറഞ്ഞതെന്താണെന്ന് മനസ്സിലാവാതെ ഭയന്നോടുന്നതിനിടയിലും പെൺകുട്ടി അവിടേക്ക് തിരിഞ്ഞു നോക്കുന്നത് നോക്കുന്നത് കണ്ടു.

ബഹളം നിറഞ്ഞ വലിയ വാഹനത്തിനകത്ത് ഒന്നും ശ്രദ്ധിക്കാതെ ജനലരികിൽ 'ദില്ലക്കൊടുപ്പ കുട്ടികൾക്കിടയിൽ' ഇരുന്ന് ആ പെൺകുട്ടി കയ്യിലെ കടലാസ് പുസ്തകത്തിൽ എന്തോ ശ്രദ്ധാപൂർവ്വം വരക്കുന്നത് കണ്ടു. അവൾ വരക്കുന്നത് ഒരു പക്ഷേ ആ ചിത്രപ്പണികളുള്ള സ്തൂപമാവാം.

അകത്തെവിടെയോ ജ്വലിച്ചു നിൽക്കുന്ന മനസ്സെന്ന ഗുരുത്വാകർഷണ ത്തിന്റെ പ്രഭാപൂരം പരസ്പരം തൊടാനുള്ളൊരു വാലായി നമുക്കും ശരീര ത്തിനു ചുറ്റും പ്രകാശിച്ചു നിൽക്കുന്നുണ്ട്. അതിൽ സ്പർശിച്ചാവണം ഒന്നിച്ചുള്ള യാത്രകൾ. ചിത്രപ്പണികളുള്ള സ്തൂപങ്ങൾ എത്രയോ ഉണ്ട് വഴിനീളെ. ഒന്നും കാണാതെ പോകരുത്. ഒന്നിച്ചുള്ളവർക്ക് കാണിച്ചു കൊടുക്കാൻ മറക്കരുത്..

ആറാം ക്ലാസിനും ഏഴാം ക്ലാസിനും ഇടയിൽ എവിടെയോ വെച്ച് കയ്യിൽ തടഞ്ഞ ഒരു നല്ല ദിവസം. രാവിലെ എഴുന്നേറ്റ് കോലായയിൽ നിന്ന് മുറ്റത്ത് ശരവർഷം പെയ്യുന്ന മഴ വെള്ളക്കെട്ടിലേക്ക് നീട്ടിപ്പാത്തുമ്പോൾ ശരീരജലത്തിന് സ്വർണ്ണ നിറം. ആദ്യമായിട്ടാണ് നിറമില്ലാ തീർത്ഥം സ്വർണ്ണ വർണ്ണത്തിൽ കാണുന്നത്. കൗതുകം തോന്നി. ഇത്തിരി ഭയവും. രണ്ടാം തർപ്പണം ഹോർളിക്സ് കുപ്പിയിൽ പകർന്ന് ചാരുകസേരയിൽ പത്രം വായിക്കുന്ന അച്ഛനെ കാണിച്ചു.

പത്രം മാറ്റിവെച്ച് കുപ്പിയും എടുത്ത് കോലായിൽ വന്ന അച്ഛൻ കുപ്പി ക്കുള്ളിലെ തീർത്ഥം കണ്ണിനു നേരെ പിടിച്ച് ആകാശം നോക്കി. അതോടെ അച്ഛന്റെ പത്ര വായന നിന്നു. കുപ്പി എടുത്ത് വീട്ടിനകത്തെ അടുക്കള ലാബിലേക്ക് കൊണ്ടുവന്ന് ചോറ് കലത്തിൽ നിന്നും അഞ്ചാറ് വറ്റെ ടുത്ത് തീർത്ഥത്തിൽ ഇട്ട് മൂടി അടച്ച് ഒരിടത്ത് അനക്കാതെ വെച്ചു. തീർത്ഥത്തിൽ കിടന്ന് വെള്ള വറ്റുകൾക്കും സ്വർണ്ണ നിറം ആവാഹിച്ച തോടെ എന്റെ കയ്യും പിടിച്ച് അച്ഛൻ കക്കോടിക്കുള്ള ബസ്സിൽ കയറി. കക്കോടിയിൽ അച്ഛനൊരു ചങ്ങാതിയായ ആയുർവേദ വൈദ്യൻ ഉണ്ട്. അന്ന് ഞങ്ങൾ താമസിക്കുന്ന കോഴിക്കോട് നടക്കാവിൽ നിന്നും വളരെ ദൂരെയായിരുന്നു കക്കോടി. ഇന്ന് പ്രായമായപ്പോഴേക്കും വളരെ അടു ത്താണ് കക്കോടി.

നിരത്തോരത്ത് ഒരു കൊച്ചു പീടിക.

കസേരയും മേശയും ബഞ്ചും കുറച്ച് കുപ്പികളും ഭരണികളും.

മരുന്നു തറിക്കുന്ന മരമുട്ടിയും വശ്യഗന്ധവായു പ്രസരിക്കുന്ന അന്തരീ ക്ഷവും. മെലിഞ്ഞു സുന്ദരനായ അച്ഛനോളം പ്രായമുള്ള വൈദ്യരുടെ മുഖം നിത്യ പ്രസന്നം. ഷർട്ട് പതിവില്ല. തൂവെള്ള തുവർത്ത് തോളിൽ.

കൈ പിടിച്ച് ശ്വാസക്രമം നോക്കി, കൺപോള താഴ്ത്തി കരളിലേക്ക് നോക്കി എന്നെയും കൂട്ടി മുറ്റത്തിറങ്ങിയ വൈദ്യർ പിന്നാംമ്പുറത്തെ പറമ്പിലൂടെ നടന്ന് വളർന്നു നിൽക്കുന്ന ഒരു കുഞ്ഞു ചെടി കാണിച്ചു തന്ന് പറിച്ചെടുക്കാൻ പറഞ്ഞു.

ഞാൻ പറിച്ചു.

വാസനിക്കാൻ പറഞ്ഞു.

ഞാൻ വാസനിച്ചു.

ഇലയും തണ്ടും നോക്കാൻ പറഞ്ഞു.

ഞാൻ നോക്കി.

ചികിത്സയാണെന്നാ വിചാരിച്ചത്.

ഒരു കൈപ്പിടി പറിച്ചെടുത്ത് വാഴയില ചീന്തിത്തന്ന് അതിൽ പൊതിയാൻ പറഞ്ഞു.

തിരികെ പീടികയിൽ എത്തി മേശമേൽ ഒരു കടലാസ് വെച്ച് പെൻസിൽ എടുത്ത് അതിൽ എന്റെ ശരീരം വരച്ചു. എന്നിട്ട് വയർ ഭാഗത്തെ വിടെയോ പെൻസിൽ കുത്തി ഇവിടെയാണ് കരൾ എന്നു പറഞ്ഞു. ആ പാവം ചെയ്യുന്ന ധർമ്മങ്ങൾ പറഞ്ഞു.

ശരീരജലം സ്വർണ്ണമാവാൻ കാരണം ഭക്ഷണത്തിലെ വിഷം അരിച്ച് വയ്യാതാവുമ്പോൾ കരളിന് സങ്കടം വന്നതാണ്. കരൾ കരയുകയാണ്. അതുകൊണ്ട് വീട്ടിൽ ചെന്നാൽ പറമ്പിൽ നടന്ന് ഈ ചെടി ഒരു കൈപ്പിടി പറിക്കണം. വേരടക്കം നല്ലപോലെ കഴുകി അമ്മിയിൽ വെച്ച് വെള്ളം ചേർക്കാതെ അരയ്ക്കണം. ഒരു ചെറുനാരങ്ങ വലുപ്പത്തിൽ ഉരുട്ടിയെടുത്ത് പാലിൽ ചേർത്ത് വെറും വയറ്റിൽ കഴിക്കണം. രാവിലെ എഴുന്നേറ്റ് പാത്തിക്കഴിഞ്ഞാൽ അടുത്ത ജോലി അതാണ്. കഴിച്ചു കഴിച്ച് തീർത്ഥം കണ്ണാടിയാവുന്നതുവരെ കഴിക്കണം. കഴിക്ക്യോ...?

ഞാൻ കഴിച്ചു.

കീഴാർനെല്ലിയെന്ന ആ ദിവ്യ ഔഷധം അരച്ചെടുത്ത ചപ്പു ചവറുകളോടെ തന്നെ കഴിച്ചു. പിന്നീടെന്റെ കരൾ ഇതുവരെ മഞ്ഞപ്പിത്തം വന്ന് കരഞ്ഞിട്ടില്ല.

ചില വൈദ്യന്മാർ അസുഖം ചികിത്സിക്കുന്നത് അവർ ചാരി നിൽക്കുന്ന ഏതോ ദിവ്യശക്തി അയച്ച എന്തോ സന്ദേശം വായിക്കുന്ന സൂക്ഷ്മതയോടെ ആണ്. അവർ അസുഖബാധിതരുടെ കരളാണ്.

കക്കോടിയിൽ അച്ഛൻ കണ്ടെത്തിയ ആ വൈദ്യർ എത്രയോ മനുഷ്യരുടെ കരളിന്റെ കരളായിരുന്നു.

കീഴാർ നെല്ലിപോലെ ഭൂമിയിൽ മുളച്ച, മനുഷ്യ ശരീരവും മനസ്സുമുള്ള ഔഷധച്ചെടിയായിരുന്നു.

എന്റെ ആദ്യത്തെ കഥാ പുസ്തകം അമ്മയാണ്.

കുഞ്ഞുനാളിൽ കഥ കേൾക്കാനായി അരികിൽ കിടക്കേ അമ്മ ചേർത്തു പിടിച്ച് കഥ പറഞ്ഞു തരും. പതുക്കെയാണ് പറയുക. വാക്കുകൾ ഓരോന്നായി മുല്ലമൊട്ടുകൾപോലെ ചേർത്തു നിർത്തി വാചകം

അവസാനിക്കുന്നതോടെ അവ ഒന്നായി വിടർന്നൊരു ദൃശ്യ വിസ്മയം തീർക്കും. കാണുന്നതെന്തോ അതാണ് അമ്മ പറയുക.

അമ്മ ഒരിക്കലും ശബ്ദം ഉയർത്തി സംസാരിക്കാറില്ല. ദൂരെ നിൽക്കുന്ന അച്ഛനെപോലും പതിയേ വിളിക്കൂ. കേട്ടിട്ടില്ലെന്ന് അറിയുമ്പോൾ അടുത്തേക്ക് ചെല്ലും. കാറ്റിൽ ആടുന്ന ഇലകൾ എന്നവിധം രണ്ടുപേരും ഒന്നു തലയാട്ടുന്നത് കാണാം. ചിരി ഒഴിച്ച് അച്ഛന്റെ ശബ്ദവും ഉയരാറില്ല. അമ്മയുടെ ചിരിയും ഉള്ളിലാണ്. വേഷ്ടികൊണ്ട് മുഖം പൊത്തി കണ്ണ് ചിമ്മി ആകെ ഇക്കിളിയായി അമ്മ മൊത്തം അങ്ങ് കുലുങ്ങുന്നത് കാണാം. ആ കുലുക്കം കാണാൻ നല്ല രസമാണ്. അമ്മയെ ചിരിപ്പിക്കണം എന്നു തോന്നിയാൽ ചെവിയുടെ അഗ്രം തൊട്ടാൽ മതി. അതോടെ അമ്മ ചുമൽ ഇറുക്കി തല ചരിച്ച് ചിരി തുടങ്ങും.

അമ്മ നിശ്ചലയായി കിടക്കേ ഞാൻ ചെവിയുടെ അഗ്രം തൊട്ടിരുന്നു. അമ്മ അറിഞ്ഞ ഭാവം കാണിച്ചിരുന്നില്ല.

അമ്മയോടൊപ്പം തനിച്ചുള്ള യാത്രകൾ അതിമനോഹരമായിരുന്നു. ഓരോ ഇടം കാണുമ്പോഴും അമ്മയ്ക്ക് ഓരോ കഥ പറയാനുണ്ടാവും. അമ്മയുടെ മനസ്സ് നിറയെ എഴുതാത്ത കഥകളായിരുന്നു. അത് വലിയൊരു കഥാശാല ആയിരുന്നു. അവിടം അനേകം ഗ്രന്ഥങ്ങൾ ഉണ്ടായിരുന്നു.

അമ്മ ആദ്യം പറഞ്ഞു തന്ന ഓർമ്മയിലുള്ള കഥ കുചേലനും ശ്രീകൃഷ്ണനും തമ്മിലുള്ള സ്നേഹമായിരുന്നു. പടിഞ്ഞാറ്റ മുറിയിലെ കട്ടിലിൽ അമ്മയ്ക്കരികിൽ മലർന്നു കിടന്ന് അമ്മ മനസ്സിൽ നിന്നും ആ കഥ കേൾക്കുമ്പോൾ വാടക വീടിന്റെ ഓടിൻ നിരകൾക്കു താഴെയായി വർഷങ്ങളായി കരിപിടിച്ചു കിടക്കുന്ന പനമ്പിൻ മച്ച് എനിക്കു മുന്നിൽ ഒരു ഡിജിറ്റൽ സ്ക്രീനായി മാറും. അവിടം തേജസ്സുള്ള കുചേലനും ശ്രീകൃഷ്ണനും ഇറങ്ങി വന്ന് പരസ്പരം കെട്ടിപ്പിടിക്കും.. കഥ തീർന്ന് ഉറക്കം വീഴുന്ന അമ്മയോട് ഞാൻ ചോദിച്ചു.

"കുചേലൻ എന്തിനാണ് അവിലും പൊതിഞ്ഞ് കൃഷ്ണനെ കാണാൻ പോയത്...?"

അമ്മയുടെ ഉത്തരം വളരെ ലളിതമായിരുന്നു.

"കൃഷ്ണന് നല്ല വിശപ്പുണ്ടായിരുന്നു. കുചേലൻ ആ വിശപ്പറിഞ്ഞു. ഒപ്പം ഉള്ളവരുടെ വിശപ്പറിയുന്നവനാവണം കുചേലർ. അവരാണ് ചങ്ങാതി. വിശപ്പോളം രുചിയുള്ളൊരു ഭക്ഷണം പ്രപഞ്ചത്തിൽ ഇല്ലെന്ന് കുചേലനറിയാം. കുചേലൻ കൂടെയുണ്ടെന്ന് കൃഷ്ണനും അറിയാം."

എന്തുകൊണ്ടാണ് ഞാനിതെല്ലാം ഇപ്പോൾ എഴുതുന്നത്. ഇന്നലെ അമ്മ സ്വപ്നത്തിൽ തെളിഞ്ഞു വന്നു തഴുകിയതുകൊണ്ടാണോ?.

വീതിയേറിയ നിരത്തോരത്തുള്ള വലിയ വീട്. വിശാല മുറ്റം. മുറ്റം നിറഞ്ഞു നിൽക്കുന്ന തുണിപ്പന്തൽ മുന്നിലെ നിരത്തിന്റെ പാതിയോളം പുറത്തേക്ക് തള്ളി തണൽ വിരിച്ച് നിൽക്കുന്നു.

ധാരാളം ഇരിപ്പിടങ്ങൾ. നിരത്തിലേക്ക് കയറിയ പന്തലിന്നു താഴെയും ഇരിപ്പിടങ്ങളും ആളുകളും ഉണ്ട് അവർ വന്ന വാഹനങ്ങൾ അവിടവിടം ചിതറി കിടക്കുന്നു. നിരത്തിലൂടെ പോകുന്ന ആളുകളും വാഹനങ്ങളും പന്തലിന്റെ രഹസ്യം അറിയും വിധം മാറി നടക്കുന്നു. ഉത്സവച്ഛായ ഉണ്ടെങ്കിലും നിശ്ശബ്ദമാണ് പന്തലിന്നകത്തെ ശബ്ദം എല്ലാം..

പ്രഭാത നടത്തം തന്ന കാഴ്ചയിലെ നിശ്ശബ്ദത എന്താണെന്ന് പറഞ്ഞു തന്നത് പന്തലും നോക്കി നിന്ന ഒരാൾ. മെലിഞ്ഞ ദേഹം. നല്ലൊരു മീശ. തിളക്കം വറ്റുന്ന കണ്ണുകൾ. ശാന്ത മുഖം. പ്രായമായ ഉടുപ്പ്. അതിലേറെ പ്രായം തോന്നുന്ന പുഞ്ചിരി.

“അന്ത വീട്ടിലെ പെരിയവർ ഇരന്തുപോച്ച്. പാവം..”

“പ്രായം...?”

“എൺപത്തഞ്ച് താണ്ടിയിറുക്കും. ഇനിയും എത്തനയോ ഇരുക്ക വേണ്ടിയത്. പാവം. മുടിയലെ.”

“ഊര്...?”

“അവര്ക്ക് ഇത് താൻ സ്വന്ത ഊർ. ഇത് താൻ സ്വന്ത വീട്.. വീട് വേറെയും ഇരുക്ക്.. പാവം.”

എൺപത് കഴിഞ്ഞ, ജീവിതം ജീവിച്ചു തീർത്ത, സ്വന്തമായി വീടും സമ്പത്തും സമ്പാദിച്ച ഒരു മനുഷ്യൻ ശ്വാസം ഇറക്കിവെച്ചത് കണ്ട്, ഇനിയും ഒരുപാട് വർഷം ജീവിക്കേണ്ടിയിരുന്നുവെന്നും പറഞ്ഞ് കണ്ണ് തുടച്ച അദ്ദേഹത്തോട് തോളിൽ കൈ വെച്ച് ഞാൻ ചോദിച്ചു.

“നീങ്ക...?”

എതിർ വശം ചൂണ്ടി അദ്ദേഹം എന്നെ തൊഴുതു.

“നാനും ഇങ്കേ താൻ. അത് എൻ വീട്.”

അതും വലിയ വീടാണ്.

നല്ല ഒത്ത വീട്.

വലിയ ചുറ്റുമതിൽ.

ഉള്ളിൽ മരങ്ങൾ.

പൂന്തോട്ടം കാണും.

ചിലപ്പോൾ മയിലുകളും ഉണ്ടാവും.

യാത്ര പറഞ്ഞ് പിരിഞ്ഞ് നടത്തം തുടരവേ അയാൾ പെട്ടെന്ന് പിറകെ ഓടിവന്നു. തടഞ്ഞു നിന്നു പറഞ്ഞു.

“അത് എൻ വീട്. ആനാ നാൻ അങ്കേ വാച്ച്മാൻ മട്ടും..”

പുഞ്ചിരിയാണ് വന്നത്. ഞാൻ ചോദിച്ചു.

"വയസ്സെന്നാച്ച്..?"

"ഇന്ത ആടിക്ക് എൺപത്.."

ലോകം മനോഹരമാണ്..

ചിലർ ലോകം കാണുന്ന രീതി അതിലും മനോഹരമാണ്. .

ഒറ്റപ്പെടുന്ന മനുഷ്യരെ കണ്ടിട്ടുണ്ട്..

ധാരാളം കണ്ടിട്ടുണ്ട്..

ഒറ്റപ്പെടുത്താഞ്ഞിട്ടും ഒറ്റപ്പെട്ടു നിൽക്കുന്നവരെയും കണ്ടിട്ടുണ്ട്.

അവരാണ് ഭൂരിഭാഗവും.

ഒരു വീടിന്നകത്തു തന്നെ ചിലനേരം ഒരുപാടെണ്ണത്തിനെ കാണാൻ കിട്ടും. ഒരു രാജ്യത്താണെങ്കിൽ പറയേ വേണ്ട.

മനുഷ്യർക്ക് എല്ലാറ്റിനും കാരണമുണ്ട്. മിക്ക കാരണങ്ങളും അവർക്കു പോലും അജ്ഞാതമാണ്. കാരണത്തെ 'കാര്യ'മായി കണ്ട് കാരണം മായ്ച്ചു കളയാൻ മിക്കപ്പോഴും മനസ്സ് അനുവദിക്കയില്ല. മനസ്സ് അങ്ങനെയാണല്ലോ. മനസ്സങ്ങിനെയാവാൻ മനസ്സിനും ഉണ്ടാവും കാരണം. പെട്ടെന്ന് തള്ളിമാറ്റി ഒരാൾ 'ഒറ്റപ്പെടുന്നത്' കണ്ട് അന്തം വിട്ടു നിൽക്കുന്ന അപരന്റെ തോളും പിടിച്ച്, എന്തു ചെയ്യണമെന്നറിയാതെ തളർന്നു നിൽക്കുന്ന കാരണമെന്ന കർമ്മ ബന്ധത്തിനറിയാം, അതൊന്നും ഒരു കാരണമേ അല്ലെന്ന്..

അമ്മയെ ഉപേക്ഷിച്ച് നടന്നകന്ന അച്ഛനെ, അവർക്കിടയിലെ കാരണത്തിന്റെ അരികും ചെർന്ന് കൈ പിടിച്ച് നിസ്സഹായയായി നോക്കി നിന്ന ഒരു എട്ടാംക്ലാസുകാരി പെൺകുട്ടിയുടെ മുഖം എന്റെ ഓർമ്മയിൽ ഉണ്ട്. വർഷങ്ങൾക്കു മുൻപ് ചെന്നൈയിൽ വെച്ചായിരുന്നു ആ കാഴ്ച്ച. തെല്ലിട നേരം സ്വന്തം ജീവിതം മായുന്നത് കണ്ടു നിന്ന് പിന്നീടവളും അമ്മ നടന്നകന്ന വെളിച്ചത്തിനു നേരെ പിൻതിരിഞ്ഞു നടന്നു. ആ അച്ഛനും അമ്മയും ഇപ്പോഴും കാരണവും മനസ്സിലിട്ട് ഒറ്റപ്പെട്ടു നിൽപ്പാവും. കുഞ്ഞ് വളർന്ന് മനഃശ്ശക്തി നേടി ഒറ്റപ്പെടാതിരിക്കാനുള്ള വിദ്യ അഭ്യസിച്ചു കാണും.

ഒറ്റപ്പെട്ടു പോകുന്ന മൃഗങ്ങളെ കണ്ടിട്ടുണ്ട്. തിരുനെല്ലിക്കു പോകും വഴിയാണ് വലിയ കൊമ്പുള്ളൊരു ഭീമൻ മ്ലാവിനെ കണ്ടത്. ഉഗ്ര നോട്ടം. നീയാണോ മനുഷ്യൻ എന്ന പരമ പുച്ഛഭാവം. എന്റെ പ്രകൃതിയുടെ ഏഴയലത്ത് വരുമോ നിന്റെ പ്രകൃതിയെന്ന വിശ്വദർശന ചോദ്യം ഉതിർക്കുന്ന ശ്വാസ ശബ്ദം. ആനന്ദമായിരുന്നു മനസ്സു നിറയെ. അതെങ്ങാനും വന്ന് ഇടിച്ചാൽ ഞാൻ ചപ്ലി പിളി. ആ ഭയം ഒട്ടും എന്തുകൊണ്ടോ ആ

സമയം ഇല്ലായിരുന്നു. തെല്ലിട ഒറ്റപ്പെട്ടു നിന്ന് മ്ലാവ് ഇലകൾക്കുള്ളിൽ മറഞ്ഞു. ജീവിതത്തിൽ ഒരിക്കലും ഒറ്റപ്പെടാതെ മ്ലാവ് ഇപ്പോഴും ആ കാട്ടിൽ ജീവിച്ചിരിപ്പുണ്ടാവും.

ഒറ്റപ്പെട്ടു പോകുന്ന വൃക്ഷങ്ങളെ എന്തുകൊണ്ടോ ഇതുവരെ കണ്ടിട്ടില്ല. പിറന്നിടത്ത് തന്നെ മൃതമായി സായൂജ്യമടയുന്ന പച്ചപ്പിനോളം വരുന്ന സുകൃത ജന്മം ഭൂമിയിൽ വേറെ ഇല്ല.

ഇത്രയും ചിന്തിക്കാൻ കാരണം സ്ഥിരമായുള്ള ഒരു യാത്രാ മദ്ധ്യേ എപ്പോഴും കാണുന്ന ഒറ്റപ്പെട്ടുപോയ ഒരു കെട്ടിടക്കാഴ്ച്ചയാണ്.

വലിയൊരു കെട്ടിടം.

എന്തുകൊണ്ടോ വളർന്നു വളർന്ന് വളർച്ച മുറ്റിയ കെട്ടിടം. ഏതോ മനുഷ്യന്റെ കണ്ണീര് നനഞ്ഞ കെട്ടിടം. കൊച്ചിയിലെ കുണ്ടനൂർ പാതയോരത്ത് പൂർണ്ണ വളർച്ചയെത്താതെ ഒറ്റപ്പെട്ടുപോയ ആ കെട്ടിടം ആരുടേതാവും..? എന്താണ് ഇതിന്റെ ദുഃഖം..? ഇത്രയും വിവർണ്ണമാകാനും ആരും പാകാത്ത വിത്തുകൾ മുളച്ച് ദേഹം നിറയെ പൊന്തക്കാട് വളരാനും ആ കെട്ടിടത്തെ ആരാണ് ഉപേക്ഷിച്ചത്..? ആരാണ് ഇവന്റെ വളർച്ച തടസ്സപ്പെടുത്തിയത്..? എന്താവും അതിന്റെ കാരണം..? ഇത്രയും പണം ചിലവഴിച്ച്, വികൃതമാക്കപ്പെട്ട അടിവസ്ത്രംപോൽ ഉപേക്ഷിക്കപ്പെടാൻ ഈ കെട്ടിടത്തിന് എവിടെയാണ് പിഴച്ചത്..?

കൊച്ചി നഗരത്തിലെ വേദനിപ്പിക്കുന്ന ഒരു കാഴ്ച്ചയാണ് എനിക്കാ കെട്ടിടം. കാരണം എന്തു തന്നെയായാലും ഉപേക്ഷിക്കേണ്ടി വന്നിട്ടും ഉപേക്ഷിച്ചിട്ടും ഇത്രയും വർഷം ഉടയാതെ നിന്നില്ലേ ഈ പാളികൾ. സ്ട്രക്ച്ചറൽ എഞ്ചിനീയറിങ്ങ് വൈദഗ്ധ്യത്താൽ ഈ കെട്ടിടം തിരിച്ചെടുക്കാൻ ഒരു നഗരത്തിന് വിചാരിച്ചാൽ സാധിക്കില്ലേ...?

ആ നാട്ടുകാരനായ ഓട്ടോ ഡ്രൈവർ നാസറിനോട് ഞാൻ ചോദിച്ചു.

"ആരുടേതാണ് നാസറേ ഈ കെട്ടിടം..?"

"പലതും പറഞ്ഞു കേട്ടിട്ടുണ്ട്. സത്യം അതിനേ അറിയൂ.."

ഒരു നിയമവും ഒന്നിനെയും ഒറ്റപ്പെടുത്തുന്നില്ല.

പല നിയമവും ഉണ്ടാക്കി മനുഷ്യനേ ഒറ്റപ്പെടുത്തൂ.

•

പ്രതീക്ഷിക്കാതെയാണ് പരിചയപ്പെട്ടത്.

പേര് മുരളി.

കൈ പിടിച്ചു കുലുക്കുമ്പോൾ അതേ നാമത്തിൽ എനിക്കൊരു ജ്യേഷ്ഠനുണ്ടെന്ന് പറഞ്ഞതും ആ മുഖം തിളങ്ങി. പെട്ടെന്നൊരു സ്നേഹം തോന്നിക്കാണും ആ മനസ്സിൽ. പ്രായംകൊണ്ട് ഞാനാണ്

വമ്പൻ. എന്നിട്ടും പാതിയോളം പ്രായമുള്ള ആ മുരളി എനിക്ക് അനിയനായി.

രാമേശ്വരത്ത് നിന്നും പുറപ്പെടുന്ന തീവണ്ടി എഞ്ചിന്നരികിലായിരുന്നു ഞാൻ. പുറപ്പെടാൻ തെയ്യാറാകുന്ന എഞ്ചിന്നുള്ളിൽ ഓരോ നിയന്ത്രണോപാധികളും പരിശോധിച്ചും അലാം കേട്ടും ശൂന്യമർദ്ദം കണക്കാക്കിയും പൈലറ്റും സഹായിയും ഗലാസിയും തിരക്കിലാണ്. എഞ്ചിനെ ഒരുക്കുന്ന ആ കരവിരുതുകളിലായിരുന്നു എന്റെ ശ്രദ്ധ. എന്നെക്കാൾ ശ്രദ്ധയോടെയും ആദരവോടെയും നിൽക്കുകയാണ് മുരളി.

എന്നോളം ഉയരമുണ്ട് മുരളിക്ക്. ഇരുനിറം. പുഞ്ചിരിയുള്ള മുഖത്ത് അടരാതെ നിൽക്കുന്നൊരു നിർവൃതി. എഞ്ചിന്നുള്ളിലേക്കൊന്ന് കയറാനുള്ള ആവേശം വേറെയും.

"തീവണ്ടി ഇഷ്ടമാണല്ലേ മുരളിക്ക്..?"

"അതെ. വല്ലാതെ ഇഷ്ടമാണ്.."

"ഈ തീവണ്ടിയിൽ വരുന്നുണ്ടോ...?"

"ഉണ്ട്. മാനാമധുര വരെ.."

എഞ്ചിനോട് ചേർന്നുള്ള രണ്ടാമത്തെ മുറിയിലാണ് എന്റെ ഇരിപ്പിടം. മായാത്തൊരു കൗതുകമാണ് എനിക്ക് തീവണ്ടി ഇന്നും. സ്കൂളിൽ പഠിക്കേ ഒരു തവണ ആവി എഞ്ചിനിൽ കയറിയിട്ടുണ്ട്. എഞ്ചിന്റെ പല ഭാഗങ്ങളിൽ നിന്നും ശീ.. ശൂ.. വരുന്നത് കാണാം. എങ്ങും തൊടാതെ വടിപോലെ നിർത്തി എല്ലാം കാണിച്ചു തന്ന് അച്ഛന്റെ ചങ്ങാതിയായ എഞ്ചിൻ ഡ്രൈവർ പുഞ്ചിരിയോടെ കൈ പിടിച്ചു പുറത്തിറക്കിയപ്പോൾ ചന്ദ്രനിൽ പോയി വന്ന സന്തോഷമായിരുന്നു. പിന്നീട് തീവണ്ടി ഓടിക്കുന്നത് പലപ്പോഴും സ്വപ്നം കണ്ടിട്ടുണ്ട്. തലേക്കെട്ടും കെട്ടി ആകെ കരിപിടിച്ച് നീരാവികളെ നിയന്ത്രിച്ച്, അകത്തുള്ള കൽക്കരിച്ചൂളയിലെ ചൂടിൽ വെന്തങ്ങിനെ പാളങ്ങളില്ലാത്ത വഴികളിലൂടെ നീരാവി എഞ്ചിനും പിറകിൽ കെട്ടിയ നീളൻ മുറികളും എത്രയോ തവണ എന്റെ സ്വപ്നത്തിലൂടെ കൂകിപ്പറന്നിട്ടുണ്ട്. എറ്റവും എളുപ്പത്തിൽ മനഃപ്പാഠമാക്കിയ കുഞ്ഞു ക്ലാസിലെ കവിതയാണ്.

"കൂ.. കൂ.. കൂ.. കൂ.. തീവണ്ടി
കൂകിപ്പായും തീവണ്ടി
കൽക്കരി തിന്നും തീവണ്ടി..
വെള്ളം മോന്തും തീവണ്ടി..
വെയിലത്തോടും തീവണ്ടി.
മഴയത്തോടും തീവണ്ടി.
രാപ്പകലോടും തീവണ്ടി..
തളർന്നു നിൽക്കും തീവണ്ടി.."

(എഴുതിയ പ്രതിയെ ഓർമ്മയില്ല..)

രാമേശ്വരം വണ്ടി പുറപ്പെടാൻ തയ്യാറായി, വീണ്ടും കൈ കുലുക്കി കെട്ടിപ്പിടിച്ച് യാത്ര പറയവേ, മുരളിയും വാതിൽക്കലോളം വന്നു. പിന്നെ പെട്ടെന്ന് കണ്ണു നിറഞ്ഞ് ശബ്ദം ഇടറി മുരളി വിതുമ്പി.

സാറിനെ കണ്ടപ്പോൾ അച്ഛനെ കണ്ട സുഖം. അച്ഛൻ എഞ്ചിൻ ഡ്രൈവറായിരുന്നു. ഓർമ്മയുണ്ടാവും പഴയ റോക്ക്ഫോർട്ട് ബോബ് സ്ഫോടനം. അച്ഛന്റെ ഒഴിവിൽ കിട്ടിയ ജോലിയിൽ ഞാനും റെയിൽ വേയിലാണ്. എഞ്ചിൻ കാണുമ്പോൾ എപ്പോഴും നോക്കി നിന്നു പോകും. അച്ഛനെ തന്നെ മനസ്സിൽ കാണും.

പെട്ടെന്ന് കൈവിരലിൽ വാത്സല്യത്തോടെ മുത്തി പിറകിലെ ഏതോ മുറിയിൽ മറഞ്ഞ മുരളിയോട് എനിക്കൊന്നും ചോദിക്കാൻ കഴിഞ്ഞില്ല. മാനാമധുരൈയിൽ മുരളി ഇറങ്ങിയിട്ടുണ്ടാവും. ആൾക്കൂട്ടത്തിലും രാത്രി യിലെ ചന്ദ്ര വെളിച്ചത്തിലും ആ മുഖം വാതിൽക്കൽ നിന്ന എനിക്കു നേരെ തിരിഞ്ഞിട്ടുണ്ടാവും.

ഞാൻ നിസ്സഹായനായിരുന്നു.

പ്രതീക്ഷിക്കാതെ സന്ദർശിച്ച രാമേശ്വരം എനിക്ക് തന്നത് ഏതോ ഒരു മകനെ. ഒന്നും വേണ്ട. ആ മനസ്സൊന്ന് തണുത്താൽ മതിയായി രുന്നു.

തണുക്കും.

രാമേശ്വരത്തും മനസ്സിലും കാറ്റുണ്ട്.

ദേവസ്പർശമായി നല്ല കാറ്റ്.

ഉത്രാടപ്പാച്ചിൽ ദിവസം തൃശ്ശൂരിൽ നിന്നാണ് തീവണ്ടിയിൽ ആന്റോ കയറിയത്. മുണ്ടും ഷർട്ടും വേഷം. മുഖം നിറയെ പകൽപോലെ ചിരി. അടുത്ത് ഇരുന്നതും കീശയിൽ നിന്നും ടിക്കറ്റെടുത്ത് കാണിച്ച് ചങ്ങാതി യായി ചോദിച്ചു.

“ഇതും വെച്ച് ഇവിടിരിക്കാലോ...?”

“സാദാ ടിക്കറ്റാണ്. ടിടിഇ വന്നാൽ ഇത്തിരി പണം കൊടുത്ത് പുതു ക്കണം. ഈ സീറ്റിൽ ആള് വന്നാൽ ആളില്ലാത്ത വേറൊരിടത്ത് പോയി ഇരിക്കണം.”

ആന്റോ ചിരിച്ചു.

“ഓ.. അങ്ങനൊരു കാര്യാണ്ടല്ലേ.. ഇവിടെ വേറെ ആള് വര്വോ..?”

“പറയാൻ പറ്റൂല. ഞാനിരിക്കുന്നിടത്തും ആള് വരാം. വന്നാ ഞാനും മാറണം.”

“ഓ.. അപ്പോ ചേട്ടനും പ്രശ്നത്തിലാണ്...!”

“ഇത് പ്രശ്നം ഒന്നും അല്ല. ആരുടെയോ സീറ്റിൽ ഞാനിരിക്കുന്നു. ആള് വന്നാൽ അയാളെ ഏല്പിക്കുന്നു.”

ആന്റോ പെട്ടെന്ന് കൂട്ടായി.

പേരു പറഞ്ഞു.

“ഞാൻ ആന്റോ..”

തുടർന്ന് ചിരിയായിരുന്നു. പ്രവചനങ്ങളായിരുന്നു.

“പേരിലൊന്നും കാര്യംല്ല്യാ. ഒന്നിലും കാര്യംല്ലാ. എന്ത് മുറുക്കി പിടിച്ചിട്ടും കാര്യംല്ല്യാ. ഒക്കെ പെട്ടെന്നങ്ങ് പോവും. എല്ലാം അത്രേള്ളൂ. ഉള്ള കാലം ജിവിക്കുംപോലെ അങ്ങ് ജീവിക്ക്യാ. കിട്ടണത്രേം നേരം സുഖായിട്ട് ഇരിക്ക്യാ. ചേട്ടൻ പറഞ്ഞപോലെ ആള് വന്നാ മാറി കൊടുക്കാന്നേ. കെട്ടിപ്പിടിച്ച് ഇരുന്നിട്ട് എന്ത്ണ്ടാക്കാനാ. ഇറങ്ങുമ്പം വെച്ചിട്ടു പോണ്ടേ. എടുത്തോണ്ട് പോവാൻ പറ്റ്വോ.. ചേട്ടൻ പറ.”

എനിക്കൊന്നും പറയേണ്ടി വന്നില്ല.

എല്ലാം ആന്റോ പറഞ്ഞു. തൃശൂർ നിന്നും കോയമ്പത്തൂർ എത്തും വരെ ആന്റോ ഇടയ്ക്കിടെ പറഞ്ഞുകൊണ്ടിരുന്നു.

“കെട്ടിപ്പിടിച്ചോണ്ടിരുന്നിട്ട് ഒരു കാര്യംല്ലാന്നേ. എടുത്തോണ്ട് പോവാൻ പറ്റ്വോ...?”

ഒരിടവേള കിട്ടിയതും ചോദിച്ചു.

“കൂടെള്ളോരൊക്കെ എല്ലാം മുറുക്കി പിടിച്ചു അല്ലേ...‘

ആന്റോയുടെ മനസ്സ് ശ്രീ ആയി.

“പിന്നല്ലാണ്ട്. ഒന്നിനും ഒന്നും പോരാന്നേ. ഞാനെല്ലാം വിട്ടു കൊടുത്തു. നമ്മക്കെന്തിനാ അതൊക്കെ. പോട്ടേ...ന്ന്. ജനിച്ചാ ശത്രുക്കളാവ്വാനാ എല്ലാർക്കും ഇഷ്ടം. അവരാ ഇഷ്ടത്തിലങ്ങ് ജീവിക്കട്ടേന്ന്. അല്ലാണ്ട് പിന്നെ എന്തൂട്ട് തേങ്ങാക്കൊലയാ നമ്മക്ക് നോക്കാനുള്ളത്.”

പിന്നീട് നിശ്ശബ്ദനായ ആന്റോ കുറെ കഴിഞ്ഞ് വീണ്ടും പറഞ്ഞു.

“ഇവിടാരും വരുംന്ന് തോന്നണില്ല..”

“ഉണ്ടാവില്ല. പാലക്കാട് കഴിഞ്ഞില്ലേ. അടുത്തത് കോയമ്പത്തൂരാണ്.”

മധുക്കര കഴിഞ്ഞ് തീവണ്ടി പറക്കേ വളരെ കാര്യമായി വാതിൽക്കൽ ചെന്ന് വാതിലിനോട് ചേർന്ന് പുറത്തുള്ള കമ്പിയിൽ പിടിച്ച് തല പുറത്തിട്ട് എന്തോ നോക്കി നിൽക്കുന്ന ഇത്തിരി പ്രായമുള്ള മെലിഞ്ഞ ഒരാളുടെ നിൽപ്പ് എന്തുകൊണ്ടോ ആന്റോയെ മാത്രമല്ല എന്നെയും അസ്വസ്ഥനാക്കി.

“ആ നില്പ് ശരിയല്ലാട്ടാ. എന്തൂട്ടയാള് നോക്കണേ..?”

“എഞ്ചിൻ അവിടെ ഉണ്ടോന്ന് നോക്ക്വാവും.”

പെട്ടെന്ന് ആന്റോ അയാൾക്കരികിൽ ചെന്ന് പറഞ്ഞു.

“എഞ്ചിൻ അവിടെണ്ട്ഷ്ടാ. ഇതിപ്പം നിങ്ങള് താഴെ പോയാ പിടിച്ചു നിർത്തുമ്പോഴേക്കും വണ്ടി കോയമ്പത്തൂരെത്തും. എണീറ്റ് നിങ്ങള് വല്ല ടാക്സീം പിടിച്ച് എത്തുമ്പഴേക്കും വണ്ടി അവിടുന്നും പറക്കും.'

ഭയന്ന പിടുത്തക്കാരൻ സീറ്റിൽ പോയി ഇരുന്നു.

കോയമ്പത്തൂർ ഇറങ്ങി കൈ പിടിച്ചു കുലുക്കി ആന്റോ ചിരിയോടെ പറഞ്ഞു.

“വെറുതെ വന്നതാ. ഒന്ന് ചുറ്റിക്കളിച്ച് അടുത്ത വണ്ടിക്ക് തിരിച്ച് വിടും. എനിക്കിങ്ങനെ തീവണ്ടീല് കുലുങ്ങിക്കുലങ്ങി ഇരിക്കാൻ വല്ല്യ ഇഷ്ടാ.”

ഒന്നിലും കുലുങ്ങാത്ത ആന്റോ ഇതിനകം കുലുങ്ങിക്കുലുങ്ങി തിരിച്ചു പോയിട്ടുണ്ടാവും. ആന്റോയെ കുലുക്കി രസിപ്പിക്കാനായി എവിടെയും നിർത്താത്ത ഒരു തീവണ്ടിയും എവിടുന്നോ ഓടി വരുന്നു ണ്ടാവും. വരട്ടെ. എനിക്ക് ആന്റോയെ ഒന്നൂടി കാണാലോ.

സത്യത്തിൽ ആ തീവണ്ടിയിൽ തന്നെ അല്ലേ ഞാനും കുലുങ്ങി ക്കുലുങ്ങി ഓടിക്കൊണ്ടിരിക്കുന്നത്.

•

അമ്മമ്മയും അമ്മയും അക്സയും അസിനും. അവർക്കായി കിട്ടിയ രണ്ട് ജാലകങ്ങളും. പറക്കുന്ന തീവണ്ടിയും. മറ്റാരും ഇടം കവരാത്ത രണ്ട് വലിയ ഇരിപ്പിടങ്ങളും. അതവരുടെ ലോകമായിരുന്നു.

ഒന്നരയും മൂന്നരയും വർഷങ്ങളായി ഭൂമി ഉരുണ്ടതാണെന്ന് തിരി ച്ചറിയാനുള്ള അറിവ് നേടുന്ന യാത്രയിലാണ് കുഞ്ഞു മക്കൾ രണ്ടും. ബഹളങ്ങളില്ലാത്ത വെറും ചിരി മാത്രമുള്ള അനിയത്തിയും ഏടത്തിയും. അച്ഛന്റെ പ്രിയ മക്കൾ. അമ്മയുടെ പൂമൊട്ടുകൾ. അമ്മമ്മയ്ക്ക് ജീവിത ത്തിൽ ആകെ കിട്ടിയ ഭൂമിയും ആകാശവും.

ഇടയ്ക്ക് വായിൽ വിരലിടുന്ന അക്സയുടെ വിരൽ മാറ്റി അമ്മ പറയും

“വിരലപ്പി...”

അക്സ അസിനെ നോക്കി ചിരിക്കും.

അസിനറിയാം വിരലെന്താണെന്ന്.

അക്സക്കറിയാം തനിക്കതറിയില്ലെന്ന് ചേച്ചിക്ക് അറിയാംന്ന്.

ശ്രദ്ധ മാറ്റാൻ അമ്മമ്മ അക്സയോട് ചോദിക്കും.

“മോൾടെ പേരെന്താ..?”

അസിൻ പറഞ്ഞു.

“അക്സ..”

നിന്നോടല്ല ചോദിച്ചതെന്ന് അമ്മ. പേരറിയില്ലെങ്കിൽ എനിക്കെന്തിനാ

പേരിട്ടതെന്ന വിധം അമ്മയെ മിഴിച്ചു നോക്കും അക്സ. അമ്മൂമ്മ അക്സയോട് പറയും

"നിന്റെ പേര് അക്സ."

അത് തന്നല്ലേ ഞാൻ പറഞ്ഞതെന്ന് അസിൻ..

നിന്നോടല്ലല്ലോ ചോദിച്ചതെന്ന് അമ്മ..

അമ്മമ്മയോടല്ലല്ലോ ചോദിച്ചതെന്ന് അസിൻ..

അമ്മ ഉത്തരമില്ലാതെ ജാലകം നോക്കി.

കുഞ്ഞുങ്ങളെ കാര്യമില്ലാതെ ശാസിക്കരുതെന്ന് കാറ്റ് വീശി പറഞ്ഞു കൊണ്ട് തീവണ്ടി പറക്കുന്നു. അസിൻ അക്സിനെ കളിപ്പിച്ചു.

"പൂച്ചാന്ന് പറ.."

അക്സ പറഞ്ഞു.

"കാക്കാ..."

"കാക്കാ..ന്ന് പറ.."

അക്സ പറഞ്ഞു.

"പൂച്ചാ...."

അസിൻ തിരക്കഥ മാറ്റി.

"പൂച്ച എങ്ങിനാ കര്യാ..?"

"ങ്യാ..."

"കാക്ക എങ്ങിനാ കര്യാ..?"

"ക്യാ..."

സക്സസ്സ്.

അസിൻ കയ്യടിച്ചു.

അമ്മമ്മ ഇടയിൽ കയറി.

"നായ എങ്ങിനാ കുരക്ക്യാ..?"

അതറിയൂലേ എന്ന വിധം അക്സ അമ്മമ്മെയെ നോക്കി ചിരിച്ചു.

അമ്മമ്മയ്ക്ക് ഉത്തരം കിട്ടിയില്ല. അസിൻ ചോദിച്ചു.

"നായ എങ്ങിനാ കുരക്ക്യാ..?"

അക്സ കണ്ണുരുട്ടി കൈ വിടർത്തി കുരച്ചു.

"ഗ്രൗ... "

അത് സിംഹംല്ലേ..ന്ന് അമ്മ.

സിംഹം അല്ലാന്ന് അസിനും...

കേട്ടു കേട്ട് ഹരം കയറിയ തീവണ്ടിക്ക് നല്ല സ്പീഡ്..

പോത്തന്നൂർ എത്താറായതും ഇറങ്ങാനുള്ള സ്ഥലം തിരിച്ചറിഞ്ഞ

പരിഭ്രമത്തോടെ അമ്മമ്മയും അമ്മയും എഴുന്നേൽക്കേ അസിൻ സങ്കട ത്തോടെ ചോദിച്ചു.

"ട്രെയിൻ തീർന്നോ...?!"

കുഞ്ഞുങ്ങളുടെ ലോകം തിരിച്ചറിയുന്ന മുതിർന്നവരോളം ഭാഗ്യ ശാലി കൾ ഭൂമിയിൽ വേറെയില്ല. അതൊരു "വർണ്ണ വിസ്മയ താളമേള ഘോഷഭരിത" സമ്പന്ന ലോകമാണ്.

ഓരോ കുഞ്ഞും ഇളം പൂക്കളാണ്. അതിലൊന്ന് വാടി വീണെങ്കിൽ അത് തൊട്ടരികിൽ അഹങ്കരിച്ചു നിൽക്കുന്ന വന്മരത്തിന്റെ പിഴവ് തന്നെയാണ്.

●

കോളേജ് ജീവിതത്തിലെ രണ്ടാം വർഷ പ്രിഡിഗ്രി കാലം.

എഴുതിയ കഥയൊന്ന്, കുഞ്ഞുണ്ണിമാഷ് പറഞ്ഞിട്ട് മാതൃഭൂമി കെട്ടിട ത്തിലെ മാതൃഭൂമി എഴുത്തുപെട്ടിയിൽ കൊണ്ടുപോയി ഇട്ടു. സ്റ്റാമ്പൊട്ടിച്ച് അയയ്ക്കുന്നതിന്നു പകരം അവിടം വരെ ചെന്ന് ചുമരിൽ ഉറപ്പിച്ച പെട്ടി യിൽ ഇട്ടാൽ സ്റ്റാമ്പ് ചിലവ് ലാഭിക്കാലോ. അത്രയേ ഉദ്ദേശിച്ചിരുന്നുള്ളു. പക്ഷേ ആ കഥ അതുപോലെ തപാലിൽ തിരിച്ചു വന്നു. ആദ്യ താളിനു മുകളിലായി ഗോവിന്ദനുണ്ണിയുടെ ഇത്തിരി കയ്യക്ഷരത്തിൽ, 'ഇനിയും എഴുതൂ' എന്നുള്ള ചുകന്ന അക്ഷരങ്ങൾ. ആ താള് അടർത്തിയെടുത്ത് വീണ്ടും പകർത്തി മലയാളനാടിന് അയച്ചു. ഇരുപത് രൂപ ദക്ഷിണ ലഭിച്ചു. വീണ്ടും ഒരെണ്ണം മാതൃഭൂമി പെട്ടിയിൽ ഇട്ടു. അതും മലയാള നാട് ദക്ഷിണ തന്ന് സ്വീകരിച്ചു. പിന്നീട് ഒരു കഥ എഴുതി.

"സ്വയം നഷ്ടപ്പെടുന്ന യാത്രികർ.."

എന്റെ പ്രിയ ചങ്ങാതി വളപ്പിൽ ബാലകൃഷ്ണന്റെ അച്ഛന്റെ മര ണവും അവരുടെ വേദനയും എല്ലാം കൂടി മനസ്സിൽ ഉണ്ടാക്കിയ ഒരു ജീവിത കലപിലയായിരുന്നു ആ കഥയുടെ ജനനത്തിന് ഹേതു. അതും മാതൃഭൂമി പെട്ടിയിൽ ഇട്ടു.

'കഥ വരുന്നു..' എന്ന സന്തോഷം അറിയിച്ചുകൊണ്ടുള്ള മറുപടി ആദ്യം കവർ തുറന്നു വായിച്ചത് അച്ഛനാണ്. അന്ന് ഞാൻ ബാംഗ്ലൂരിൽ ഗാന്ധിഗ്രാമത്തിലായിരുന്നു. കത്തിലെ വരികൾ എടുത്തെഴുതിയ ഇൻലന്റിൽ അവസാന ഭാഗത്ത് അച്ഛൻ ഒരു വരി എഴുതി.

"കഥ എഴുത്തൊക്കെ കൊള്ളാം. ജീവിതം മൊത്തം ഒരു കഥയി ല്ലായ്മ ആവരുത്."

പിന്നെ എതാനും കുത്തുകളിട്ട് അച്ഛൻ തന്നെ അവസാന വരിയും എഴുതി. "അല്ലെങ്കിലും കഥയിൽ കഥ ഉണ്ടെന്ന് ആരാ പറഞ്ഞത്.. അല്ലേ."

സ്വയം നഷ്ടപ്പെടുന്ന യാത്രികർ, എന്ന കഥ മാത്രമേ ആ ആഴ്ച്ചത്തെ ആഴ്ച്ചപ്പതിപ്പിൽ ഉണ്ടായിരുന്നുള്ളൂ. രണ്ടു താളിലായി നിറഞ്ഞു നിൽക്കുന്ന ശ്രീ എഎസ്സിന്റെ വരയോടെ വന്ന ആ കഥയേക്കാളും എന്തുകൊണ്ടും ശ്രേഷ്ഠം ആ വരകൾ തന്നെ ആയിരുന്നു. തുടർന്നുള്ള കഥകളിൽ ശ്രീ എഎസ്സ് വരകളും ശ്രീ നമ്പൂതിരി വരകളും ശ്രീയായ് വിളങ്ങി നിന്നു. അച്ചടിച്ച കഥയ്ക്ക് പകരം എന്റെ മനസ്സ് ആ വരകളിൽ മാത്രമായിരുന്നു.

എത്ര ഓജസ്സുള്ള വരകൾ.

കഥാപാത്രങ്ങളും കഥാ സന്ദർഭങ്ങളും എത്ര പ്രസാദാത്മകമായാണ് ആ വരകളിൽ ജ്വലിച്ചു നിൽക്കുന്നത്.

അങ്ങനെയിരിക്കേ, രണ്ടു ലക്കങ്ങളിലായി വന്ന ഒരു കഥയുടെ പ്രതിഫലം ഇത്തിരി നേരത്തെ കിട്ടിയാൽ വൈകിപ്പോയ കോളേജ് ഫീസടക്കാമല്ലോ എന്നൊരു ചിന്ത മനസ്സിൽ വന്നു. പ്രോട്ടോക്കോൾ പ്രകാരം പ്രതിഫലം വരാൻ നാലാഴ്ച്ച കഴിയും. നേരത്തെ കിട്ടിയാൽ ചെറിയൊരു പ്രതിസന്ധി മാറിക്കിട്ടും. രണ്ടും കൽപ്പിച്ച് നേരെ മാതൃഭൂമി പ്രസ്സിൽ ചെന്നു. അനുവാദം വാങ്ങി മുകളിൽ ചെന്ന് ആദ്യം കണ്ട മേശയ്ക്കരികിൽ ഇരുന്ന ആളോട് കാര്യം പറഞ്ഞു.

"ഒരു കഥ അച്ചടിച്ചു വന്നിരുന്നു. അതിന്റെ പ്രതിഫലം നേരിട്ടു കിട്ടാൻ വല്ല മാർഗ്ഗവും ഉണ്ടോ.."

അദ്ദേഹം എന്നെ മറ്റൊരു മേശയ്ക്കരികിലേക്ക് കൊണ്ടുപോയി. അവിടെ കണ്ടത് ഇടയ്ക്കിടയ്ക്ക് കാണാറുണ്ടെങ്കിലും ഗൗരവം വിടാത്തൊരു മുഖമാണ്. ഗൗരവത്തോടെ കാര്യം ചോദിച്ചു. കാര്യം പറഞ്ഞു. മുഖം അയഞ്ഞു. എന്തിനാണ് ഇത്ര പെട്ടെന്ന് എന്നു ചോദിച്ചു. പെട്ടെന്നു വേണ്ടതിന്റെ ആവശ്യവും പറഞ്ഞു. അദ്ദേഹം എഴുന്നേറ്റ് എന്റെ കൈ പിടിച്ചു മറ്റൊരു മേശയ്ക്കരികിലേക്ക് കൊണ്ടുപോയി.

അവിടെ മെലിഞ്ഞു നേരിയ ഒരാൾ കസേരയിൽ കുന്തിച്ചിരുന്ന് മുന്നിലെ മേശമേൽ വെച്ച കടലാസിൽ ഭംഗിയായി വരക്കുന്നു. കറുത്ത വരകൾ ഇടിമിന്നലായി വീഴുന്ന വെളുത്ത പ്രതലത്തിൽ തെളിഞ്ഞു വരുന്നത് അപ്സര തുല്യമായൊരു സ്ത്രീരൂപം ധരിച്ച സാരിയുടെ ഞൊറിവുകൾ. പിന്നീടത് സ്ത്രീയായി. അവരുടെ മനസ്സായി. കഥാപാത്രമായി.

വരകളും നോക്കി നിൽക്കേ ആരോ ഒരു തുണ്ട് കടലാസിൽ കഥയ്ക്കുള്ള പ്രതിഫലം എഴുതിയ സംഖ്യയ്ക്ക് താഴെ എന്റെ ഒപ്പിട്ടു വാങ്ങിച്ചു. കൈ പിടിച്ച് വരകൾക്കു മുന്നിൽ എത്തിച്ച ശാന്ത ഗൗരവ വിരലുകളാവട്ടെ ആ സംഖ്യ എന്റെ ഉടുപ്പിന്റെ കീശയിൽ വാത്സല്യപൂർവ്വം തിരുകി. ദേവലോകത്തിൽ എത്തിയ ശാന്തതയായിരുന്നു എന്റെ മനസ്സിൽ. കഥാപാത്രവരയിൽ മുഴുകിയ ആ മനുഷ്യൻ എന്നോട് ആനന്ദത്തോടെ പുഞ്ചിരിച്ചു. തെല്ലിട സംസാരിച്ചു. കടലാസിൽ ഒഴുക്കുന്ന രേഖയ്ക്ക് ആസ്പദമായ കഥയുടെ കയ്യെഴുത്തു പ്രതി ശിരസ്സിൽ സ്പർശിക്കുന്ന അനുഗ്രഹമായി കാണിച്ചു തന്നു. അതെന്റെ പുതിയ കഥയായിരുന്നു.

പുറത്തിറങ്ങിയ ഞാൻ തെല്ലിട നേരം എങ്ങും പോകാതെ നിരത്തിൽ തന്നെ നിന്നു. മനസ്സിൽ ഒരു കടലിരമ്പുന്നു. കണ്ണുകളിൽ അച്ഛനും അമ്മയും അവർ തന്ന കൂടപ്പിറപ്പുകളും തെളിയുന്നു. സ്നേഹത്തോളം മനുഷ്യനെ ശക്തനാക്കുന്ന മറ്റൊന്നും ഈ ലോകത്തില്ല. വാത്സല്യ ത്തോളം വിനയാന്വിതനാക്കുന്ന മറ്റൊന്നും വേറെ ഇല്ല.

എന്നെ കൈ പിടിച്ച് ഞാനെഴുതിയ കഥയുടെ വരകൾക്കു മുന്നിലേക്ക് നടത്തിച്ചത് ശ്രീ എംടി വാസുദേവൻ നായർ. എനിക്ക് മുന്നിൽ കഥയേ ക്കാൾ കഥയുള്ള വരകളുമായി ജ്വലിച്ചു നിന്നത് ശ്രീ നമ്പൂതിരിയും.

ഇന്ന് നമ്പൂതിരിയുടെ തൊണ്ണൂറാം പിറന്നാളാണെന്നറിയുന്നു.

പ്രണാമം മഹാപ്രഭോ..

●

ആ സിനിമ ആഗ്രഹത്തോടെ കാണാൻ ചെന്നതാണ്.

കിളിവാതിലിൽ മുഖം കാണിച്ച് ടിക്കറ്റ് ചോദിച്ചതും മുന്നിലുള്ള യന്ത്രത്തിലൂടെ പുറത്ത് നിൽക്കുന്നവർ കേൾക്കേ അകത്തിരിക്കുന്ന ദാതാവ് നിഷ്ക്കരുണം പറഞ്ഞു.

"ഷോ.. ഇല്ല. ആരും കാണാൻ വന്നിട്ടില്ല."

ജീവിതത്തിൽ ആദ്യമായാണ് അങ്ങനൊരു മറുപടി കേൾക്കുന്നത്.

ടിക്കറ്റില്ല ഫുള്ളാണ് എന്നു കേട്ടിട്ടുണ്ട്.

പ്രിന്റ് വന്നിട്ടില്ല എന്നു കേട്ടിട്ടുണ്ട്.

എ സർട്ടിഫിക്കറ്റാണ് പ്രായമായിട്ട് വാ എന്നു കേട്ടിട്ടുണ്ട്.

ബെഞ്ചില്ല.. കസേര മതിയോ എന്നു കേട്ടിട്ടുണ്ട്.

പക്ഷേ ആളില്ല അതുകൊണ്ട് ഷോ ഇല്ല എന്നു കേട്ടപ്പോ ഇത്തിരി സങ്കടം തോന്നി. സങ്കടം മനസ്സിലിട്ട് തിരിച്ചു ചോദിച്ചു.

"അത് പറ്റൂല. ഉണ്ടെന്ന് നിങ്ങൾ അറിയിച്ചതു കൊണ്ടാണ് ഞങ്ങൾ വന്നത്. രണ്ട് ടിക്കറ്റ് വേണം. ഇല്ലെങ്കിൽ വന്ന ടാക്സിയുടെ പൈസ തരണം."

യന്ത്രം പിടിച്ച് ദാതാവ് ചോദിച്ചു.

"വേറെ ഷോ സജസ്റ്റ് ചെയ്യട്ടെ."

അങ്ങനൊരു സജഷൻ കേൾക്കുന്നതും ആദ്യമായാണ്. അമ്മയെ കാണാൻ പോയപ്പോ അമ്മ ഉറങ്ങാണ് തൽക്കാലം അമ്മാവനെ കണ്ടാ മതിയോ എന്നു ചോദിക്കുന്ന കാരണവരുടെ ധാർഷ്ട്യംപോലെ ഒരു ചോദ്യം.

"വേണ്ട. അതിനൊക്കെ ആളില്ലേ. ഇതിനല്ലേ ആളില്ലാത്തത്.

തൽക്കാലം രണ്ട് ടിക്കറ്റ് താ. രണ്ടാളായാലും രണ്ടിൽ കുറഞ്ഞാലും അത് ഹൗസ്ഫുള്ളിന് തുല്യം."

ദാതാവ് മാനേജരെ വിളിച്ചു.

വിനയത്തോടെ വന്ന മാനേജരും പറഞ്ഞു.

"ഷോ ഇല്ലാ..ന്ന് വെക്ക്യാ.. ആളില്ല."

"ആളുണ്ടല്ലോ.. ദാ ഞാനും എന്റെ കൂടെയുള്ള ആളും. ഒരു സിനിമയ്ക്ക് രണ്ടാള് ധാരാളല്ലേ. ഞങ്ങൾക്കീ സിനിമ കാണണം. വേണമെങ്കിൽ നിങ്ങൾക്കും ടിക്കറ്റെടുത്ത് തരാം. നല്ല സിനിമയാണ്."

അദ്ദേഹം ടിക്കറ്റ് തന്നു. മനസ്സ് നിറയും വിധം സിനിമയും കണ്ടു.

സിനിമ എതാണെന്ന് ചോദിക്കരുത്. പറയൂല.

നല്ലൊരു സിനിമയാണ്.

വളരെ നല്ല സിനിമ.

സിനിമ കഴിഞ്ഞ് തെല്ലിട നടന്നതും മനസ്സിൽ വന്നത് എന്റെ പ്രിയ മിത്രം മാത്തനെയാണ്. ഞാനെഴുതിയ ഒരു തിരക്കഥയുടെ സിനിമാ രൂപവും ഇതുപോലെ ആരുമില്ലാത്തൊരു ക്യൂവിൽ നിന്ന് ടിക്കറ്റെടുത്ത് ഞാൻ കണ്ടിട്ടുണ്ട്. തിയേറ്ററിന്നുള്ളിൽ കയറിയപ്പോൾ അഞ്ചാറുപേരെ കൂട്ടിനു കിട്ടി. കേരളത്തിൽ ആരും കാണാൻ ഇല്ലായിരുന്നെങ്കിലും അതിന്റെ സംവിധായകൻ ഷാജി കരുണിനെ അനവധി അന്താരാഷ്ട്ര പുരസ്ക്കാരങ്ങൾ നൽകി ലോകം ആദരിച്ചു എന്നത് ആർക്കും നിഷേധിക്കാനാവാത്ത സത്യം.

ആ ചിത്രമാണ് പിറവി.

ആ സിനിമയിൽ ഒരു സംഭാഷണം ഉണ്ട്.

കാണാതായ ഇളയ മകനെ അച്ഛനും മൂത്ത മകളും പലയിടത്തും അലഞ്ഞ് തേടുന്നതിനിടയിൽ, മകനെ ഓർത്ത് പെട്ടെന്ന് വിതുമ്പിയ മനസ്സിനെ ശാസിച്ചു നിർത്താനായി മകന്റെ കുട്ടിക്കാല ശബ്ദം തന്നെ പൊതിഞ്ഞു നിൽക്കുന്ന അന്തരീക്ഷത്തിൽ നിന്നും അമ്മ പിടിച്ചെടുക്കും വിധമാണ് ആ രംഗം.

അമ്മ മകന്റെ ശബ്ദം കേൾക്കുന്നു.

"ഓപ്പോളെന്നോട് മിണ്ടണില്ല്യാ..."

"എന്തേ ഉണ്ണ്യോട് മിണ്ടാത്തേ.."

"കഞ്ഞമ്മാന്റെ വീട്ടില് ഒപ്പം ചെല്ലാത്തേന് ഇനി മിണ്ടില്ല്യാ..ന്നും പറഞ്ഞ് ഓപ്പോള് കൊള്ളി മുറിച്ചിട്ടു. ഇപ്പോ മിണ്ടണില്ല്യാ."

"അത് സാരല്ല്യ. ആ കൊള്ളി ഞാൻ ചേർത്തു വെക്കാം."

അമ്മയുടെ സ്വാന്തനം കേൾക്കേ ഉണ്ണിയുടെ ശബ്ദം കൂടുതൽ സങ്കടത്തോടെ ആകാശം അമ്മയ്ക്ക് തിരികെ നൽകി.

"ഞാനത് നേർത്തേ ചേർത്തു വെച്ചു. എന്നിട്ടും മിണ്ടണില്ല്യാ."

ആളില്ലാത്ത തിയേറ്ററിൽ നിന്നും പിറവി കണ്ടതും മനസ്സോട് ചേർന്നു നിന്ന എന്റെ ആത്മ മിത്രം ശ്രീ മാത്യുപോൾ എന്ന മാത്തൻ, മുഹമ്മ യിൽ നിന്നും എന്നെ വിളിച്ചു.

“ഞാനത് നേർത്തേ ചേർത്തു വെച്ചു. എന്നിട്ടും മിണ്ടണില്ല്യാ”ന്നും പറഞ്ഞ് വിതുമ്പും വിധം എന്നെ രഘൂ.. രഘൂ..ന്ന് പല തവണ വിളിച്ചു.

മാത്തൻ അങ്ങനെയാണ്. ഒരു പക്ഷിത്തൂവൽ മുന്നിൽ ഊർന്നു വീണാൽ മതി അവൻ ഉള്ളിൽ കരയും. ജീവിതത്തോടും ജീവജാല ങ്ങളോടും അത്രയ്ക്കും സ്നേഹമാണ് മാത്തന്. ആ സംഭാഷണം മാത്തനെ വല്ലാതെ സ്വാധീനിച്ചിരുന്നു. പിന്നീട് കണ്ടുമുട്ടുമ്പോഴെല്ലാം മാത്തൻ അത് പറയുമായിരുന്നു.

കുട്ടിച്ചാത്തനും ജിജോയും ആണ് എനിക്ക് മാത്തനെ തന്നത്. ‘നവോദയ’യിൽ മാത്തന്റെ വരവ് ഒരു വരവായിരുന്നു. ഓർമ്മകളിൽ ചിരിയല്ലാതെ മറ്റൊരു വാക്കും മാത്തന്റേതായി ഞാനോർക്കുന്നില്ല. ഓരോ ചിരിയും ഓരോ വാക്കായിരുന്നു മാത്തന്. കുട്ടിച്ചാത്തനിൽ നമ്മൾ കണ്ട ചലിക്കുന്ന വസ്തുക്കളുടെ ഓരോ ചലനങ്ങളിലും മാത്തന്റെ പ്രതിഭയും ഊർജവും ഉണ്ട്. തോളോട് തോൾ നിന്ന് ജിജോക്കൊപ്പം മാത്തനും കൂട്ടരും തിരശ്ശീലയിൽ നിന്നും വസ്തുക്കളെ കാഴ്ചക്കാരുടെ മടിയിലേക്കും ആർപ്പു വിളികളിലേക്കും നിയന്ത്രിച്ചു വിട്ടു. പറന്നു വന്ന് തിയേറ്ററിനുള്ളിൽ കറങ്ങി നടന്ന് തിരശ്ശീലയിലേക്ക് തിരികെ പോയ ഹെലിക്കോപ്റ്ററും കണ്ണിന്നരികിലേക്ക് വന്ന് മോഹിപ്പിച്ചു മാറിപ്പോയ മറ്റു കൗതുകങ്ങളും എല്ലാം റിഗ്ഗ് ചെയ്ത് കാഴ്ച്ചയുടെ വിസ്മയമാക്കിയ തിൽ മാത്തന്റെ സാന്നിധ്യം ഈശ്വര കടാക്ഷ തുല്യമായിരുന്നു. കുട്ടി കൾക്കായി ഒരു സിനിമ സംവിധാനം ചെയ്ത മാത്തൻ സിനിമയിൽ നിന്നും പരസ്യ സിനിമകളിലേക്ക് മാറി പ്രശസ്തനായി. പറമ്പിലെ മരം മുറിക്കാതെ മരത്തിനു ചുറ്റുമായി വീട് വെച്ച് മരം പക്ഷികളുടെ വീടാക്കി അവർക്കൊപ്പം താമസിക്കുന്ന പക്ഷിവീട്ടുകാരനായി. വാദ്യം പഠിക്കുന്ന താളക്കാരനായി. ഭർത്താവായി. മക്കൾക്ക് അച്ഛനായി. അങ്ങനെയങ്ങനെ പരിപൂർണ്ണ മാത്തനായി.

നിന്റെ വാക്കാണ് നീയെന്നത് ഉപനിഷദ് ബോധം. ഈ ജന്മം എനിക്ക് വീണു കിട്ടിയ തെളിമയാർന്നൊരു വാക്കാണ് എന്റെ ആ പ്രിയമിത്രം.

പെട്ടെന്ന് തെളിഞ്ഞു വന്ന് പൊതിഞ്ഞൊരു അസുഖത്തിൻ വസ്ത്രം നിശ്ശബ്ദം അഴിച്ചു വെച്ച് ഞങ്ങൾക്കിടയിൽ നിന്നും പിണങ്ങാതെ കൊള്ളി മുറിച്ചിട്ട് മാത്തൻ ഈയിടെ പോയി. എന്നാലും ഞാനാ ഓർമ്മക്കൊള്ളി കൾ ഇടയ്ക്കിടെ ചേർത്ത് വെക്കുന്നു. പിറവിയിലെ അമ്മ പിടിച്ചെടുത്ത പോലെ അവന്റെ രഘൂ.. രഘൂ.. വിളി കേൾക്കാലോ.

ജീവിതത്തോട് വല്ലാതെ ചേർന്നു നിൽക്കുന്ന കാരണത്താൽ കാണാൻ ആളില്ലാതാവുന്ന സർവ്വ സിനിമകൾക്കു മുന്നിലും മാത്തനും എനിക്കൊപ്പം ഉണ്ടാവും. അല്ലെങ്കിൽ മാത്തനൊപ്പം ഞാനുണ്ടാവും.

ഈ അക്ഷരങ്ങൾ വായിച്ച് മാത്തന് ആദരാഞ്ജലികൾ നൽകരുത്. കണ്ടോളൻസോ അതുപോലുള്ള മറ്റെന്തെങ്കിലും ശബ്ദങ്ങളോ തീരെ നൽകരുത്. കാരണം മാത്തനും മനസ്സോട് ഏറ്റവും അടുത്തു നിൽക്കുന്ന നല്ല സിനിമകളുടെ ആത്മാവിനും അതൊന്നും ഇഷ്ടമല്ല.

പകരം സ്നേഹം മതി.

പരസ്പരം സ്നേഹിച്ചാൽ മതി

വയനാട്.

കുറച്ചു ദിവസമായി വയനാട്ടിലാണ്.

അച്ഛന്റെ ഓർമ്മ തരുന്ന നാടാണ് വയനാട്.

അച്ഛന്റെ ശ്വാസം നിറയെ ഒഴുകുന്ന നാട്.

ആദ്യമായി വയനാട്ടിൽ വന്നത് കൽപ്പറ്റ നാരായണന്റെ അമ്മയെ കാണാനായിരുന്നു. പിന്നീട് പലതവണ വന്നുവെങ്കിലും ഇത്രയും ദീർഘമായി തങ്ങുന്നത് വളരെ കാലത്തിനു ശേഷമാണ്.

ഇന്ന് ഡോക്ടർ സതീശനോടൊപ്പം ഏതൊക്കെയോ ഊടു നിരത്തിലൂടെ കുലുങ്ങിക്കുലുങ്ങി യാത്ര പോയി. മനം നിറയെ ചിന്തകൾ തോട്ടങ്ങളായി വളർന്നു മൂടിയതിനാൽ പ്രകൃതിയും അതിലെ ശബ്ദങ്ങളും എല്ലാം എന്തുകൊണ്ടോ എന്നെ വിട്ടു നിന്നു. അപ്പോഴാണ് നിർത്തിയ വാഹനത്തിൽ നിന്നും പുറത്തിറങ്ങിയ എനിക്ക് മുന്നിലൂടെ അഴകാർന്ന ഒരു പട്ടിക്കുഞ്ഞിനെയും ഒക്കത്തെടുത്ത് അറുപത്തിനാല് വയസ്സുള്ള ഒരാൾ പോയത്.

പേര് രാജു.

പട്ടിക്കുട്ടിയും രാജുവും അഴകോടെ ചിരിച്ചു.

പട്ടിക്കുട്ടിക്ക് പേരില്ല.

പേരിനെക്കുറിച്ച് രാജു ചിന്തിച്ചിരുന്നില്ല.

എന്റെ വീട്ടിലെ ഒരാൾ എന്നാണ് പറഞ്ഞത്.

ഇതുപോലെ രണ്ടു പേരുണ്ട്.

ഒന്നിനെ വിൽക്കാൻ കൊണ്ടുപോവുകയാണ്.

നൂറ് രൂപ തരാംന്ന് ഒരാൾ പറഞ്ഞിട്ടുണ്ട്.

എന്നുവെച്ചാൽ വിൽക്കാൻ പോകുന്നത് വീട്ടിലെ ഒരാളെയാണ്.

മനസ്സ് സമ്മതിക്കുന്നില്ല.

പക്ഷേ ജീവിക്കണ്ടേ..

“നൂറു രൂപ തരുമോ...?‘

"തരും.."

"ഉറപ്പ്."

"ഉറപ്പ്.."

രാജു എന്റെ കൈ പിടിച്ചു. നെറ്റിയിൽ മുട്ടിച്ചു.

പിന്നീട് സൂര്യനെ ചൂണ്ടി.

"അതാണ് ഞങ്ങൾക്ക് അച്ഛൻ."

താഴെ ഭൂമി ചൂണ്ടി.

"ഇത് അമ്മ. അതുകൊണ്ട് നൂറ് കിട്ടും. ഉറപ്പായും കിട്ടും. മനസ്സ് പറയുന്നു."

എന്റെ മനസ്സും പൂന്തോട്ടമായി.

രാജു പറയുന്നതാണ് ശരി. മനസ്സോളം മധുരം സൂക്ഷിക്കുന്ന മറ്റെന്താണ് ശരീരത്തിൽ ഉള്ളത്? മനസ്സാണ് ശരീരം. സർവ്വതും മനസ്സാണ്. മനസ്സാണ് കാണുന്നത്. കേൾക്കുന്നതും മനസ്സു തന്നെ. സ്പർശവും മനസ്സാണ്. വാക്കും മനസ്സാണ്.

മനസ്സ്.

മനസ്സിനെ അറിയുക.

മനസ്സിനെ പൂജിക്കുക.

അമ്മ ചോദിക്കാറുണ്ട്.

"നിന്റെ മനസ്സെന്ത് പറയുന്നു..?"

●

ഞാൻ പൈസ മോഷ്ടിച്ചിട്ടുണ്ട്.

ഇത്തിരി.

ആറൗൺസോളം.

അമ്മയ്ക്ക് സുഖമില്ലായിരുന്നു. നല്ല പനി. തൊട്ടു നോക്കിയാൽ കൈവിരലുകൾ പൊള്ളുന്നിടത്തോളം പനി. എന്നിട്ടും അമ്മ അടുക്കളയിൽ ആയിരുന്നു.

അമ്മമാർ അങ്ങനെയാണ്. അവരെന്നും അടുക്കളയിലും പുകയെത്തുന്നിടംവരെയുള്ള ചുറ്റുവട്ടത്തും ആണ്. അവിടെ കോഴിക്കൂടുണ്ടാവും. കിണറുണ്ടാവും. അലക്കിയ തുണികൾ പാർട്ടി പതാകകൾ പോലെ പാറുന്ന അഴകളുണ്ടാവും. അവർ നട്ടൊരു പച്ചമുളകു തൈയ്യോ കറിവേപ്പിലയോ കുമ്പള വള്ളിയോ ഉണ്ടാവും.

അലക്കു കല്ലും അതിനു ചുറ്റുമുള്ള പാദം വിണ്ടു കീറുന്ന നനവോ ഉണ്ടാവും. അലക്കിയ വെള്ളം ഒഴുകിയെത്തുന്നിടത്ത് മുറ്റി വളരുന്ന

ചേമ്പിൻ തൈകളുണ്ടാവും. അങ്ങനെയങ്ങനെയുള്ള അടുക്കളവട്ടത്താണ് പനി മുത്തം വെച്ച എന്റെ അമ്മയും.

ഇത്തിരി അമൃതാഞ്ജൻ ഉണ്ടായിരുന്നത് നെറ്റിയിൽ തടവിക്കൊടുത്തു. അടുക്കളയിൽ സഹായിയായി നിന്നു. അതുകൊണ്ടൊന്നും അമ്മയുടെ പനി മാറില്ലല്ലോ. അച്ഛൻ വരട്ടെ എന്ന് അമ്മ. വീട്ടിൽ ഒരിറ്റു കാശില്ല. അച്ഛൻ വരുമ്പോൾ കീശയിൽ കാശുണ്ടാവും. ആ കാശിന് മധുരം ഉണ്ടാവും. എന്നാലും പനി അത്രയും നേരം കാത്തു നിൽക്കാതെ ചൂടായാലോ.

എല്ലാ തിങ്കളാഴ്ച്ചയും അതി കാലത്തേ കുളിച്ച് പ്രാർത്ഥിച്ചു ഗുരുവായൂരപ്പന് കാണിക്കയായി അമ്മ ഒരു അളുക്കു പെട്ടിയിൽ അഞ്ചു പൈസാ തുട്ടുകൾ ഇടാറുണ്ടായിരുന്നു. എന്നെങ്കിലും ഗുരുവായൂരപ്പനെ കാണുമ്പോൾ അമ്മ അത് അദ്ദേഹത്തിന് സമർപ്പിക്കും. വർഷങ്ങൾ കൂടുമ്പോഴേ ആ യാത്ര ഉണ്ടാവാറുള്ളൂ. അമ്മയുടെ വസ്ത്രങ്ങൾ സൂക്ഷിക്കുന്ന പെട്ടി തുറന്ന് ആരും അറിയാതെ ആ അളുക്കിൽ നിന്നും ഞാൻ കുറച്ച് ഗുരുവായൂരപ്പനെ വാരി.

ഇമ്പിച്ചി വൈദ്യരുടെ കടയിൽ ചെന്നിട്ടാണ് എണ്ണി നോക്കിയത്. ആറൗൺസ് അരിഷ്ടത്തിനുള്ള വകയുണ്ടായിരുന്നു. രാവിലേം കിടക്കുന്ന നേരത്തും ഓരോ ഔൺസ് വീതം അമ്മയ്ക്ക് നൽകി. ആറൗൺസും തീരുമ്പോഴേക്കും അച്ഛൻ വന്നു. വന്നതും കിട്ടിയ ചാൻസിന് അമ്മ യുടെ നെറ്റിയിലും കഴുത്തിലും കവിളിലും കൈയ്യിലും തൊട്ടു നോക്കി.

അമ്മ കൂൾ.

രാത്രിയാണ് അച്ഛൻ ചോദിച്ചത്.

"നിനക്കെവിടുന്നാ പൈസ കിട്ടിയത്?"

ഞാൻ ഉത്തരം പറഞ്ഞു.

"ഗുരുവായൂരപ്പൻ തന്നു."

കാര്യം മനസ്സിലാക്കിയ അച്ഛന്റെ ചിരിക്കൊരു മഴവില്ലിൻ പ്രഭയുണ്ടാ യിരുന്നു.

ഇതെഴുതുമ്പോൾ വയനാട് തിരുനെല്ലിയിലെ ഒരു പുഴയാണ് മനസ്സിലെ ചിത്രത്തിൽ ഒഴുകിത്തെളിയുന്നത്. പുഴയിൽ വിലയം പ്രാപിച്ച വരെ പുഴയ്ക്കരികിൽ ചെന്നാലും കാണാം.

വിശക്കുന്നെന്ന് പറഞ്ഞാണ് ആ അമ്മ മുന്നിൽ വന്നത്.

തൽക്കാലം വിശപ്പാറ്റാനുള്ള വഴിയായി കയ്യിൽ ഉണ്ടായിരുന്ന പണത്തിൽ ഇത്തിരി പകുത്തു. പിന്നീടാണ് കഴിക്കാനായി ഭക്ഷണക്കട യിൽ നിന്നും പൊതിഞ്ഞു വാങ്ങിച്ച ഒരു നേരഭക്ഷണം കയ്യിൽ ഉണ്ടെന്ന് ഓർമ്മ വന്നത്.

കിട്ടിയ പൈസയും ചുരുട്ടിപ്പിടിച്ച് അവർ നടന്നു നീങ്ങുന്നു.

ഭക്ഷണക്കട അകലെയാണ്. അത്രയും ദൂരം നടന്നു ചെന്ന് അവർക്കെപ്പോൾ ഭക്ഷണം കിട്ടാനാണ്? ആ ചിന്തയിൽ അവർക്കരികിലേക്ക് തിരിച്ചു ചെന്ന് കയ്യിലുള്ള ഭക്ഷണം തന്നെ അവർക്ക് നൽകി.

അപ്പോൾ അവർക്കാ പണം എനിക്ക് തിരിച്ചു തരണം.

എത്ര നിർബന്ധിച്ചിട്ടും സമ്മതിച്ചില്ല,

അവരത് എനിക്ക് തിരിച്ചു തന്നു.

ഭക്ഷണം മാത്രം സ്വീകരിച്ചു.

വിശപ്പ് ശരീരത്തിൽ അഗ്നി ആയാലും ചില മനസ്സുകൾ ഒരിക്കലും ദഹിക്കില്ല.

രാത്രി രണ്ടു മണി.

കാറ്റുപോലും പാതി നിദ്രയിൽ വീശുന്ന റെയിൽവേ സ്റ്റേഷനിൽ തിരുവനന്തപുരത്തേക്ക് പറക്കുന്ന തീവണ്ടിയും കാത്ത് ഇരിക്കുന്നു. ഇരുമുടിക്കെട്ടുമായി ഇത്തിരി മയക്കത്തിൽ ചുറ്റും അയ്യപ്പന്മാരും.

ഉറക്കം വരാത്ത ഞാൻ ലാപ്പ്ടോപ്പുമായി ഇരിക്കുന്നത് കണ്ടിട്ടാവും മറ്റൊരാൾ കൂടി അതുപോലൊരെണ്ണം തുറന്ന് എനിക്കരികിൽ വന്ന് ഇരുന്നു.

ഒരു പുഞ്ചിരി.

ഒരു കോട്ടുവാ.

ലാപ്ടോപ്പ് ബൂട്ടാവുന്ന ബ്ലിംഗ് ശബ്ദം.

മൂന്നും ചേർത്ത് എനിക്കു നേരെ ഒരു ചെറു സൗഹൃദം എറിഞ്ഞ് അദ്ദേഹവും ഏതോ ഡാറ്റാ ബേസിൽ കീ അമർത്തി.

എല്ലാം കണ്ട് പാതി വളഞ്ഞ് കിടക്കുകയാണ് ഐശ്വര്യമുള്ളൊരു അയ്യപ്പൻ. അരികിൽ ഇരുമുടിക്കെട്ട്. കെട്ടിനെ പുതപ്പിച്ച തുവർത്ത്. ഉണങ്ങിത്തുടങ്ങിയ പൂമാല. അയ്യപ്പനും എറിഞ്ഞു ഒരു പുഞ്ചിരി. ഞാനതും പിടിച്ചു.

തെലുങ്ക് പുഞ്ചിരിയാണ്. പുഞ്ചിരികളുടെ ഭാഷ വിവർത്തനം ചെയ്യാൻ എളുപ്പാണ്. വ്യാകരണവും ഉച്ചാരണവും പ്രശ്നമേ അല്ല. അപ്പോഴാണ് ലാപ്ടോപ്പ് ബൂട്ടായ ആളുടെ സെൽഫോൺ പ്രാണവായു തീരാറായി കിതയ്ക്കുന്ന ശബ്ദം ഉയർന്നതും അതിലേക്കാരോ വിളിച്ചതും. രണ്ടും ഒരുമിച്ചായിരുന്നു. എന്താ..ന്ന് ചോദിച്ച്, എന്തോ പറയാൻ തുടങ്ങിയതേ ഉള്ളൂ ഫോൺ മൃതനായി.

അയാൾ വല്ലാതായി.

വിളിച്ചത് വീട്ടീന്നാണ്.

അസമയത്തുള്ള വിളിയാണ്.

വണ്ടി കിട്ടിയോ..ന്ന് അറിയാനാവും.

എന്നാലും സംസാരം മുഴുവനായില്ല.

രാത്രി നേരത്ത് പരിഭ്രമിക്കാനുള്ള വകയായി.

എന്താ ചെയ്യാ?

അയാളുടെ മുഖം കണ്ട അയ്യപ്പൻ ചുമരിലെ വൈദ്യുതി തുളകൾ ചൂണ്ടിക്കാണിച്ചു. ഫോണിലേക്ക് വൈദ്യുതി പകർത്താനുള്ള വൈദ്യുതി നൂല് എടുക്കാൻ മറന്നെന്ന് അയാൾ സങ്കടത്തോടെ പറഞ്ഞു.

നൂലൊരെണ്ണം അയ്യപ്പൻ നീട്ടി. അയാൾ കുത്തി നോക്കി.

ശരിയാവില്ല.

അയാള് ആപ്പിളാണ്.

അയ്യപ്പൻ നോക്കിയ ആണ്.

അത് തിരിച്ചറിഞ്ഞ അയ്യപ്പൻ ആദരവോടെ സ്വന്തം ഫോൺ നീട്ടി.

"സ്വാമി ശരണം. യു കേൻ യൂസ് ദിസ്..."

അറിയാത്ത നമ്പർ കണ്ടാൽ ഭാര്യ എടുക്കില്ലെന്ന് അദ്ദേഹം പറഞ്ഞു. അയ്യപ്പൻ ചാരുതയോടെ പിൻവാങ്ങി.

തെല്ലിട കഴിഞ്ഞില്ല, അയാൾ അയ്യപ്പനോട് കൈ നീട്ടി എന്തു കൊണ്ടോ സെൽഫോൺ ചോദിച്ചു. ഒരു പുഞ്ചിരിപോലും ഇല്ലാതെ അയ്യപ്പൻ പറഞ്ഞു.

"നോ..സർ. നോ പവർ."

അയ്യപ്പൻ ഫോൺ കൊടുത്തില്ല. ലാപ്ടോപ്പ് അടച്ച് ആപ്പിളിന്റെ നൂലും തേടി അയാൾ പ്ലാറ്റ്ഫോമിലേക്കിറങ്ങിയതും അയ്യപ്പൻ എന്നോട് സത്യം പറഞ്ഞു.

"പവറൊക്കെ ഉണ്ട്. കൊടുക്കാഞ്ഞതാ. കൊടുത്താ അദ്ദേഹം വിളിക്കും. വിളിച്ചാൽ കഷ്ടകാലത്തിന് അയാളോടുള്ള സ്നേഹം കാരണം അവരെങ്ങാനും എടുത്താലോ.?! അറിയാത്ത നമ്പർ എന്തിനെടു ത്തെന്ന് ചോദിച്ച് അയാള് അവരോട് ശരണം വിളിക്കൂലേ..?"

പ്ലാറ്റുഫോമിലേക്ക് കടക്കുന്ന വണ്ടി സമാധാനത്തോടെ ഒന്നു ശരണം വിളിച്ചു.

അവന്റെ വിഷമം ഉള്ളിൽ തൊട്ടറിഞ്ഞ് അവൾ ചോദിച്ചു.

"നിന്റെ കയ്യിൽ പൈസ ഉണ്ടോ മുത്തേ..?"

അവൻ സത്യം പറഞ്ഞു.

"ഇത്തിരി..."

"ചില നേരം നീ തരുന്ന ഉമ്മപോലെ ഇത്തിരി.."

●

ഇടയ്ക്കിടെ കാണും ഞാനാ പെൺകുട്ടിയെ.

മെലിഞ്ഞ് വെളുത്ത് ഓജസ്സുള്ള പെൺകുട്ടി.

അടിച്ചു കഴുകുന്ന വസ്ത്രത്തിന്റെ തിളക്കമില്ലായ്മയോടെ ഇത്തിരി അയഞ്ഞ വേഷമാവും മിക്ക ദിവസവും. പതിയെ ആണ് നടക്കുക. പതിയെ നടക്കാൻ കാരണം അമ്മയുടെ കൈ പിടിച്ചതുകൊണ്ടാണ്. അമ്മയ്ക്ക് നല്ല വയ്യായ്ക ഉള്ളതുപോലെ തോന്നും. ഇടം വലം ആടിയാടിയാണ് നടക്കുക.

കാലിന് വേദന ഉണ്ടെന്നു തോന്നുന്നു. ചുവടുകൾക്കിടിയൽ പരസ്പരം ചെരുപ്പ് മാറുന്നത് കാണാം. ഇതിട്ടു നോക്കൂ..ന്ന് പറയുന്നത് കേൾക്കാം. രണ്ടു പേരുടേതും കുഞ്ഞു പാദങ്ങളാണ്. ഇടയ്ക്കിടെ ചിരിക്കുമെങ്കിലും ശബ്ദം ഒന്നോ രണ്ടോ വീണാലായി. അവരെ കടന്നു മാറുന്ന എനിക്കു നേരെ അവയങ്ങിനെ ഉരുണ്ടുരുണ്ട് വരും.

ചിലരുടെ ചിരികൾ ഗോലികൾ പോലെയാണ്.

അവ നിലത്ത് വീണാൽ പൊട്ടിച്ചിതറാതെ അവരുടെ ഹൃദയമിടിപ്പായ് മാറും. അങ്ങനെ വേണം ചിരിക്കാൻ. ഒരു സ്വപ്നം ചീന്തിയെടുക്കും പോലെ വേണം പുഞ്ചിരിക്കാൻ. കാറ്റ് തൊടുന്നതുപോലെ വേണം കൈ പിടിക്കാൻ.

അവരങ്ങനെയാണ്. നടത്തത്തിനിടയിൽ കിട്ടുന്നൊരു അസുലഭ കാഴ്ച്ചയാണ് എനിക്കത്. വീണ്ടും കാണണമെന്ന് തോന്നുമ്പോഴേക്കും അവർ കാഴ്ചയ്ക്കപ്പുറം ആയിരിക്കും.

ഇന്നലെയാണ് മനസ്സ് ഒരു കാര്യം വ്യക്തമാക്കിയത്.

അമ്മയല്ല മകളുടെ കൈ പിടിച്ചു നടക്കുന്നത്.

മകൾ അമ്മയുടെ കൈ പിടിച്ചാണ് നടക്കുന്നത്.

ആ മകൾക്കാണ് വയ്യായ്ക.

അമ്മ മകളെ നടത്തിച്ചു നടത്തിച്ച് നെഞ്ചോട് ചേർത്തു പിടിക്കുകയാണ്. ആ വയ്യായ്ക മകളെ മായ്ച്ചു കളയാതിരിക്കാൻ.

●

കാണുന്ന ബസ്സിന് കൈ കാണിച്ച് എവിടേക്കെങ്കിലും സഞ്ചരിക്കുക. എന്റെ പഴയ സഞ്ചാരങ്ങൾ പലതും അങ്ങനെയായിരുന്നു. മുൻകൂട്ടി

തീരുമാനിക്കാറില്ല. കീശയിൽ ചില്ലറയുണ്ടെങ്കിൽ ഏതെങ്കിലും ബസ്സിൽ കയറി എത്താവുന്നിടം എത്തും. മുന്നിൽ കാണുന്ന വഴിയിലൂടെ എങ്ങോട്ടെന്നില്ലാതെ നടക്കും. സ്വയം മറക്കുന്ന ആ നടത്തം തരുന്ന കാഴ്ചകൾ ജീവിതം തീരും വരെ മുന്നോട്ട് സഞ്ചരിക്കാനുള്ള ഉത്തേജനം കൂടിയായിരുന്നു.

യാത്രകൾ ഹിമാലയത്തിലേക്ക് തന്നെ വേണമെന്നില്ല. ചുറ്റുവട്ടത്തുള്ളൊരു വയലിറമ്പിലേക്കോ, ആൽചുവട്ടിലേക്കോ, സ്നേഹിതരുടെ വീട്ടുവാതിൽക്കലേക്കോ ആയാലും നമ്മൾ കാണാത്ത ഏതോ ഒരു സൗന്ദര്യം അവിടെ മറഞ്ഞിരിപ്പുണ്ടാവും. അത് കാണാനുള്ളൊരു മനസ്സൊരുക്കാൻ സാധിച്ചാൽ എത്താൻ കഴിയാത്ത ഏത് ദൂരക്കാഴ്ച്ചയും ആ ഇത്തിരി സൗന്ദര്യത്തിനു മുന്നിൽ മാറി നിൽക്കും. അവയോളം ആനന്ദം തരാൻ മറ്റൊന്നിനും സാധിച്ചെന്നു വരില്ല. ജീവിതം അങ്ങനെയാണ്.

കോളേജ് കാലത്ത് ക്ലാസ് മുറിയുടെ പരിസരവരാന്തയിൽ ഉച്ച നേരത്ത് തുണും ചാരി ഇരിക്കേ എനിക്കും ബാലകൃഷ്ണനും മുന്നിലൂടെ പൂക്കളുള്ള പാവാട ശബ്ദവും കേൾപ്പിച്ചങ്ങനെ നടന്നു പോകുന്നൊരു പെൺകുട്ടി ഉണ്ടായിരുന്നു. മുഖം ചെമ്പരത്തി ചുവപ്പുള്ള വെളുത്ത് മെലിഞ്ഞ സരസ്വതി.

നേരിട്ട് പരിചയം ഇല്ലെങ്കിലും മിക്ക ദിവസങ്ങളിലും കാണും. സരസ്വതി നടന്നുപോകവേ കാറ്റിലും നടത്തത്തിലും ഉലയുന്ന തുണികൾക്കൊരു പ്രത്യേക ശബ്ദമാണ്. നിത്യജീവിതത്തിൽ നമ്മളാരും ശ്രദ്ധിക്കാത്തൊരു സുതാര്യ ശബ്ദമാണ് വസ്ത്രങ്ങളുടെ ശബ്ദം. വീട്ടിൽ നടക്കുന്ന, അമ്മ, അച്ഛൻ, അനിയൻ, ഏട്ടൻ, ഏടത്തി, അനയിത്തിയിൽ നിന്നെല്ലാം, അത്തരം വസ്ത്ര ശബ്ദങ്ങൾ ധാരാളം നമുക്കു ചുറ്റും വീഴാറുണ്ട്. വളരെ ആനന്ദകരമാണ് ആ ശബ്ദം. വസ്ത്രശബ്ദം മായ്ച്ചു കളഞ്ഞാൽ ജിവിതത്തിന്റെ ഒരു പ്രതലം അങ്ങ് മാഞ്ഞു പോകും. പലർക്കും അതറിയില്ല. ശ്രദ്ധിച്ചിട്ടുണ്ടാവില്ല.

സരസ്വതി നടന്നു പോകവേ വസ്ത്ര ശബ്ദം കേട്ട സുഖത്തിൽ ഞാൻ ബാലകൃഷ്ണനോട് പറഞ്ഞു.

"അവൾ പാവാട കഞ്ഞി മുക്കിയിട്ടുണ്ട്."

ബാലകൃഷ്ണൻ പെട്ടെന്ന് പ്രസന്നനായി.

"അതെങ്ങനെ നിനക്ക് മനസ്സിലായി..?! നീയാണോ മുക്കി കൊടുത്തത്...?"

"മുക്കിയത് സരസ്വതി. അമ്മ കഞ്ഞിവെള്ളം നേർപ്പിച്ചു കൊടുത്തു കാണും."

തിരികെ വന്ന സരസ്വതിയോട് ബാലകൃഷ്ണൻ കൂസലില്ലാതെ ചോദിച്ചു.

"പാവാട കഞ്ഞി മുക്കിയതാണോ...?"

പരിഭ്രമിച്ചെങ്കിലും ദേഷ്യം വരാതെ സരസ്വതി പെട്ടെന്ന് പറഞ്ഞു.

"അതെ. എന്തേ..?"

"അല്ല. കഞ്ഞിമുക്കിയതാണെന്ന് ഇവൻ പറഞ്ഞു. ശബ്ദം കേട്ട് പിടിച്ചതാണത്രെ..."

"എന്ത് ശബ്ദം..?!"

ഞാൻ പറഞ്ഞു.

"നടക്കുമ്പോൾ കേട്ട പാവാടയുടെ കഞ്ഞി ശബ്ദം."

ചെമ്പരത്തി മുഖമുള്ള സരസ്വതിയുടെ ഉള്ളിൽ എവിടെയോ ഉള്ളൊരു നർമ്മജ്വാല കാരണമാവാം പെട്ടെന്ന് തുടുത്തു. ഒട്ടും പരിഭവമില്ലാതെ സരസ്വതി നടന്നകന്നു. ബാലകൃഷ്ണൻ ഓടിച്ചെന്ന് അവളോട് വീണ്ടും എന്തോ ചോദിച്ചു. ഉത്തരം പറഞ്ഞ് അവൾ ചിരിച്ചകന്നു. തിരികെ വന്ന ബാലകൃഷ്ണൻ വെളിപാട് തിരിച്ചറിഞ്ഞ ശിഷ്യനായി ഭവ്യതയോടെ ചിരിച്ചു.

"നേരാടാ.. അമ്മ നേർപ്പിച്ചു കൊടുത്തു. അവള് മുക്കി. വീട്ടിലെ അലക്കലും തൊഴിക്കലും എല്ലാം അവളാ. അമ്മ ടീച്ചറ്. അച്ഛന് കൽപ്പണി. ഏട്ടൻ ഓട്ടോ ഓടിക്കുന്നു. വീട് പുല്ലാളൂരിൽ"

ഒരൊറ്റ പാവാട ശബ്ദം എനിക്കു മുന്നിൽ നിവർത്തിയിട്ടത് അനവധി കാഴ്ച്ചകളാണ്. ചെറിയ വീട്. ചുറ്റും തൊടി. മൂർദ്ദാവിൽ മാത്രം ഓടിട്ട് ഓല ചായ്ച്ചു കെട്ടിയൊരു വീട്. വാതിലുകൾക്കൊന്നും ഉയരം കാണില്ല. കുനിഞ്ഞു വേണം അകത്ത് കയറാൻ. നിലത്താവും അടുപ്പ്. അമ്മ നിലത്തിരുന്നാവും ഭക്ഷണം ഉണ്ടാക്കുക. മുണ്ടിൽ കരി കാണും. വീട് പണിതത് അച്ഛന്റെ കരവിരുതാവും. ആടുകൾ കാണും. കറക്കുന്നത് അച്ഛനാവും. വീട്ടിനു ചുറ്റും വേലിയാവും. സന്ധ്യയ്ക്ക് വിളക്ക് വെച്ച് രാത്രി നേരത്തെ കിടക്കും. പറമ്പിൽ പച്ചക്കറി കാണും. പുറത്ത് നിന്നും വാങ്ങുന്നുണ്ടാവില്ല. നിരത്തിൽ നിന്നും കുറെ ദൂരം നടന്നിട്ടാവും അവളുടെ വീട്. വീട്ടിലേക്ക് വാഹനം പോവില്ല. പക്ഷേ സൈക്കിൾ പറക്കും.

എല്ലാം കേട്ട് രസം പിടിച്ച ബാലകൃഷ്ണൻ ഒട്ടും മടിയില്ലാതെ സരസ്വതിയുടെ ക്ലാസിൽ ചെന്ന് അവളെ കണ്ട് ഞാൻ പറഞ്ഞതത്രയും പറഞ്ഞു. എല്ലാം ശരിയാണെന്ന് പറഞ്ഞ സരസ്വതി ബാലകൃഷ്ണനോട് പറഞ്ഞത് മറ്റൊന്നാണ്.

"രഘുവിനെ എനിക്കറിയാം. ഇടയ്ക്കിടെ രഘു ഞങ്ങളുടെ ഇടവഴിയിലൂടെ നടന്നു പോകുന്നത് ഞാൻ കണ്ടിട്ടുണ്ട്."

അത് തെറ്റായിരുന്നു. ഞാൻ ഒരിക്കലും ആ വഴി പോയിട്ടില്ല. പക്ഷേ പുല്ലാളൂർ എന്ന ഗ്രാമവും അതിലെ സരസ്വതിയുടെ വീടും പരിസരവും ഇടവഴികളും എല്ലാം എനിക്കു മുന്നിൽ ഒരു കൗതുകമായി. ആ കൗതുകമാവാം ഒരിക്കൽ എന്തോ ചിന്തയിൽ നടക്കാവ് നിരത്തിൽ നിൽക്കേ കടന്നു മാറുന്ന പുല്ലാളൂർ ബസ്സിന് കൈ കാണിക്കാൻ എന്നെ പ്രേരിപ്പിച്ചതും.

പുല്ലാളൂരിൽ ബസ്സിറങ്ങുമ്പോൾ മനസ്സിൽ സരസ്വതി ആയിരുന്നു. ആ വീടൊന്ന് കാണണമെന്നുണ്ടെങ്കിലും അവിടേക്കുള്ള വഴിയോ വിലാസമോ ഒന്നും എനിക്കറിയില്ല. ബസ്സിറങ്ങി ചിരപരിചിതനെപോലെ വയലിറമ്പത്തൂടെ എങ്ങോട്ടെന്നില്ലാതെ നടന്നു.

ഏത് ഗ്രാമത്തിലും അമ്പലങ്ങളും കുളവും കാണും. നടവഴികൾ ധാരാളം ഉണ്ടാവും. പിറകിൽ നിരത്ത് മറഞ്ഞാൽ പിന്നെ നാലുപാടും പ്രകൃതി മാത്രം. അതാണ് ഗ്രാമം. വീടുകളും തൊടികളും എല്ലാം പ്രകൃതിയോട് ചേർന്നു നിൽക്കും. അഭംഗി തരും വിധം ആകാശത്തോടോ ഭൂമിയോടോ ചേരാത്ത ഒന്നും ഗ്രാമത്തിൽ കാണില്ല. നഗരത്തിൽ അത് സുലഭം. ഞാൻ പുല്ലാളൂരിലൂടെ നടന്നു.

നടത്തം അവസാനിച്ചത് ഒരു വശം വലിയൊരു വയലും മറുവശം ധാരാളം തെങ്ങ് വിളഞ്ഞു നിൽക്കുന്ന വിശാലമായൊരു പറമ്പിനും ഇടയിലൂടെ ഒഴുകുന്നൊരു തോടിന്റെ നടപ്പാലത്തിലായിരുന്നു. കൈവരികളുള്ള ആ നടപ്പാലത്തിൽ വിശറിയായി വീശി നിന്ന് പാട്ടു മൂളുന്ന നല്ല കാറ്റ്. ഉച്ച കഴിഞ്ഞ നേരമായിട്ടും അധികം വെയിൽ വീഴാത്ത ആകാശം. കണ്ണെത്താ ദൂരത്തോളം വിളയാറാവുന്ന നെല്ല്. പാലത്തിന് താഴെയായി ഒഴുകുന്ന വെള്ളത്തിന്റെ ശക്തിയിൽ പരസ്പരം ബഹളം വെക്കുന്ന കുഞ്ഞു കല്ലുകളുടെ പരിഭവ ശബ്ദം. ഇടയ്ക്കൊരു പക്ഷിയുടെ വിസിലടി. അല്ലെങ്കിലൊരു ചൂളമടി.

നിൽക്കുന്നിടം ജീവിത ലക്ഷ്യമായി കാണുന്നൊരു മനസ്സാണ് എനിക്ക് അച്ഛനും അമ്മയും തന്നത്. അതാവാം എന്നെ ഇതെല്ലാം ഇങ്ങനെ കാണുവാൻ പ്രേരിപ്പിക്കുന്നതും.

സ്വൽപ്പം മാറി ഞാനൊരു കാഴ്ച്ച കണ്ടു. വയലിറമ്പത്തൊരു തണലിൽ ഒരു കുഞ്ഞു കുടുംബം പുൽപ്പരപ്പിൽ ഇരുന്ന് ഭക്ഷം കഴിക്കുന്നു. വയൽപ്പണി എടുക്കുന്ന പുരുഷന് പാത്രത്തിൽ ചോറും കറികളും കൊണ്ടുവന്ന് ഭാര്യ അദ്ദേഹത്തെ ഊട്ടുകയാണ്. ഉണ്ണാൻ സമ്മതിക്കാതെ വികൃതി കാണിക്കുന്ന എട്ടോ ഒൻപതോ മാസം പ്രായം വരുന്നൊരു കുഞ്ഞും. ഭാര്യ ഇലച്ചീന്തിൽ വിളമ്പുന്നു. അയാൾ ഇടയ്ക്കിടെ കുഞ്ഞിനെയും അമ്മയെയും കൗതുകത്തോടെ ഊട്ടുന്നു. എന്തൊരു സ്നേഹമാണ് അവർക്ക്. അവരുടെ ഓരോ വാത്സല്യ ശബ്ദത്തരികളും എനിക്കു മുന്നിൽ തീർത്തത് ഒരു വർണ്ണക്കാഴ്ച്ചയായിരുന്നു.

ഭക്ഷണം കഴിഞ്ഞ് അവർ കൈവരിപ്പാലത്തിന്നരികിലെ തോട്ടിറമ്പത്തേക്ക് ഇറങ്ങവേ അവരെ പരിചയപ്പെട്ടു. കരിവളയിട്ട കുഞ്ഞിനെ ഞാനും ഒന്നെടുത്തു.

കുഞ്ഞുങ്ങളുടെ ഓരോ ശബ്ദവും ഈശ്വരൻ വിളിക്കുന്നതുപോലെയാണ്. അർത്ഥമില്ലാത്ത ശബ്ദങ്ങളൊന്നും കുഞ്ഞുങ്ങൾ പുറപ്പെടുവിക്കില്ല. വാക്കുകൾ ഉച്ചരിക്കുന്നതിന്നു മുൻപുള്ള കുഞ്ഞുങ്ങളുടെ ഓരോ ശബ്ദവും ശ്രദ്ധിച്ചു നോക്കൂ. ഓരോന്നും ഓരോന്നാവും. ഒന്നുപോലെ മറ്റൊന്നില്ല.

അതൊരു മോളായിരുന്നു.

ഞാൻ മോളുടെ പേരു ചോദിച്ചു.

അച്ഛൻ പറഞ്ഞു.

അമ്മയും അതു തന്നെ പറഞ്ഞു.

"സരസ്വതി."

വീണ്ടുമൊരു പുല്ലാളൂർ യാത്ര എനിക്കിതുവരെ സാധിച്ചിട്ടില്ല. കോളേജിലെ സരസ്വതിക്കും ഇപ്പോൾ എന്നൊടൊപ്പം പ്രായമുണ്ടാവും. ഒക്കത്തിരുന്ന സരസ്വതി ഇപ്പോൾ എവിടെയായിരിക്കും...?

ചിന്തകൾക്ക് വൈദ്യുതി വേഗമാണ്.

●

"**പൊ**ന്നും തിങ്കൾ പോറ്റും മാനേ..
മാനേ.. കുഞ്ഞിക്കല മാനേ...
പൂമിഴികൾ പൂട്ടി മെല്ലെ..
നീയുറങ്ങൂ.. ചായുറങ്ങൂ..
സ്വപ്നങ്ങൾ പൂവിടും നാളേ..."

ഈ ഗാനം എഴുതി മോഹൻ സിതാരക്കൊപ്പം ഇരുന്ന് മോഹന്റെ ഹാർമ്മോണിയത്തിനൊപ്പം പാടുമ്പോൾ ശ്രീ ഒ.എൻ.വിയുടെ കണ്ണുകൾ പതിയെ അടയുന്നതും നോക്കി ഞാൻ ഇരിക്കും.

ആദ്യമായി സംവിധാനം ചെയ്യുന്ന സിനിമയിലേക്കുള്ള ഗാനം ആ മനസ്സുകളിൽ നിന്നും ഒഴുകി വരുന്നത് കേൾക്കേ ഞാൻ മറ്റൊരു ലോകത്തിലേക്ക് എനിക്കൊപ്പം സഞ്ചരിക്കും.

ഒരു സിനിമയുടെ പിറവിയിൽ ഏറ്റവും ഉത്തമ ഭാഗം അതിലെ ഗാനങ്ങൾ ചിട്ടപ്പെടുത്തും നേരമാണെന്ന് തോന്നാറുണ്ട്.

നല്ല നല്ല ഗാനങ്ങളും,

നല്ല നല്ല അക്ഷരം പിറക്കുന്ന മനസ്സുകളും.

ആകാശമാണ് മനസ്സ്.

അല്ലെങ്കിൽ ഇത്രയധികാ മഴവില്ലുകൾ മനുഷ്യർക്ക് കിട്ടില്ല.

●

സദാ നർമ്മത്തോടെ മാത്രാ ഞാൻ കണ്ടിരുന്നൊരു മുഖം.

കേട്ടിരുന്നൊരു ശബ്ദം.

കണ്ണിലെ തിളക്കത്തിലും

കേൾവിയിലെ ശബ്ദത്തിലും
പ്രസന്നത മാത്രം മുറ്റി നിന്നൊരു ജന്മം.
ശ്രീ അക്ബർ കക്കട്ടിൽ.
പോയി.
പൊയ്ക്കോട്ടെ..

വേദനയുടെ കിടക്കയിലെ നിദ്രയില്ലാനിമിഷങ്ങളായി വരുന്ന അവാർഡുകൾ കാലം ആർക്കും സമ്മാനിക്കരുത്. അവ കാലത്തെ തിരിച്ചേൽപ്പിച്ച് പുഞ്ചിരിയോടെ നടന്നകലണം. അതാവാം കാലം തിരിച്ചറിയുന്ന ഏറ്റവും ശക്തമായ നർമ്മം. അവിടെ കാലം അയ്യടാ..ന്നാവും.

അങ്ങനെ നടന്നവർ പരശ്ശതമുണ്ട് ഈ ഭൂമിയിൽ.

കാലത്തെ ശശിയാക്കിയവർ.

നടത്തത്തിനിടയിലാണ് ആ വൃദ്ധമുഖം ശ്രദ്ധിച്ചു നോക്കുന്നത് കണ്ടത്. നോട്ടം വെളിച്ചമായ് തോന്നിയതും പുഞ്ചിരിച്ചു. അച്ഛനെപോലെ ഒരു പ്രകാശ മുഖം. വൈകിയില്ല അദ്ദേഹം ഒപ്പം ചേർന്നു നടന്നു. എനിക്ക് വേഗം കുറക്കേണ്ടി വന്നു.

രണ്ടാൾക്ക് ചേർന്നു നടക്കാനുള്ള മൺവീതിയേ ഉള്ളൂ. ഇരുവശവും മുൾമൂർച്ചയുള്ള ഇലകളുമായി പടർന്നു പന്തലിച്ച കർപ്പൂരച്ചെടികളാണ്. നല്ല മണം. നല്ല ഉരം. ചെരുപ്പില്ലാത്ത പാദമാണെങ്കിൽ ഇലകൾ തട്ടി തൊലി പിന്നും. വെള്ളം തട്ടുമ്പോൾ നീറും. കഴുകിത്തെളിയുമ്പോൾ പാദത്തിലെ ചോര പൊടിഞ്ഞ ചുകന്ന ചിറ്റുകൾ തെളിയും. ചില കമ്മലുകളിൽ അത്തരം ആകൃതിയിലുള്ള കുഞ്ഞിക്കല്ലുകൾ കാണാം. എനിക്കാ കമ്മലുകൾ ഇഷ്ടമാണ്. പ്രിയപ്പെട്ടൊരു ചെവികളിലെ ആ കല്ലുകളിൽ ഞാൻ പലപ്പോഴും സ്പർശിച്ചിട്ടുണ്ട്.

അദ്ദേഹത്തിന് ഉയരം കുറവായിരുന്നു. മെലിഞ്ഞ ശരീരം. ഭസ്മ മണം. വയ്യാത്ത ശരീരം. അഞ്ചടിക്ക് ഒരു ദീർഘ മിടിപ്പെന്ന തോതിൽ ഹൃദയം വിഷമിക്കുന്നുണ്ട്. നടത്തത്തിലേക്ക് ഒപ്പം കയറിയതും അദ്ദേഹം പറഞ്ഞു.

"മിനിഞ്ഞാന്നും ഞാൻ ഓർത്തു. ഇപ്പോ കാണാറേ ഇല്ലല്ലോ..ന്ന്.."

"ഞാനിവിടെ ഇല്ലായിരുന്നു."

"എപ്പോഴും ഓട്ടാ അല്ലേ.."

"മുഴുവൻ സമയോം അല്ല. ഇടയ്ക്കൊന്ന് നടക്കും."

അദ്ദേഹം ചിരിച്ചു.

"നല്ല ചുമയുണ്ടല്ലോ."

"കുറച്ചു ദിവസായി."

"ശബ്ദോം അടങ്ങതല്ലോ.."

"അതെ.."

അദ്ദേഹം കയ്യിലെ സഞ്ചി തുറന്നു.

"നാരങ്ങ തരട്ടെ..?"

ഞാൻ തടഞ്ഞു.

"കുട്ട്യോൾക്ക് ഇഷ്ടാ. അതാ വാങ്ങണത്. തൊലി പൊളിച്ചു കൊടുക്കണം."

"നല്ലത് കിട്ട്യോ..?"

"അറീല. കണ്ടാ ഇത്തിരി സൗന്ദര്യം ഉണ്ട്. ചെറുപ്പത്തില് നാരങ്ങ ത്തോല് കണ്ണില് പിഴിഞ്ഞ് എറീച്ച് കളിക്കാറുണ്ട്. കളിച്ചിട്ടുണ്ടോ?"

"ഓ.. എത്രയോ തവണ. കളിക്ക്യ മാത്രല്ല തോല് ചവക്കാറുംണ്ട്."

"എനിക്ക് ഇപ്പഴും പിഴിയാൻ തോന്നും. പക്ഷേ ധൈര്യല്ല്യ. കണ്ണില് വീഴണത് നാരങ്ങത്തോലിലെ നീരാണോ നാരങ്ങയ്ക്കടിച്ച വിഷാണോ..ന്ന് ആർക്കാ അറിയാ?"

"ആ കളീം പോയി അല്ലേ?"

"പോയി.."

അതും പറഞ്ഞ് അദ്ദേഹം തോളിൽ കൈവെച്ചു. ആ വാത്സല്ല്യം എന്നെ മൊത്തം ഒന്നു കുറുക്കി ഇത്തിരിയാക്കി.. ഞാനും വെച്ചു കൈ. ചുമലിലെ അസ്ഥിക്ക് ഇത്തിരി മൂർച്ചയുണ്ട്. ധരിച്ച വെളുത്ത ഷർട്ടിനെ വേണമെങ്കിൽ നൈറ്റി എന്നു വളിക്കാം. അത്രയ്ക്കും അയഞ്ഞതാണ്. ചുമലിൽ തടവിയപ്പോൾ ഒരു കുഞ്ഞു മുഴ തടഞ്ഞു. ആ സ്പർശം അറിഞ്ഞതും അദ്ദേഹം പറഞ്ഞു.

"സെബേഷ്യസ്സ് സിസ്റ്റാണ്. ഓപ്പറേഷൻ വേണം. ധൈര്യംല്ല്യ. അതോണ്ട് വിട്ടു."

"എനിക്കും ചുമലിൽ പിന്നിൽ ഒരെണ്ണം ഉണ്ടായിരുന്നു. പണ്ടേ കീറി കളഞ്ഞു."

"ഏതാശുപത്രീന്നാ..?"

"ചെറിയൊരു ക്ലിനിക്കായിരുന്നു. ഒരു സർജിക്കൽ ബ്ലേഡിന്റെ ആവശ്യേ വന്നുള്ളൂ."

"ആരാ ഡോക്ടറ്..?"

"ഡോക്ടർ രാജൻ. രാജേട്ടൻന്ന് വിളിക്കും. പൂർണ്ണമായും ഏട്ടനായിരുന്നു."

"ഇപ്പഴെവിടാ ഡോക്ടറ്.."

"സ്വർഗ്ഗത്തില്."

ഏതാനും മിനിറ്റ് ഒപ്പം നടന്ന് കർപ്പൂരച്ചെടി വീഥി കടന്ന്, നിരത്തിലേക്ക് കയറി നാഗപ്പിള്ളയാർ കോവിലിലേക്കുള്ള മൈതാനത്തിന്നരികിൽ എത്തവേ, ആദ്ദേഹം കൈ പിടിച്ചു. ആദരവോടെ പതിയെ ചോദിച്ചു.

"എന്താന്നറീല, എന്നോടൊന്ന് ചിരിച്ചു കണ്ട ധൈര്യത്തിലാ ഒപ്പം കൂടിയതും തോളിൽ കൈവെച്ചതും. മുൻപ് കണ്ടപ്പഴൊക്കെ ഗൗരവ മായിരുന്നു. അപ്പോ കാവേരീം മിണ്ടാൻ സമ്മതിക്കില്ല. വിഷമിപ്പിക്കണ്ടാ..ന്ന് പറേം. ഇനി ഒരീസം സുഭദ്രേം മക്കളേം കൂട്ടി വരണം. പിണങ്ങി നിൽക്കരുത്. പ്ലീസ്. വല്ല്യ സങ്കടാണേ.."

എന്തെങ്കിലും പറയാൻ കഴിയുന്നതിന്നു മുൻപേ അദ്ദേഹം അരയാലിലപോലെ എന്നിൽ നിന്നും മൈതാനത്തേക്ക് പറന്നിറങ്ങി സന്തോഷത്തോടെ നടന്നു പോയി. കാവേരിയെ കണ്ട് പറയാനാവും. നടത്തത്തിന് അതുവരെ ഇല്ലാത്തൊരു വേഗത.

കണ്ണു നിറഞ്ഞു.

അദ്ദേഹം ആരെയാണാവോ അമ്മേ.. എന്നിൽ കണ്ടത്.

അത് ഞാനല്ലെന്ന് അദ്ദേഹത്തോടെങ്ങനെ പറയും?

പിറകെ ഓടിച്ചെന്ന് പറഞ്ഞ് വയ്യാത്ത അദ്ദേഹത്തെ തളർത്തണോ. ഇനി, ഞാനല്ലാത്ത ആ ഞാനെ വീണ്ടും കാണുമ്പോൾ, ദുർഗൗരവത്തോടെ ആ ഞാൻ നടന്നു പോകുമ്പോൾ, അദ്ദേഹം ഇതിനേക്കാൾ തളർന്നു പോകുമോ.

എനിക്കറിയില്ല.

എന്തിനാണ് ഇല്ലാത്ത കാരണങ്ങൾ ഉണ്ടാക്കി ആളുകൾ പിണങ്ങുന്നത്? മനസ്സുകളെ തിളയ്ക്കുന്ന ചിന്തകളിൽ വേവിച്ചു കൊല്ലുന്നത്. ആ അരയാലില ദേഹം പറഞ്ഞതുപോലെ..,

പിണങ്ങി നിൽക്കരുത്.

പ്ലീസ്. വല്യ സങ്കടാണേ.

വളപ്പിൽ ബാലകൃഷ്ണനനും

തമിഴൻ വിജയനും

തട്ടാൻ ഭാസ്കരനും

മുസ്തഫയും

സേതുവും

മാളുവും

അംബികയും

ചന്ദ്രന്റെ അനിയത്തിയും

പിങ്ക് ഉടുപ്പിട്ടു വരുന്ന മെലിഞ്ഞ പെൺകുട്ടിയും എല്ലാം ഒന്നാം ക്ലാസുമുതൽ അഞ്ചാംക്ലാസ്വരെ കൂടെ ഉണ്ടായിരുന്നു. അതിനു ശേഷം

സ്കൂൾ മാറിയതോടെ എല്ലാരും എനിക്കു ചുറ്റും എവിടൊക്കെയോ ചിതറി.

പിന്നീട് എവിടേങ്കിലും വെച്ച് കാണുമ്പോഴേക്കും, മീശ വന്നു. താടി പടർന്നു. ശബ്ദം കനത്തു. ശരീരം ഉണ്ടപ്പൊരിയും കൊള്ളിബിസ്ക്കറ്റു മായി. എന്നും കാണുന്ന വളപ്പിൽ ബാലകൃഷ്ണനേം മുസ്തഫേം അല്ലാതെ പലരേം കണ്ടാൽ തിരിച്ചറിയാതായി.

തിരിച്ചറിയാതെ പോയതിന് വഴിയിൽ പിടിച്ചു നിർത്തി സ്നേഹ ത്തോടെ ദേഷ്യപ്പെട്ടത് മെലിഞ്ഞ പിങ്ക് പെൺകുട്ടി മാത്രം. ഒപ്പം നടന്ന മകന് അവളെക്കാൾ ഉയരം. അവനും ഒരു ഇളം പിങ്ക് നിറം. അപ്പോഴും പേരറിയാതെ വിഷമിച്ചു. ചോദിക്കാൻ മടിയായിരുന്നു. ഇപ്പോഴും ആ പേരറിയില്ല. എങ്കിലും പഴയ രൂപവും അന്നു കണ്ട രൂപവും തമ്മിലുള്ള വ്യത്യാസം നല്ല തെളിവോടെ നിൽപ്പുണ്ട്. അഴകായിരുന്നു അവൾ. ഒരിക്കൽ വളപ്പിൽ ബാലകൃഷ്ണനോട് അവരുടെ പേര് ചോദിച്ചിരു ന്നെങ്കിലും കുറച്ചു നേരം ആകാശം നോക്കി നിന്ന് എവിടെയും പിങ്ക് കാണാൻ കഴിയാതെ എനിക്ക് ഓർമ്മയില്ലാത്ത വേറെ നിറങ്ങൾ മന സ്സിൽ പൂശി, നീലയാണോ മഞ്ഞയാണോ ഓറഞ്ചാണോ.. ന്ന് ചോദിച്ച് വട്ടം കറക്കി സുല്ലിട്ടു.

ഇനി ഞാൻ കണ്ട പിങ്കാണോ അവൻ കണ്ട ഓറഞ്ച്..?!

നിറങ്ങൾ മനസ്സിലല്ലേ ..

നമുക്കു ചുറ്റും അല്ലല്ലോ..

ഇന്നലെ ലുലുമാളിൽ വഴി നടക്കേ തിരക്കിനിടയിൽ ഇടനാഴിയിൽ ഒരിടത്തെ ചാരുകസേരയിൽ ശ്രദ്ധാപൂർവ്വം നോക്കി മൃദുവായി പുഞ്ചി രിച്ച ആ മുഖമായിരിക്കുമോ ഇനി അവൻ കണ്ട ഓറഞ്ച്..?

ആയിരിക്കണം.

ആ ഇരുത്തത്തിന് ക്ലാസിൽ സംസാരിക്കുന്ന കുട്ടികളുടെ പേരെഴുതി യെടുക്കുന്ന ക്ലാസ് ലീഡറുടെ ഗമയുണ്ടായിരുന്നു. എന്ത് പിങ്കാണെങ്കിലും അവൾ എന്റെ പേര് ഇന്നലേം അച്ചട്ട് എഴുതിയിരിക്കും.

മിണ്ടാതെ പോയതിന്.

ഒരിക്കൽ ഒപ്പം നടന്ന് കടലോളം ആഴത്തിൽ ചിരിച്ചു മറിഞ്ഞും ആകാശ ദൂരത്തോളം അർത്ഥമറിയാതെ പറന്നു നടന്നും സൂര്യാസ്തമയങ്ങൾ ക്കൊപ്പം ജീവിച്ച അനവധി ചങ്ങാത്തങ്ങളുണ്ട്. പിന്നീടെപ്പോഴോ, അതി വേഗതയിൽ ഓടുന്ന തീവണ്ടികളെപ്പോലെ പരസ്പരം കടന്നു മാറവേ, ഒന്നു പേരുവിളിക്കാനോ കൈവീശാനോ കഴിയാത്ത വിധം തിരിച്ചറി യാതെ ഇഴപിരിഞ്ഞകലേണ്ടി വരുന്നത് മനുഷ്യർക്കിടയിൽ മാത്രമായി രിക്കുമോ?

ദേശാടനത്തിനിടയ്ക്ക് ഒപ്പം പറന്ന പക്ഷികളെ മറുപക്ഷികൾ പിന്നീടെപ്പോഴെങ്കിലും പറക്കുമ്പോൾ തിരിച്ചറിയാതിരിക്കുമോ?

അച്ഛന്റെ ചാരു കസേരയ്ക്ക് അച്ഛനേക്കാൾ വാത്സല്യമാണ് ഞങ്ങളോട്. ആ ചാരുകസേരയ്ക്ക് രണ്ട് നീളൻ കൈകളുണ്ട്. പൂമുഖത്ത് കിഴക്കേ ജനലരികിൽ ആണ് അതിന്റെ സ്ഥാനം. നാല് കള്ളികളുണ്ട് ആ ജനലിന്. ഓരോ കള്ളിയിലും ഓരോ വാതിലും. അച്ഛൻ നാലും തുറന്നു വെക്കും. ജനലിന്നപ്പുറം വീട് ചുറ്റി വരുന്ന കോലായയും പിന്നെ ചെറിയൊരു മുറ്റവും.

അവിടാണ് അമ്മ എപ്പോഴും അമര നടുക.

പിന്നെ അത്യാവശ്യം പൂച്ചെടികളും മറ്റു പച്ചക്കറികളും.

മുറ്റത്തിന്റെ അതിരിൽ രാധാകൃഷ്ണേട്ടന്റെ വീടിന്റെ അതിരിലുള്ള മുള്ള് വേലി. വേലിയുടെ അതിരിൽ ഒരു ആത്തച്ചക്ക മരവും വേലി നിറയെ വിത്തിടാതെ മുളച്ച് പടർന്നു വളരുന്ന കോവക്കയും. എത്രയോ കോവക്ക പച്ചയ്ക്ക് പറിച്ചു തിന്നിട്ടുണ്ട്. മുൾവേലി കെട്ടുന്നത് കാണാൻ നല്ല രസമാണ്. പച്ചമുളയുടെ നീളൻ മുള്ളുകളാണ് വേലികെട്ടാൻ ഉപയോഗിക്കുക. കെട്ടാൻ രണ്ടാൾ വേണം. ഒരാൾ അപ്പുറത്തും ഒരാൾ ഇപ്പുറത്തും. കെട്ടിക്കഴിഞ്ഞ് ഉണങ്ങി വീഴുന്ന മുള്ളുകൾ എത്രയോ തവണ കാലിൽ തറച്ചിട്ടുണ്ട്. ചില മുറിവുകൾ പഴുക്കും. ഉപ്പും ചോറും അരച്ച് മുള്ള് തറച്ചിടത്ത് വെച്ച് തിരി കത്തിച്ച് ചൂടാക്കി വെച്ചുകെട്ടി തറച്ച ഭാഗം നിലത്ത് തട്ടാതെ മുടന്തി നടന്നൊരു കാലം പിറകിലുണ്ട്. പിറകോട്ട് നോക്ക്യാ വേദനിക്കും. അതോണ്ട് നോക്കുന്നില്ല.

അച്ഛന്റെ കസേരക്കൈയ്യിൽ ഇരിക്കാത്ത മക്കളില്ല. ആ കസേരക്കയ്യിലും ഞങ്ങളെല്ലാം ഇരുന്നിട്ടുണ്ട്. എന്റെ ഇരുത്തം എപ്പോഴും വലത്തെ കൈയിലാണ്. കസേരക്കയ്യിൽ ഇരുന്ന് അച്ഛന്റെ കഴുത്തിൽ കൈയിട്ട്, അച്ഛന്റെ പുറം തടവി, അച്ഛൻ നിവർത്തിപ്പിടിച്ച് വായിക്കുന്ന മാതൃഭൂമിയിലേക്കും നോക്കിക്കൊണ്ടുള്ള ആ ഇരുത്തം, ഒരു ചെറുകഥയിലൂടെയോ തിരക്കഥയിലൂടെയോ കിട്ടുന്ന ആനന്ദ സഞ്ചാരത്തിനും എത്രയോ കാതം അപ്പുറത്താണ്.

അച്ഛന്റെ ആ കസേരയിൽ ഇരുന്നാണ് ആദ്യത്തെ കഥ എഴുതുന്നത്. പിന്നെ തിരക്കഥയും. ആദ്യം കിട്ടിയ പ്രണയലേഖനം വായിച്ചതും.

ജീവിതം പച്ചയ്ക്ക് വേവുന്ന കലങ്ങളാണ് ഓരോ വഴിവാണിഭങ്ങളും എന്നു തോന്നിയിട്ടുണ്ട്. വിശപ്പാറ്റാനുള്ളൊരു വേവലാതി ഓരോ വാണിഭക്കാരുടെ മുഖവും വിളിച്ചു പറയും. അവരുടെ ശബ്ദങ്ങളും നോട്ടവും ചലനവും നിസ്സംഗതയും ഉച്ചത്തിലുള്ള തമാശകളും പരസ്പരമുള്ള ചെറിയ കലഹങ്ങളും സഹായങ്ങളും വാങ്ങുന്നവൻ നൽകുന്ന വലിയ നോട്ടുകൾ മുറിക്കാനായി പരസ്പരം നടക്കുന്ന ചില്ലറ കൈമാറലുകളും വില്പനയ്ക്കിടയിലെ ഒറ്റപ്പെടലുകളും എല്ലാം പെട്ടെന്ന് പിറന്നു വീഴുന്ന

അതാത് സമയത്തെ ഓരോ മനോതലങ്ങളിൽ നിന്നും സംഭവിക്കുന്ന താണെന്ന് തോന്നാറുണ്ട്.

ചിലർ പ്രത്യേക ശബ്ദങ്ങൾ ഉണ്ടാക്കിയാവും ആളുകളെ ക്ഷണിക്കുന്നത്. ആ ശബ്ദത്തിന് പ്രത്യേകിച്ചൊരു അർത്ഥവും കാണില്ല. ചിലർ നേരിട്ടങ്ങ് ക്ഷണിക്കും. ചെന്നില്ലെങ്കിൽ ക്ഷണിച്ച ആളെ അപ്പോൾ തന്നെ മറക്കും. ചിലർ വിൽക്കാൻ വെച്ചവ എടുത്തുയർത്തി അതുമായി യാതൊരു ബന്ധവും ഇല്ലാത്ത കാര്യങ്ങൾ പറയും. ഇതെല്ലാം കച്ചവടത്തിന്റെ ചില പ്രത്യേക സമയങ്ങളിലേ കാണൂ.

സ്വയം ആർജിച്ചെടുക്കുന്ന ഊർജം ചിലപ്പോൾ അവരിൽ പെട്ടെന്ന് പിൻവലിയുന്നത് കാണാം. മിക്കപ്പോഴും ആൾക്കൂട്ടം മുന്നിൽ ഒത്തുകൂടുമ്പോൾ അവർ നിശ്ശബ്ദരാവുന്നതാണ് കാണാറ്. ആരും ഇല്ലാത്തപ്പോൾ ബലിക്കാക്കകളെ ക്ഷണിക്കും വിധം കൈമുട്ടിയും ശബ്ദമുയർത്തിയും ആരും വിസ്മയിച്ചു പോകുന്ന ഒരു കച്ചവട ശബ്ദ തന്ത്രം പെട്ടെന്ന് ഉയരുന്നതും കാണാം.

ഇടയ്ക്കിടെ കാണുന്നൊരു വഴിയോര തുണിക്കച്ചവടക്കാരൻ ഉണ്ട്. പഴയൊരു കാറിൽ കൊണ്ടുവരുന്ന പലതരം ഷർട്ടിൻ തുണികൾ അയാൾ നിരത്ത് വക്കിൽ തുണി വിരിച്ച് അങ്ങ് നിവർത്തിയിടും. നിരത്തോരത്തെ പൊടി മുഴുവൻ കാറ്റിലും വാഹനത്തിരക്കിലും ആ തുണികളിൽ വീഴുന്നുണ്ടാവാം. തുണികൾ വിരിച്ചിടുന്നതിലെ ആകർഷണമാണ് ആളുകളെ അയാൾക്കു മുന്നിൽ എത്തിക്കുന്നതും. തീരെ ബഹളമില്ല. സംസാരമില്ല. തുണി തൊട്ടും ഞരടിയും നോക്കുന്നവനോട് വില പറയും. മുറിച്ചു കൊടുക്കും. വിരിച്ചിടുന്ന മിക്കവാറും തുണികൾ ആളുകൾ ഷർട്ടാക്കി മാറ്റുന്നത് ഞാൻ കണ്ടിട്ടുണ്ട്.

കഴിഞ്ഞ ദിവസം ആശുപത്രിക്ക് മുന്നിൽ നിൽക്കേ, ഉയരത്തിൽ പടുത്തുയർത്തിയ ആലപ്പുഴഹൈവേയിൽ നെട്ടൂരിലെ മരച്ചുവട്ടിൽ ഒരു കസേര കച്ചവടക്കാരനെ കണ്ടു. അടക്കാക്കിളികളുടെ വലുപ്പമുള്ള കുഞ്ഞുകുഞ്ഞു ചാരുകസേരകൾ ഓരത്ത് അടുക്കി വെച്ച്. അതിലൊന്നിലും ഇരിക്കാതെ നിസ്സംഗനായി അരികിലെ ഒരു കൽക്കുറ്റിക്ക് മുകളിൽ ഇരിക്കുന്ന അദ്ദേഹത്തെ കുറേ നേരം നോക്കി നിന്നു.

ആ കസേരകളുടെ ഇരുത്തത്തിനും ഒരു ചാരുതയുണ്ട്. കുഞ്ഞു കസേരയാണെങ്കിലും ഉറപ്പുണ്ടെന്ന് വ്യക്തം. അല്ലെങ്കിൽ ഇടയ്ക്കിടെ കൽക്കുറ്റിയിൽ നിന്നും എഴുന്നേറ്റ് അയാൾ ആ കസേരയിൽ ധൈര്യപ്പെട്ട് ഇരിക്കില്ലല്ലോ.

എന്നാലും ഭംഗി ആ കൽക്കുറ്റിക്കു മുകളിൽ ഇരിക്കുന്ന കച്ചവടക്കാരന്റെ ഇരുത്തത്തിനു തന്നെയാണ്. വാങ്ങാൻ വരുന്നവൻ ഒരുപക്ഷേ ആ കൽക്കുറ്റിയും അദ്ദേഹം വിൽക്കാൻ വെച്ചതാണോ എന്നു സംശയിച്ച് വില ചോദിച്ചേക്കാം.

വഴിയോര വില്പന വസ്തുക്കളുടെ ഗ്യാരണ്ടി വിൽപ്പനക്കാരൻ തന്നെ അതിൽ അർപ്പിച്ചു കാട്ടുന്ന വിശ്വാസമാണ്.

അതൊരു വല്ലാത്ത കാഴ്ചയായിരുന്നു.

കോഴിക്കോട് മീഞ്ചന്തയിലെ ആർട്സ് ആന്റ് സയൻസ് കോളേജിൽ പ്രിഡിഗ്രിക്കു പഠിക്കുന്ന കാലം. പത്താം തരം കടന്നു കിട്ടിയാൽ പിന്നെയുള്ള പ്രിഡിഗ്രീ കടമ്പ അന്ന് കോളേജിലാണ്. ഇന്നത് സ്കൂളിൽ തന്നെ അഭ്യസിക്കുന്ന പ്ലസ് ടു ആയി മാറി. സ്കൂളിലെ ട്രൗസർ വേഷത്തിൽ നിന്നും ഉടുത്താൽ അറിയാതെ അഴിയുന്ന മുണ്ടും ചുറ്റിയാണ് ആദ്യ ദിവസം കോളേജിലേക്ക് ഓടിയത്.

സ്ക്കൂളിൽ പത്ത് വരെ ധരിച്ച ട്രൗസർ കോളേജിൽ പറ്റില്ല. ഇന്ന് പ്ലസ് ടു വിന് സ്കൂളിലെ അതേ യൂണിഫോം മതി. ഭേദവും അന്തസ്സും പ്ലസ്ടു തന്നെയാണ്, അങ്ങുമില്ല ഇങ്ങുമില്ല എന്ന് പറയുന്ന ഒരനുഭവമായിരുന്നു അന്നത്തെ പ്രിഡിഗ്രിക്ക്. കോളേജിലാണോ. അല്ല. സ്കൂളിലാണോ. അതുമല്ല. മനസ്സിനും ശരീരത്തിനും ഇടയിലെങ്ങോ എന്നു പറയുന്നതുപോലയുള്ള ഒരു പഠന കാലമായിരുന്നു എനിക്കത്.

കിട്ടുന്ന സമയം കിട്ടുന്നതുപോലെ മധുരിക്കുക. ഏത് രസച്ചരടിൽ കോർത്തതാണെങ്കിലും മധുരിക്കുക, ഉദിച്ച സൂര്യനെ അസ്തമയം വരെ ഒപ്പം നടന്ന് യാത്രയാക്കി ദുഃസ്വപ്നങ്ങൾ ഇല്ലാത്തൊരു നിദ്രയ്ക്കായി കണ്ണടക്കുക. ഉറങ്ങുന്നതിനു മുൻപ് മനസ്സ് കഴുകിത്തുടക്കാൻ സാധിക്കുക. ഉണർന്നെന്നറിയുമ്പോൾ വീണ്ടും തേടി വരുന്ന പകൽക്കാഴ്ചകളെ ഓരോന്നായി പെറുക്കി പിന്നേം മനസ്സിലേക്കിടുക. ചെറുപ്പം മുതലേ മനസ്സ് സ്വായത്തമാക്കിയ എന്റെ ശീലമാണ് അത്. ജീവിതം സത്യത്തിൽ ഒരു പഠന കാലമാണ്. പരീക്ഷ നടത്തി റാങ്ക് തരം തിരിക്കുന്ന യൂണിവേഴ്സിറ്റിയും അവനവൻ തന്നെയാണ്.

പ്രൊഫസർ ജോർജ് ഇരുമ്പയത്തിന്റെ മലയാളം ക്ളാസ് തുടങ്ങിയിട്ട് ഇത്തിരി നേരമായിരുന്നു. അനവധി കുട്ടികൾ ഉള്ള എന്റെ പ്രീഡിഗ്രി ക്ലാസിൽ കുറേ പേർ മിക്കപ്പോഴും അവധി ആയിരിക്കും. പലരും ദൂരെ നിന്നും തീവണ്ടിയും ബസ്സും പിടിച്ചു വരുന്നവരാണ്. ഗ്യാലറി ക്ലാസായിരുന്നു ഞങ്ങളുടേത്. ഒരുവശം പെൺകുട്ടികളും മറുവശം ആൺകുട്ടികളും. കോളേജിൽ എത്തിയാലും ചിലർ ക്ലാസിൽ കയറാതെ ഉഴപ്പാറുണ്ട്. അതിൽ ഇടയ്ക്കിടെ ഞാനും പെട്ടിട്ടുണ്ട്. കാരണം ഒന്നും ഉണ്ടാവില്ല. എന്നാൽ ഇല്ലെന്നും പറയാനാവില്ല. കാരണമില്ലാതെ ഒന്നും ഇല്ല എന്നതും പ്രപഞ്ച സത്യം.

ഇത്തിരി വൈകിയെന്ന ചിന്തയോടെ ക്ലാസിലേക്ക് ഓടി കയറുന്നതിന്നു മുൻപെ ക്ലാസ് തുടങ്ങിയ പ്രൊഫസർ ശ്രീ ജോർജ് ഇരുമ്പയത്തെ കണ്ടതും എന്തോ ആ സമയം അദ്ദേഹത്തെ ബുദ്ധിമുട്ടിക്കേണ്ടെന്ന ചിന്തയോടെ ഞാൻ ക്ലാസിൽ കയറാതെ മാറി. എന്തുകൊണ്ടങ്ങിനെ തോന്നി എന്നെനിക്കറിയില്ല.

തോന്നി.

അത്ര തന്നെ. ക്ലാസിൽ കയറാതെ കോളേജ് വരാന്തയിൽ വെറുതെ മേഞ്ഞു നടക്കുന്നത് ശരിയല്ല. അതുകൊണ്ട് ഞാൻ കോളേജിന് പുറത്തു

കടന്നു. ചെയ്തത് തെറ്റായെന്ന തോന്നലുണ്ട്. തിരികെ പോകണം എന്നുണ്ട്. ഇത്രേം വൈകിയ്ല്ലേ ഇനി പിന്നീടാവാം എന്ന് മനസ്സ് പറഞ്ഞതോടെ ശരീരവും ഉഷാറായി. എങ്ങോട്ടെന്നില്ലാതെ ഞാനൊരു നടത്തം വെച്ചു കൊടുത്തു. ആ നടത്തമാണ് ആ കാഴ്ച്ച തന്നത്. അതൊരു വല്ലാത്ത കാഴ്ച്ചയായിരുന്നു.

നടത്തത്തിനിടയിൽ ശ്രദ്ധ മാറിയത് ഒരു വീടിന്റെ കിണറ്റിൻ കരയിലേക്ക്. കുളിമുറിയോട് ചേർന്ന കിണറ്റിലേക്ക് കുളിമുറിയുടെ ചുമരിൽ തന്നെ തറച്ച കറങ്ങുന്ന മരക്കപ്പിയിൽ തൂക്കിയിട്ട കയർ താഴ്ത്തി ഒരു പെൺകുട്ടി വെള്ളം മുകളിലേക്ക് വലിച്ചു കോരുന്നു. കറങ്ങുന്ന മരക്കപ്പിയുടെ ശബ്ദം ഉച്ചത്തിലാണ്. ബ്രാ ബ്രീ ഫ്രോം ക്രൂം... എന്ന മന്ത്രരീതിയിൽ അതങ്ങ് കറങ്ങേ.. ആ ബക്കറ്റ് വെള്ളം കോരി അടുത്ത ബക്കറ്റിനായി കിണറ്റിലേക്ക് കയർ വിട്ട് ശീഘ്രം കപ്പി കറക്കി ബക്കറ്റ് താഴ്ത്തി വെള്ളം നിറച്ച് ആഞ്ഞു വലിച്ചു കോരുന്നതും പെട്ടെന്ന് ചുമരിൽ നിന്നും പിടുത്തം വിട്ട വലിയ മരക്കപ്പ് കിണറ്റിലേക്കങ്ങ് വീണു.

ബ്ലും.

കപ്പി വീണതും വെള്ളം വലിച്ചു കയറ്റുന്ന പെൺകുട്ടിയും അതിനു പിറകെ കിണറ്റിലേക്ക് വീണു. എന്റെ മുന്നിൽ അവളുടെ പാവാടയുടെ അഗ്രം മാത്രം ഒരു മിന്നലാട്ടംപോലെ കൈ വീശി മാഞ്ഞു. അവൾ വെള്ളത്തിൽ തലയടിച്ചു വീഴുന്ന ശബ്ദം മൊത്തത്തിൽ ഒരു വിറയലായി. പിന്നെ എല്ലാം നിശ്ശബ്ദം. ഒന്നും സംഭവിക്കാത്തതുപോലെ കിണറും കുളിമുറിയും ഞാനും പ്രപഞ്ചവും സ്റ്റണ്ടായി നിന്നു.

പെട്ടെന്നാണ് എനിക്ക് ബോധം വന്നത്. വേലി ചാടിക്കയറി കിണറ്റിൻ കരയിലേക്ക് ഓടുമ്പോൾ ഞാൻ ഉച്ചത്തിൽ അലറി. ഓടിയെത്തി കിണറ്റിലേക്ക് എത്തി നോക്കിയതും താഴേക്ക് വീണ പെൺകുട്ടി നെഞ്ചോളം വെള്ളത്തിൽ കിണറ്റിന്റെ നടുവിലായി നിന്ന് മുകളിലേക്ക് നോക്കുന്നു...!!

നല്ല ആഴമുള്ള കിണറാണ്. ഏറ്റവും മുകളിലാണ് ഞാൻ. പെൺകുട്ടിക്കും എനിക്കും ഇടയിൽ ഒരു കിണറോളം ദൂരമുണ്ട്. തലകുത്തനെ താഴേക്കുപോയ അവളെങ്ങനെ മുടിയിലെ വെള്ളം തടവിക്കൊണ്ട് കുറ്റിപ്പെൻസിൽപോലെ മുകളിലേക്ക് നോക്കി നിൽക്കേ ഞാൻ വീണ്ടും ഒച്ച വെച്ചു. അതോടൊപ്പം കിണറ്റിലേക്ക് എത്തി നോക്കി സീതേ..ന്ന് വിളിച്ചുള്ള വീട്ടുകാരുടെ കരച്ചിലും.

കെട്ടിത്താഴ്ത്തിയ കസേരയിൽ ഉത്സവംപോലെ മുകളിലേക്ക് ഉയർന്നു വരുന്ന പെൺകുട്ടിയുടെ തലയിൽ നിന്നും കവിളിലേക്ക് ഒലിച്ചിറങ്ങിയ രക്തവരകൾ കിണർ വെള്ളം തട്ടി കട്ടിയായിരുന്നു.

അന്ന് ഞാൻ ക്ലാസിൽ പോയില്ല. കണ്ണടച്ചാലും തുറന്നാലും കിണറിലേക്ക് പറക്കുന്ന പെൺകുട്ടി. കിണറിൽ വെള്ളം കുറവായിരുന്നു. അതുകൊണ്ടവൾ മുങ്ങിയില്ല.

കിണറ്റിൽ വീണ പെൺകുട്ടിയെക്കുറിച്ച് പിറ്റേന്ന് പത്രത്തിൽ തള്ളവിരൽ വലുപ്പമുള്ള വാർത്ത വന്നു. പേര് സീതാലക്ഷ്മി. പ്രായം

പത്തൊമ്പത്. തലയിലേറ്റ മുറിവ് കാരണം അബോധാവസ്ഥയിൽ എന്നായിരുന്നു വാർത്ത. പക്ഷേ സീതാലക്ഷ്മി നല്ല ബോധത്തിലായിരുന്നു. അടുത്ത ദിവസം കിണറു വരെ നടന്നു ചെന്ന ഞാൻ കപ്പി പൊട്ടി വീണ കുളിമുറി വാതിൽക്കൽ കിണറിലേക്കും നോക്കി നിൽക്കുന്ന പെൺകുട്ടിയേയും അമ്മയേയും കണ്ടു. അവളുടെ തലയിൽ ഒരു കെട്ടുണ്ടായിരുന്നു. അതിനു താഴെ കിണർ തലോടിയ മുറിവുണ്ടായിരുന്നു. ആ മുറിവുണങ്ങുന്നതിന്നു മുൻപേ അവരാ കുളിമുറി പൊളിച്ചു വീടും കിണറും തമ്മിലുള്ള ബന്ധം വേർപെടുത്തി. മോട്ടോർ വെച്ച് വെള്ളം കുഴലിലൂടെ വലിച്ചെടുത്തു. കിണറിന്നു മുകളിൽ വല വിരിച്ചു. ഇനി ഒരിലപോലും അതിനകത്ത് പിടുത്തം വിട്ട് വീഴരുത്.

ഒരു ദിവസം ആ കിണറിനു മുന്നിലൂടെ നടക്കേ, കിണറ്റിൽ വീണ പെൺകുട്ടി സുഖമായിരിക്കുന്നോ എന്നറിയാനൊരാഗ്രഹം തോന്നി. വീട്ടിൽ കയറിയ എനിക്കു മുന്നിൽ അവളും അമ്മയും മറ്റു ചിലരും വിസ്മയത്തോടെ വന്നു. വീഴ്ച്ചയിൽ തലയിലേറ്റ മുറിപ്പാട് ചോദിക്കാതെ കാണിച്ചു തന്നു. കിണറിൽ വീണ ഭയം ഇപ്പോൾ അശേഷം ഇല്ല. വീണതും താഴെ ഇടിച്ചതും പൊങ്ങിയതും വെള്ളത്തിൽ തന്നെ പിടിച്ചു നിന്നതും എല്ലാം പെട്ടെന്നായിരുന്നു. ഒരു വലിയ കുപ്പിയിൽ പെട്ടതു പോലെ. ആരോ അടപ്പു തുറന്ന് പുറത്തെടുത്തതുപോലെ.

ഇപ്പോൾ തോന്നുന്നു ആ കുളിമുറി പൊളിക്കേണ്ടിയിരുന്നില്ല എന്ന്. ആ കപ്പിയും കയറും തൊട്ടിയും എല്ലാം അവിടെ തന്നെ വെക്കായിരുന്നു. കിണർ വീടിനോട് ചേർന്നു നിൽക്കണം. കിണറിലെ വെള്ളം തന്നെ ആണെങ്കിലും പൈപ്പിലൂടെ വരുന്ന വെള്ളത്തിന് കോരിക്കുടിക്കുന്ന വെള്ളത്തിന്റെ രുചി ഇല്ലെന്ന് അമ്മയും പറഞ്ഞു.

എന്നാലും ഈശ്വരാ..., ഇവളെ കിണറ്റില് കണ്ടപ്പോ, ഇവളെന്തിനാ അവിടേക്ക് പോയി വെള്ളം കോരണേ..ന്നാ എനിക്കാദ്യം തോന്നിയത്. എല്ലാരും ചിരിക്കേ പെൺകുട്ടി തലയിലെ മുറിപ്പാടിൽ കൈ വെച്ചു. ചിരിക്കുമ്പോ തല ഇളകും. ഇളകുമ്പോ തല വേദനിക്കും. അതിപ്പഴും മാറിയിട്ടില്ല. ഷർട്ടിടാത്ത അച്ഛൻ ആശ്വസിപ്പിച്ചു.

"അത്രല്ലേ ഉള്ളൂ.. അത് സാരല്ല്യ. അധികം ആർക്കും കിട്ടാത്ത വീഴ്ച്ച അല്ലേ."

വർഷങ്ങൾക്ക് ശേഷം ഒരു തീവണ്ടി യാത്രയ്ക്കിടയിൽ ടിക്കറ്റ് പരിശോധിച്ച് അരികിൽ എത്തിയ ഉദ്യോഗസ്ഥയോട് ടിക്കറ്റ് നൽകുന്നതിന്നു പകരം തീരെ പ്രതീക്ഷിക്കാതെ ഞാൻ ചോദിച്ചു.

"നിങ്ങൾ കിണറ്റിൽ വീണ സീതാലക്ഷ്മി അല്ലേ.."

ആദ്യം അമ്പരന്നെങ്കിലും അവർ ഉച്ചത്തിൽ ചിരിച്ചു. ആ ചിരി തെല്ലിട നീണ്ടു നിന്നു. അരികിൽ ഇരുന്നവർക്കൊന്നും ഒരു പിടിയും കിട്ടിയില്ല. അവരെന്നോട് ടിക്കറ്റ് ചോദിച്ചുമില്ല. ആലുവ സ്റ്റേഷനിൽ ഇറങ്ങുന്നതിനു മുൻപേ എന്നെ തിരിച്ചറിഞ്ഞിട്ടോ എന്തോ അവർ വീണ്ടും എനിക്കരികിൽ വന്നു. സന്തോഷത്തോടെ പറഞ്ഞു.

"ആ കുളിമുറി പൊളിച്ച് കിണറോട് അടുപ്പിച്ച് കെട്ടി ഞങ്ങള് പഴേ പോലെ തന്നെ ആക്കി. അതാ അമ്മയ്ക്ക് ഇഷ്ടം. ഇപ്പോ വീട്ടില് അമ്മേം അച്ഛനും കിണറും മാത്രേ ഉള്ളൂ."

●

ഒരു കൂടപ്പിറപ്പിന്റെ ഭാരതജപ്പാൻ കാർ ഈയ്യിടെയായി ഇടയ്ക്കിടെ എടുത്തോടിക്കാറുണ്ട്. നല്ല സ്നേഹമുള്ള കാറാണ്. എനിക്കും വല്യ സ്നേഹമാണ്. ഏത്ര ഓടിച്ചാലും അശേഷം ക്ഷീണം തരില്ല. കൂടപ്പിറപ്പാണെങ്കിൽ വിദേശ ലൈസൻസുള്ള ജഗജില്ലി ഡ്രൈവറാണ്. ഓടിക്കുമ്പോൾ എന്റെ ഒപ്പം ഇരിക്കുന്നുണ്ടെങ്കിൽ, ആഗ്രഹിക്കുന്നപോലെ ഓടിയില്ലെങ്കിൽ പരിസരം മറന്ന് ദേഷ്യപ്പെടും. ചിലപ്പോൾ സ്റ്റിയറിങ്ങ് പിടിച്ച് തിരിച്ചെന്നിരിക്കും. ക്ലച്ചും ഗിയറും പറിച്ചെടുത്തൂന്നും വരും. കാറും ഞാനും അത് കാര്യമാക്കാറില്ല.

ഓടുന്ന കാര്യത്തിൽ എനിക്കും കാറിനും ഒരു ചിട്ടയുണ്ട്. അത് മറന്നുള്ള ഒരു ഓട്ടത്തിനും ഞങ്ങൾ തയ്യാറല്ല. എറണാകുളത്ത് വാഹനം ഓടിക്കുക സത്യത്തിൽ ഒരു ത്രില്ലാണ്. അടക്കാക്കിളി പറക്കും പോലെയാണ് വാഹനങ്ങൾ പറക്കുക. എവിടുന്ന് വന്ന് ഏത് വഴിക്ക് എങ്ങോട്ട് പായുന്നൂന്ന് ഒരു ബോധവും ഇല്ലാന്ന് തോന്നും പറക്കുന്നത് കണ്ടാൽ. തോന്നും വഴി വന്ന് തോന്നുംപോലങ്ങ് പായും.

ഇടിക്കും.

ഉരയും.

ഓടൂല്ലാന്ന് ഉറപ്പായാ അവിടെ തന്നെ നിർത്തിയിട്ട് ഇത്തിരി പച്ചിലകൾ പറിച്ച് അതിർത്തിയാക്കി അങ്ങ് നിൽക്കും. പിറകെ വരുന്നവ കൂവി നിലവിളിച്ച് പ്രാകിശ്ശപിച്ച് മുന്നോട്ടോടും. ആർക്കും പൗരബോധം എന്ന സത്വം മരുന്നിനുപോലും ഇല്ല. എല്ലാം ഫുൾ ഫിറ്റ്....

നിരത്തിൽ നിറയെ തുമ്പികളുണ്ടാവും.

ലക്കും ലഗാനുമില്ലാത്ത തുമ്പികൾ.

തുമ്പികൾ ഏത് നേരം എവിടുന്നു വന്ന് എങ്ങോട്ട് പോകുന്നുവെന്ന് ഒരു ഡ്രൈവർക്കും പറയാൻ കഴിയില്ല.

രണ്ട് ടയറുണ്ടോ..

ഒരു ഹെൽമറ്റുണ്ടോ..

ബൂംംം

തുമ്പി എവിടെയോ എത്തിക്കഴിഞ്ഞു..

എനിക്ക് തുമ്പികളെ വളരെ ഇഷ്ടമാണ്.

അവരെ പഴി പറഞ്ഞിട്ട് കാര്യമില്ല.

ഓടാൻ വഴിയൊരുക്കാതെ തുമ്പിയന്ത്രങ്ങളെ ഇങ്ങനെ പെറ്റുകൂട്ടുന്നതിന് അവരെന്ത് പിഴച്ചു?

സത്യത്തിൽ എനിക്കൊരു മോഹം ഉണ്ട്. ഒരു ബുള്ളറ്റ് തുമ്പിയിൽ ആവശ്യമുള്ള സാധനങ്ങളെല്ലാം വെച്ചു കെട്ടി ഇവിടം മുതൽ ഡെറാഡൂൺ വരെ തനിച്ച് ഓടിച്ചു ചെല്ലണം. തിരിച്ചെത്തേം വേണം.

അതിനു മുൻപ് ഒരു തുമ്പി ലൈസൻസ് എടുക്കണം.

ഇനി അത് കിട്ടുമോ ആവോ?

നാൽപതു വർഷങ്ങൾക്കു മുൻപുള്ളൊരു മെലിഞ്ഞ ശരീരം. ശരീരനാമം രഘുനാഥ് പലേരി. മൂക്കിന് ഭാരം തരുന്നൊരു കട്ടി കണ്ണട. കണ്ണട മാറ്റിയാൽ കാഴ്ചയുടെ തിരശ്ശീലയിൽ എത്ര തുടച്ചാലും മായാത്ത മഞ്ഞ്. അതിരാവിലെ മുതലുള്ള ജോലിയിൽ വിയർത്ത് കുളിച്ച് കാഴ്ച്ച മങ്ങിയ കണ്ണടയിലെ മഞ്ഞിലൂടെയാണ് അന്ന് സൈനുദ്ദീൻ എന്റെ മുന്നിലേക്ക് വരുന്നത്. പേരു പറഞ്ഞ് സ്വയം പരിചയപ്പെടുത്തിയ സൈനുദ്ദീനെ തെളിമയോടെ കാണാനായി ഞാനെന്റെ കണ്ണട എപ്പോഴും കീശയിൽ സൂക്ഷിക്കുന്ന ഒരു കൈ വട്ടം മിനുസമുള്ള തുണി എടുത്ത് കഴുകി തുടച്ചതും സൈനുദ്ദീൻ പറഞ്ഞു.

“ഷർട്ടിൽ തുടക്കുംന്നാ ഞാൻ വിചാരിച്ചത്.”

സൈനുദ്ദീന്റെ ആ നിരീക്ഷണം എനിക്ക് വല്ലാതങ്ങ് ഇഷ്ടായി. പോറലേൽക്കാതെ കണ്ണട തുടക്കേ ഞാൻ സൈനുദ്ദീനോട് സംസാരിച്ചു.

“സൈനുദ്ദീൻ എവിടാ...?”

“കലാഭവനിലാണ്.”

“അവിടെ എന്തു ചെയ്യുന്നു.”

“മിമിക്രിയാണ്.”

“മിമിക്രി അത്രയ്ക്കും ഇഷ്ടാണോ...”

“അതേ അറിയൂ. അതുകൊണ്ട് മിമിക്രിയായി തോന്നുന്നതെല്ലാം ഇഷ്ടമാണ്..”

സൈനുദ്ദീന്റെ സംസാരം ഒരു കടിച്ചു പിടിച്ച രീതിയിലാണ്. അക്ഷരങ്ങളെ പല്ലുകൾക്കിടയിൽ പറ്റിപ്പിടിപ്പിച്ചാണ് സൈനുദ്ദീൻ സംസാരിക്കുക. പുറത്തേക്ക് വരുന്ന വാക്കുകൾക്ക് മിക്കവാറും ഒടിവും ചതവും കാണും. വാക്കുകളിലെ ആ ചതവും വേഗതയും തന്നെയാണ് സൈനുദ്ദീനെ വ്യത്യസ്തനാക്കുന്നതും.

നവോദയ സ്റ്റുഡിയോയിൽ ത്രീഡി സിനിമയായ മൈ ഡിയർ കുട്ടിച്ചാത്തൻ ഒരുങ്ങുന്ന സമയമായിരുന്നു അത്. സ്റ്റുഡിയോക്കകത്ത് മന്ത്രവാദി കുട്ടിച്ചാത്തനെ തടവിലാക്കിയ വലിയൊരു പഴയ കെട്ടിടത്തിൽ

ചിത്രീകരണം നടക്കുന്ന ദിവസങ്ങൾ. സിനിമയ്ക്കാവശ്യമായ മറ്റു സെറ്റുകളും സ്റ്റുഡിയോക്കുള്ളിൽ തന്നെയാണ്. അതിൽ ഒരു ബാറും ഭാരതത്തിൽ തന്നെ ആദ്യമായി ഉണ്ടാക്കിയ വലിയൊരു റിവോൾവിങ്ങ് സെറ്റും ഉണ്ട്. ആ റിവോൾവിങ്ങ് സെറ്റിനകത്ത് വലിയ മുറിയും മുറി നിറയെ സാധനങ്ങളുമാണ്. അതങ്ങനെ കറങ്ങും. ഗുരുത്വാകർണ വിസ്മയം ത്രിമാനത്തിൽ പകർത്താനായി ശ്രീ ജിജോയുടെയും കലാ സംവിധായകൻ ശ്രീ ശേഖറിന്റെയും തലയിൽ ഉദിച്ച ആശയമായിരുന്നു അത്. തിരക്കഥയിൽ അതിനനുസരിച്ചുള്ളൊരു ഭാഗം എന്നിൽ നിന്നും പകർന്നു കിട്ടിയപ്പോൾ അതവർക്ക് എളുപ്പമായി.

അങ്ങനെ ഭാരതത്തിലെ പ്രഥമ ത്രിമാന ചലചിത്രമായ മൈഡിയർ കുട്ടിച്ചാത്തന്റെ തിരക്കും ബഹളവും വിയർപ്പും അമ്പരപ്പും ആഹ്ളാദവും നിറഞ്ഞ അന്തരീക്ഷത്തിലേക്കാണ് ശ്രീ സൈനുദ്ദീൻ എന്ന കലാഭവൻ മിമിക്രിക്കാരൻ എന്റെ മുന്നിലേക്ക് വരുന്നതും, “മിമിക്രിയേ അറിയൂ, അതുകൊണ്ട് മിമിക്രിയായി തോന്നുന്നതെല്ലാം ഇഷ്ടമാണെന്ന്...” എന്ന് പറയുന്നതും.

കുട്ടിച്ചാത്തനിൽ മൂന്ന് കുട്ടികളാണ് പ്രധാന കഥാപാത്രങ്ങൾ. അതിൽ ഒരാൾ പെൺകുട്ടിയാണ്. പെൺകുട്ടിക്ക് അച്ഛനുണ്ട്. അമ്മ മരിച്ചുപോയി. അച്ഛൻ നല്ലൊരു ചിത്രകാരനും മദ്യപനുമാണ്. അച്ഛൻ മദ്യപിക്കാൻ പോകുന്ന ബാറിൽ ധാരാളം മദ്യപന്മാർ വരും. അച്ഛന്റെ മദ്യപാനം അവ സാനിപ്പിക്കാനായി മകൾക്കൊപ്പം വരുന്ന കുട്ടിച്ചാത്തൻ അവിടെ ഉണ്ടാ ക്കുന്ന പുകിലുകൾ സിനിമയിലെ ഒരു പ്രധാന ഭാഗമാണ്. അവിടെയുള്ള മദ്യപന്മാരും ജോലിക്കാരും അതിൽ പങ്കാളികളാവും. അതിനായി ധാരാളം കലാകാരന്മാരെ തിരഞ്ഞെടുക്കുന്ന പ്രക്രിയയ്ക്കിടയിലാണ് സൈനുദ്ദീൻ വരുന്നത്. അങ്ങനെ സൈനുദ്ദീൻ കുട്ടിച്ചാത്തനിലെ ബാർ ജോലിക്കാര നായി.

സിനിമയിൽ സൈനുദ്ദീൻ ആദ്യമായി ചെയ്യുന്ന വേഷമായിരുന്നു അത്. നിഷ്ക്കളങ്കവും പരിശുദ്ധവുമായ ഒരു നർമ്മം സൈനുദ്ദീനിൽ ഉണ്ടായിരുന്നു. തന്റെ പരിമിതികൾ അറിയാമായിരുന്നു. ചിത്രീകരണം കഴിഞ്ഞ് പോകും നേരം എനിക്കരികിൽ വന്ന സൈനുദ്ദീന്റെ മനസ്സ് നിറയെ സന്തോഷമായിരുന്നു.

കുട്ടിച്ചാത്തനു ശേഷം “ഒന്നു മുതൽ പൂജ്യം വരെ”യുടെ ജോലി നടക്കേ സൈനുദ്ദീൻ വീണ്ടും മുന്നിൽ വന്നു. പക്ഷേ സൈനുദ്ദീന് നൽകാനാവുന്ന ഒരു വേഷവും തിരക്കഥയിൽ ഇല്ലായിരുന്നു. സൈനു ദ്ദീനോട് സത്യം പറഞ്ഞു. ‘

ഇതിൽ വേഷമില്ല സൈനുദ്ദീനേ... ”

ഇല്ലെങ്കിൽ സാരമില്ലെന്ന ഭാവത്തോടെ ആ പകൽ മുഴുവൻ സൈനു ദ്ദീൻ എന്നെ വിട്ടു പോകാതെ എനിക്കൊപ്പം നടന്നു. ഇടയ്ക്കിടെ പൊട്ടി ക്കുന്ന നർമ്മങ്ങളിൽ ആ മനസ്സിൽ വിങ്ങി നിൽക്കുന്ന ചില വേദനകളുടെ പൂത്തിരികൾ എനിക്കു ചുറ്റും വിടരുന്നത് ഞാൻ കണ്ടു.

സൈനുദ്ദീനു കടന്നു പോകാവുന്ന ഒരു വാതിലും എനിക്കു മുന്നിൽ ഉണ്ടായിരുന്നില്ല. ഉള്ളിലെ ആ വേദന കാണാതിരിക്കാനും സാധിക്കുന്നില്ല.

വേഷമുണ്ടോ എന്നറിയാൻ ദിവസവും സൈനുദ്ദീൻ എന്റെ മുന്നിൽ വരും. സൈനുവിനെ കണ്ടിട്ടെങ്കിലും വല്ല വേഷവും വരട്ടെ എന്നവൻ ചിന്തിച്ചു കാണും. ഒടുക്കം ചിത്രീകരണം തുടങ്ങുന്ന ദിവസമായി. അന്നും സൈനു മുന്നിൽ വന്നു നിന്നു. ആ നിൽപ്പ് വല്ലാത്തൊരു നിൽപ്പായിരുന്നു. അവൻ ധരിച്ചിരിക്കുന്നതു മുഴുവൻ അവൻ അനുഭവിക്കുന്ന വിഷമങ്ങളാണെന്ന് എനിക്ക് തോന്നി. ഞാൻ രണ്ടും കല്പിച്ച് ചോദിച്ചു.

“അഭിനയം നടക്കില്ല. പകരം നീ എന്റെ അസിസ്റ്റന്റാവുന്നോ..?

''സൈനുദ്ദീൻ തെല്ലിട നേരം മൈക്ക് പോയ മമിക്രി ശബ്ദംപോലെ നിന്നു. പിന്നെ കരയുംപോലെ പറഞ്ഞു.

“എനിക്കൊന്നും അറിയില്ല സാർ.”

“പഠിപ്പിച്ചു തന്നാ പഠിക്ക്യോ..?”

“ഞാനൊരു മണ്ടനാണ്. പെട്ടെന്ന് മറക്കും.”

“അത് സാരല്ല്യ. ഞാനും മറക്കും.”

സൈനുദ്ദീൻ മറയില്ലാതെ ചോദിച്ചു.

“സാറിനെന്താ ഒരു പേടീം ഇല്ലാത്തെ..? എനിക്ക് സാറിനെ വല്ല്യ പേടിയാണ്. പേടിച്ചോണ്ടാണ് ഇത്രേം ദിവസം കാണാൻ വന്നത്. എന്നെ പേടി ഇല്ലാത്തതുകൊണ്ടാണോ സാറെന്നോട് ഇങ്ങനെ ചോദിക്കുന്നത്..?!”

സൈനുദ്ദീന്റെ കണ്ണു നിറഞ്ഞു.

സൈനുദ്ദീൻ മിമിക്രി മറന്നു.

കുറച്ചു ദിവസം അവനൊരു ജോലി.

അതീന്നു കിട്ടുന്ന പ്രതിഫലം.

അത്രയേ ഞാൻ പ്രതീക്ഷിച്ചിരുന്നുള്ളൂ.

ചിത്രീകരണ ദിവസം മിമിക്രി ഉണ്ടെങ്കിൽ പൊയ്ക്കോളാൻ പറഞ്ഞു. കലാഭവനാണ്. അവിടത്തെ തലവൻ വളരെ കണിശക്കാരനാണ് എന്നൊക്കെ സൈനുദ്ദീൻ തന്നെ പറഞ്ഞിട്ടുണ്ട്.

ആദ്യ ദിവസം എങ്ങനെ അസിസ്റ്റന്റാവണം എന്നറിയാതെ സൈനുദ്ദീൻ എനിക്കു ചുറ്റും പരക്കം പാഞ്ഞു. ഞാനവനൊരു നോട്ടു പുസ്തകം കൊടുത്തു. ഒരു പെന്നും. ഓരോ ഷോട്ടിലും അവനു ചുറ്റും എന്തു നടക്കുന്നുവെന്ന് എഴുതിയും വരച്ചും വെക്കാൻ പറഞ്ഞു.

അവൻ എഴുതും.

വരക്കും.

പിന്നെ നോട്ടു പുസ്തകം ചുരുട്ടിപ്പിടിച്ചങ്ങനെ സെറ്റിൽ നടക്കും.

ഇടയ്ക്കെങ്ങാനും കഴിഞ്ഞതിനു മുൻപത്തെ ഷോട്ടിന്റെ വിശദാംശങ്ങൾ ചോദിച്ചാൽ സൈനുദ്ദീൻ കരയും. ഷൂട്ടിങ്ങ് തീരും വരെ ആ നോട്ടു പുസ്തകം അവൻ ചുരുട്ടി പിടിച്ചിരുന്നു. നിറയെ എഴുതിയിരുന്നു. എന്നാൽ അതിലെ ഒരക്ഷരംപോലും എനിക്കോ അവനോ മനസ്സിലായിരുന്നില്ല. ഒടുക്കം അവൻ തന്നെ ചോദിച്ചു.

"ഞാനെന്താ സാറേ ഈ എഴുതീം വരച്ചും വെച്ചത്. ഇതാണോ സാറിന്റെ സിനിമ...?"

സൈനുദ്ദീൻ എന്നേക്കാൾ ഭാഗ്യവാനായിരുന്നു. ചിത്രീകരണത്തിനിടയിൽ ഞാൻ പോലും പ്രതീക്ഷിക്കാതെ പലയിടത്തായി ഏഴ് ചെറു വേഷങ്ങൾ സൈനുദ്ദീനു നൽകാൻ സാധിച്ചു. ഒരു വേഷത്തിൽ അവൻ ആഗ്രഹിച്ചപോലെ സംഭാഷണവും ഉണ്ടായിരുന്നു. സിനിമ കഴിഞ്ഞതോടെ സൈനുദ്ദീന് ചിത്രീകരണം കാണാൻ വന്ന മറ്റൊരു സംവിധായകന്റെ സിനിമയിൽ വേഷം കിട്ടി. പിന്നെ വേഷങ്ങളോടു വേഷങ്ങളായി. സൈനുദ്ദീൻ മലയാളത്തിലെ അറിയപ്പെടുന്ന നടനായി.

ഒരിക്കൽ കാതിൽ വീണ അവന്റെ ശബ്ദത്തിൽ വീടു വെച്ചതും വാഹനം വാങ്ങിയതും ട്രൂപ്പുണ്ടാക്കിയതും എല്ലാം കേട്ടു. അവൻ അഭിനയിക്കുന്നത് കാണാൻ ഞാനൊരു സെറ്റിൽ ചെന്നു. കഥാപാത്ര വേഷത്തിൽ മുന്നിൽ വന്നു കൈ രണ്ടും ചേർത്തുപിടിച്ച ആ സൈനുദ്ദീൻ സ്പർശം ഇതാ ഈ അക്ഷരങ്ങൾ എനിക്കിപ്പോൾ തരുന്നു.

കുറേക്കാലം അവൻ എഴുതിയ നോട്ടു പുസ്തകം എന്റെ ശേഖരത്തിൽ ഉണ്ടായിരുന്നു. പിന്നീടെപ്പോഴോ അവൻ മാഞ്ഞപോലെ ആ പുസ്തകവും മാഞ്ഞു.

ഞാൻ ഓർക്കുന്നു,

ചില താളുകളിൽ അവൻ എഴുതിയത് വീട്ടിലേക്ക് വാങ്ങേണ്ട അത്യാവശ്യ സാധനങ്ങളായിരുന്നു.

•

ആമസോൺ പെട്ടി തുറന്ന് പുഷ്പാംഗദൻ പുത്തൻ പുതിയ സെൽ ഫോൺ പുറത്തെടുത്തു. വൈദ്യുതി നൂല് കുത്തി. വീര്യം കയറ്റി. വെട്ടിച്ചെറുതാക്കി നഖവലുപ്പത്തിൽ കിട്ടിയ സിം ഇട്ടു. വീട്ടിലേക്ക് നമ്പർ കുത്തി.

കുറെ നാളായി വീട്ടിലേക്ക് വിളിച്ചിട്ട്.

സമയം തീരെ കിട്ടാറില്ല.

രണ്ട് റിംങ്ങ് അടിച്ചതും കാതിൽ യന്ത്ര ശബ്ദം വീണു.

"വെൽകം.

പ്രസ് വൺ ഫോർ ഇഗ്ലീഷ്.

മലയാളത്തിന് രണ്ടമർത്തുക.

(ഇംഗ്ലീഷിന് എപ്പോഴും ഒന്നാണ്. ബാക്കിയെല്ലാം രണ്ടാണ്.)

പുഷ്പാംഗദൻ രണ്ടമർത്തി.

അച്ഛനെ വേണെങ്കിൽ ഒന്നമർത്തുക.

അമ്മയെ വേണ്ടെങ്കിൽ രണ്ടമർത്തുക.

എട്ടനെ കിട്ടാൻ മൂന്നമർത്തുക.

അനിയനെ മതിയെങ്കിൽ നാലമർത്തുക

മൂത്ത പെങ്ങൾക്ക് അഞ്ചമർത്തുക

ഇളയതിന് ആറമർത്തുക.

ഭാര്യയ്ക്കും മക്കൾക്കും ഏഴമർത്തുക

തൊട്ടടുത്ത വീട്ടിലേക്കാണെങ്കിൽ എട്ടമർത്തുക.

കസ്റ്റമർ കെയറിലെ സുധീഷോ സുഭദ്രയോ മതിയെങ്കിൽ ഒമ്പതമർത്തുക. വീണ്ടും മെനു കേൾക്കണമെങ്കിൽ കയ്യിലുള്ള ഫോൺ കുലുക്കുക.”

പുഷ്പാംഗദൻ കുലുക്കി.

ലൈൻ കട്ടായി.

പുഷ്പാംഗദൻ വീണ്ടും നമ്പർ കുത്തി.

പ്രസ് വൺ ഫോർ ഇംഗ്ലീഷ്.

മലയാളത്തിന് രണ്ടമർത്തുക.

പുഷ്പാംഗദൻ രണ്ടമർത്തി.

“അച്ഛനെ വേണെങ്കിൽ ഒന്നമർത്തുക.

അമ്മയെ വേണ്ടെങ്കിൽ രണ്ടമർത്തുക...

എട്ടനെ കിട്ടാൻ മൂന്നമർത്തുക.

അനിയനെ മതിയെങ്കിൽ നാലമർത്തുക..

മൂത്ത പെങ്ങൾക്ക് അഞ്ചമർത്തുക.

ഇളയതിന് ആറമർത്തുക.

ഭാര്യയ്ക്കും മക്കൾക്കും ഏഴമർത്തുക.....”

നമ്പറുകൾ വലിച്ചെറിഞ്ഞ് അടുത്ത ബസ്സ് പിടിച്ച് പുഷ്പാംഗദൻ നമ്പറിനേക്കാൾ വേഗത്തിൽ വീട്ടിലേക്ക് പറന്നു.

മഴ നനഞ്ഞ ഇലകളുമായി വലിയൊരു മരം നിന്നിരുന്ന സ്ഥലത്താണ് ചെറിയ ക്ലാസുകളിൽ പഠിക്കുന്ന സക്കൂൾ കുട്ടികൾ ബസ്സ് കാത്തു

നിൽക്കുന്നത്. തണൽ നൽകാൻ സ്വന്തം നിഴലല്ലാതെ മറ്റൊന്നും അവർക്കു ചുറ്റും ഇപ്പോൾ കാണാനില്ല. കാലാവസ്ഥയിലെ വ്യതിയാനം കാരണമാവും സൂര്യൻ ഉദിച്ചു പൊങ്ങുന്നതു തന്നെ ചൂട്ടും കത്തിച്ചു പിടിച്ചാണ്.

എന്താ ചില നേരത്തെ ചൂട്.

എപ്പോഴും കാണാറുള്ള കുട്ടികളിൽ ഒരാൾ ഗുഡ്മോണിംഗ് പറഞ്ഞു. തിരിച്ചു പറയുന്നതിനൊപ്പം അവന്റെ നെറ്റിയിലൂടെ താഴേക്കൊഴുകുന്ന ഒരു വിയർപ്പു തുള്ളിയിലായി എന്റെ ശ്രദ്ധ. ഉയരത്തിൽ നിന്നും കവിളിലേക്ക് വീണുടയുന്നതിന്നു മുൻപെ അത് ഭാരതപ്പുഴയായി അവന്റെ നെറ്റിയിൽ തന്നെ വറ്റി വരണ്ടു.

അപ്പോഴേക്കും സ്കൂൾ ബസ്സ് വന്നു.

പെട്ടെന്ന് മഴയായി മാറുന്ന മേഘത്തിന്റെ ആരവത്തോടെ അവരെല്ലാം ബസ്സിലേക്ക് ഓടിക്കയറുമെന്നായിരുന്നു ഞാൻ വിചാരിച്ചത്. എന്നാൽ അതുണ്ടായില്ല. കാലടിക്കീഴിൽ ആരോ വരച്ച അദൃശ്യവരയ്ക്കു മുകളിലൂടെ അശേഷം ചുറുചുറുക്കില്ലാതെ അവർ വരിവരിയായി ബസ്സിൽ കയറി ചിട്ടയോടെ സീറ്റുകളിൽ ഇരിക്കുന്നു.

എന്തുകൊണ്ടോ ഞങ്ങളാരും ഇങ്ങനെ ആയിരുന്നില്ല. സ്കൂളിലേക്ക് പോകാൻ ബസ്സുണ്ടായിരുന്നില്ല. പകരം മനസ്സു നിറയെ കത്തി നിൽക്കുന്ന ഊർജ്ജം ഉണ്ടായിരുന്നു. പുസ്തകക്കെട്ട് കെട്ടിപ്പിടിച്ചും ചുമലിൽ വെച്ചും സ്കൂളിലേക്കുള്ള പാതിയിലേറെ ദൂരവും ഓട്ടമായിരുന്നു. കൈതക്കാടുകളും തോടും വരമ്പും ഇടവഴികളും നിരത്തും കാളവണ്ടികളും മഷിത്തണ്ടും തുമ്പച്ചെടികളും മുക്കുറ്റികളും സരോജിനി എടത്തിയുടെ ആട്ടിൻകൂട്ടവും അബൂബക്കറിന്റെ ചായക്കടയും മരം ഈർന്നു പിളർത്തുന്ന കാതടപ്പിക്കുന്ന ഈർച്ചമില്ലും കുരിശുപള്ളിയും ഒറ്റത്തടിപ്പാലവും മുത്തപ്പൻ കാവും എല്ലാം പിറകോട്ട് പായ്ച്ച് ചൂരലും അക്ഷരങ്ങളും ചോക്കുപൊടിയും ഉപ്പുമാവും ഉള്ള ഒരു ലോകത്തേക്കുള്ള പറക്കലായിരുന്നു അന്ന്. കാലിൽ ചെരുപ്പില്ല. ട്രൗസറിന് കുടുക്കില്ല. എഴുതുന്ന പെന്നിൽ മഷി കാണില്ല. മഷിയുള്ള പെന്നിന് നിബ്ബുണ്ടാവില്ല. കുറ്റിപ്പെൻസിലിന്റെ മുന പൊട്ടിയാൽ തപ്പിയെടുത്ത് തുപ്പൽ ഒട്ടിച്ച് ആ ദ്വാരത്തിൽ തന്നെ വെച്ച് ശ്രദ്ധയോടെ എഴുതും.

ജീവിതം, പ്രഥമൻ കുറുക്കി, ചൂടോടെ വിളമ്പി കഴുകിത്തുടച്ച് കമഴ്ത്തി വെച്ച ഓട്ടുരുളിപോലെയാണ്. എന്താ അതിന്റെ ഉള്ളിൽ അപ്പോഴും അടങ്ങിക്കിടക്കുന്നൊരഗ്നിയുടെ ചൂര്.

എനിക്കരൂപി ആയ ആരോ സദാ എന്നെ കെട്ടിപ്പിടിക്കുന്നുണ്ട്. അല്ലെങ്കിൽ എനിക്കെന്നിൽ പിടിച്ചു നിൽക്കാൻ കഴിയില്ല.

നവോദയയുടെ ത്രീഡി ചിത്രമായ "മൈ ഡിയർ കുട്ടിച്ചാത്തന്റെ" തിരക്കഥ എഴുതുന്ന കാലം. കുറെ ദിവസം എറണാകുളത്തെ കല്പകയിൽ

ആയിരുന്നു എഴുത്ത്. ഇപ്പോഴത് ഹോട്ടൽ വേഷം വിട്ട് ആശുപത്രി ആയി. എഴുതിക്കൊണ്ടിരിക്കേ പെട്ടെന്നൊരു ദിവസം എവിടേക്കെങ്കിലും പോയാലോ എന്നൊരു ചിന്ത വന്നു. ആ ചിന്തയിൽ മുറി തിരിച്ചു കൊടുത്ത് എങ്ങോട്ടെന്നില്ലാതെ നടത്തിയ ഒരു യാത്ര അവസാനിച്ചത് തളിപ്പറമ്പിൽ. അവിടെ ഉയർന്നു നിൽക്കുന്ന പുതിയൊരു ഹോട്ടൽ കെട്ടിടം കണ്ടപ്പോ ചെന്നു കയറി. ആരും തൊടാത്തൊരു മുറി കിട്ടി. നല്ല ഉടമസ്ഥൻ. നല്ല ജോലിക്കാർ. നല്ല കെട്ടിടം. നല്ല തളിപ്പറമ്പ്. നല്ല ബഹളം. നല്ല പകൽ. അതിലേറെ നല്ല രാത്രിയും. രാത്രിയിലെ മഞ്ഞും.

എനിക്കും കുട്ടിച്ചാത്തനും അവിടത്തെ ഇരുത്തം വല്ലാതങ്ങ് ഇഷ്ടായി. ആ ഹോട്ടൽ മുറിക്കൊരു പ്രത്യേകത ഉണ്ടായിരുന്നു. വലിയ മുറിക്കകത്ത് ഒരു വശം മറ്റൊരു ചെറിയ മുറി കെട്ടി ആ മുറിയിലായിരുന്നു എസി വെച്ചിരുന്നത്. എസി അഴിക്കണമെങ്കിൽ വാതിൽ തുറന്ന് ആ മുറിയിൽ കയറിയാൽ മതി. സാധാരണ എസി വെക്കാറ് ചുമർ തുരന്ന് അതിന്റെ ചന്തി ഭാഗം കെട്ടിടത്തിനു പുറത്തേക്കായിട്ടാണ്. ഇതേത് ആർക്കിടെക്റ്റാണ് ഇങ്ങനെ ചെയ്തതെന്ന് ഇന്നുവരെ എനിക്ക് പിടി കിട്ടിയിട്ടില്ല. ഗൾഫിലായിരുന്ന ഉടമസ്ഥൻ കെട്ടിടം കാണാൻ വന്നപ്പോൾ എസിക്കെല്ലാം മുറിക്കകത്ത് മറ്റൊരു ചെറിയ മുറി...!!

രസികനായിരുന്ന ആ ഉടമസ്ഥനെ എനിക്ക് വല്ല്യ ഇഷ്ടമായിരുന്നു. സ്ഥിരമായി സംഭവിക്കുന്നതുപോലെ എനിക്കദ്ദേഹത്തിന്റെ പേര് ഓർമ്മ കിട്ടുന്നില്ല. മറന്നു.

തിരക്കഥ എഴുതുന്നതിനിടയിൽ നാടു വിട്ടെന്നറിഞ്ഞ നവോദയയുടെ അപ്പച്ചന്റെ മകനും ചിത്രത്തിന്റെ സംവിധായകനുമായ ജിജോ എങ്ങനെയോ വീട്ടിൽ നിന്നും ഞാൻ തളിപ്പറമ്പിൽ ആണെന്നറിഞ്ഞ് എന്നെ കാണാൻ ശേഖറിനെയും കൂട്ടി ഹോട്ടലിൽ എത്തി. ശേഖറായിരുന്നു കുട്ടിച്ചാത്തന്റെ കലാ സംവിധായകൻ. അവർക്കും ആ എസി മുറി വളരെ ബോധിച്ചു. എവിടെപ്പോയാലും പിന്നാലെ വരും എന്ന ഭീഷണിയോടെ രണ്ടു ദിവസം ഒപ്പം തങ്ങി അവരും സ്ഥലം വിട്ടതോടെ ഞാനും കുട്ടിച്ചാത്തനും എസിയും വീണ്ടും തനിച്ചായി. അവർ പോയതിനു അടുത്ത ദിവസം കുട്ടിച്ചാത്തൻ എഴുതിക്കൊണ്ടിരിക്കേ, ആ കഥാപാത്രത്തിന് ഒടുക്കം സംഭവിക്കുന്ന ഹൃദയം നുറുങ്ങുന്ന വേദന എന്നെ വല്ലാതെ ബാധിക്കാൻ തുടങ്ങി.

കുട്ടിച്ചാത്തൻ ഒരു സങ്കല്പമാണെങ്കിലും അത് മനുഷ്യസഹജമായ സർവ്വ വികാരങ്ങളോടെയും എന്നെ അങ്ങ് പൊതിയുകയായിരുന്നു. എഴുതുമ്പോൾ പലപ്പോഴും അങ്ങനെ സംഭവിക്കാറുണ്ടെങ്കിലും ഒടുക്കം രൂപാന്തരം വന്ന് ദേഹം ചുരുങ്ങി മറ്റൊന്നായി മാറേണ്ടി വരുന്ന കുട്ടിച്ചാത്ത അവസ്ഥയുടെ തീക്ഷ്ണ വേദന എന്നെ ശരിക്കും നുറുക്കിക്കൊണ്ടിരുന്നു. എന്നിൽ സംഭവിക്കുന്നതെന്തും മാറി നിന്ന് കാണാൻ സാധിക്കുന്നൊരു വിദ്യ അത്രയും കാലത്തെ ജീവിതത്തിൽ നിന്നും അച്ഛനമ്മമാരുടെ സഹായത്തോടെ ഗ്രഹിച്ചെടുത്തിട്ടുണ്ടെങ്കിലും

പലപ്പോഴും മനസ്സ് വഴുക്കി അതിലേക്ക് തന്നെ ഞാൻ വീഴാറാണ് പതിവ്. അന്നും ഞാൻ വീണു.

നിവൃത്തിയില്ലാതെ മുറി പൂട്ടി പുറത്തിറങ്ങി.

വൈകുന്നേരസമയം.

പോക്കുവെയിൽ വീഴുന്ന അന്നത്തെ തളിപ്പറമ്പ് കാണാൻ ബഹു ഭംഗിയാണ്. ആ വെയിലും പുതച്ച് എങ്ങോട്ടെന്നില്ലാതെ കാണുന്ന വഴിയിലൂടെ സ്വയം മറന്ന് ഞാനങ്ങ് നടന്നു. എത്ര ദൂരം നടന്നെന്ന് അറിയില്ല.

എത്തിപ്പെട്ടത് ഒരു ക്ഷേത്രത്തിന്റെ പിൻമുറ്റത്തെവിടെയോ. കല്ലുകൾ പാകിയ നടവഴി. അവിടവിടെ തുളസിച്ചെടികൾ. കാൽപാദത്തിനു താഴെ നടവഴി പതിക്കാൻ കല്ലുകൾ നൽകിയവരുടെ കല്ലിൽ തന്നെ കൊത്തിയ പേരുകൾ. അക്ഷരങ്ങളിൽ ചവിട്ടാൻ മടിയുള്ളതുകൊണ്ട് ഞാൻ നടവഴിയിൽ നിന്നും ഇറങ്ങി നടന്നു. എന്തിനാണ് ആളുകൾ ധർമ്മം നൽകി അതിൽ പേര് കൊത്തിവെക്കുന്നതെന്ന ചിന്തയും മനസ്സിൽ നിന്നും ഒരു തുളസിയിലപോലെ പറിച്ചെടുത്ത് വാസനിച്ച് കളഞ്ഞു.

തീരെ ആൾസഞ്ചാരം കുറഞ്ഞ നടവഴിയിലൂടെ തെല്ലിട നടന്നപ്പോൾ എനിക്കെന്തോ ആ വഴിയും പരിസരവും നല്ല പരിചയമുള്ളതുപൊലെ തോന്നി. ഇവിടെ ഞാൻ ഇതിനു മുൻപ് വന്നിട്ടുണ്ടല്ലോ എന്നൊരു തോന്നൽ. എത്ര ഓർത്തിട്ടും എപ്പോൾ വന്നെന്ന് പിടി കിട്ടുന്നുമില്ല.

അതെ, വന്നിട്ടുണ്ട്. ഈ നടവഴിയും ഈ മരങ്ങളും, വഴി എത്തിച്ചേരുന്ന മണ്ഡപവും അവിടുന്നങ്ങോട്ടുള്ള ഇറക്കവും, ആ ചെറിയ കെട്ടിടവും അതിനപ്പുറമുള്ള ഇരുട്ടും എല്ലാം മുൻപെന്നോ പരിചയപ്പെട്ടിട്ടുണ്ട്. എനിക്കെന്തോ ആകപ്പാടെ ഒരു സുഖം തോന്നി. ഉള്ളിൽ ഒരു കാറ്റടിച്ച പോലെ. നിശ്ചലമായ കുളത്തിലേക്ക് സാവകാശം നെഞ്ചറ്റം ഇറങ്ങി ച്ചെല്ലുന്നതുപോലെ. അനിർവചനീയ സ്നേഹമായി ഏതോ ജലാശയം എന്നെ പൊതിയുന്നപോലെ. സത്യത്തിൽ, സർവ്വം ത്യജിച്ചുള്ള ആരുടെയോ ഒരാലിംഗനം.

എവിടേക്കും പോകാതെ നടവഴിയോട് ചേർന്നുള്ള ചുറ്റമ്പല മതിലിന്റെ ഓരത്ത് ഞാനങ്ങനെ ഇരുന്നു. നിലാവും ഇരുട്ടും ക്ഷേത്രവും, ഇടയ്ക്കൊരു ശബ്ദവും കുട്ടിച്ചാത്തനും സിനിമയും ഞാനും എല്ലാം ചേർന്നുള്ള ആ ഇരുത്തം അത്രയും നേരം ദൂരെ നിന്നും നോക്കി നിന്നിരുന്നൊരാൾ സാവകാശം എന്റടുത്തേക്ക് വന്നു. പുഞ്ചിരിച്ചു. തൊഴുതു. നേരെ കാര്യം പറഞ്ഞു.

"ആരാ.. എവിടുന്നാ.. ഇവിടെ മുൻപ് കണ്ട പരിചയം ഇല്ലല്ലോ?"

ഞാനും പറഞ്ഞു.

"പരിചയംണ്ടാവില്ല. ഞാൻ രഘു. തളിപ്പറമ്പിൽ ഒരു ഹോട്ടലിൽ താമസിക്കുന്നു. വെറുതെ നടക്കാനിറങ്ങ്യതാണ്. നടന്നു നടന്ന് ഇവിടെ

എത്തി. എത്ത്യപ്പോ ഈ സ്ഥലവും വഴിയും ഒക്കെ മുൻ പരിചയം ഉള്ളതുപോലെ തോന്നി. വെറുതെ തോന്ന്യതാവും. ഇതുപോലത്തെ സ്ഥലങ്ങള് എല്ലായിടത്തും ഉണ്ടല്ലോ. ആ തോന്നല് വന്നപ്പോ എന്തൊക്കെയോ ചിന്തിച്ചു. അങ്ങനെ ഇരുന്നു. അത്രേള്ളൂ.

അയാൾക്ക് നല്ല താടി ഉണ്ടായിരുന്നു. കണ്ണുകൾക്ക് തിളക്കം. പ്രസാദ മുഖം. പേര് രാമകൃഷ്ണൻ. രാമകൃഷണൻ അടുത്തിരുന്നു. സ്നേഹത്തോടെ ചോദിച്ചു.

“ഇവിടെ വന്നിട്ടുണ്ടോ..?”

“ഇല്ല..”

“അപ്പഴെങ്ങിനാ ഇതിനു മുൻപ് വന്നൂന്ന് തോന്ന്യേ..”

“അങ്ങനെ തോന്നി, മനസ്സല്ലേ.. തോന്നും.”

വീണ്ടും രാമകൃഷ്ണൻ പലതും ചോദിച്ചു. ഉത്തരങ്ങളെല്ലാം കാര്യമായി വിശകലനം ചെയ്തു. താടി തടവി. കണ്ണടച്ചു. വിരലുകൾ മടക്കി കാലചക്രങ്ങൾ എണ്ണി. ദക്ഷിണായനവും ഉത്തരായനവും ആകാശത്തിൽ തിരഞ്ഞു. ഒടുക്കം ഉത്തരം മുട്ടി സംസാരം അമർന്ന് എന്നിൽ തന്നെ നോക്കി ഞാനും അയാളും കുട്ടിച്ചാത്തനും എന്റടുത്തിരുന്നു. സാവകാശം അയാളുടെ പരിചയക്കാരിൽ ഒരാൾ വന്നു കാര്യം തിരക്കി. കാര്യം രാമകൃഷ്ണ ഭാഷ്യമായി കേട്ടപ്പോ അയാളും അടുത്തിരുന്നു. തെല്ലിട കഴിഞ്ഞില്ല ഒന്നിനു പിറകെ ഒന്നായി അവിടം ആറിലധികം ചന്തി അമർന്നു. എല്ലാവരിലും എന്നോടൊരു ബഹുമാനം. കുറെ നേരം എനിക്കൊപ്പം അവരും ചിന്തിച്ചു. ഒടുക്കം രാമകൃഷ്ണൻ കാര്യമായി ഭവ്യതയോടെ ചോദിച്ചു.

”ഇനി ഇവിടെ വന്നത് പൂർവ്വജന്മത്തിലോ മറ്റോ ആയിരിക്കുമോ..?”

ഞാൻ പുഞ്ചിരിച്ചു. ഇത് കളി മാറുന്ന ലക്ഷണമാണ്.

ഉത്തരം കൊടുത്തില്ലെങ്കിൽ രാമകൃഷ്ണൻ വിഷമിക്കും.

ഞാൻ ഉത്തരം കൊടുത്തു.

”ശരിയാണ്. ഞാനിപ്പോൾ എന്റെ പൂർവ്വജന്മത്തിലാണ്. എഴുന്നേറ്റിട്ടു വേണം വന്ന ജന്മത്തിലേക്ക് തിരിച്ചു പോകാൻ.”

ആരും ഒന്നും പറഞ്ഞില്ല.

ആദ്യം എഴുന്നേറ്റത് രാമകൃഷ്ണനാണ്.

രാമകൃഷണ്‍ ഇപ്പോൾ തളിപ്പറമ്പിൽ ഉണ്ടോ എന്നറിയില്ല. കാണാൻ നല്ല മോഹമുണ്ട്. കണ്ടാൽ കെട്ടിപ്പിടിക്കണം. എന്നിട്ട് കാതിൽ പറയണം.

“എനിക്കരൂപി ആയ ആരോ സദാ എന്നെ കെട്ടിപ്പിടിക്കുന്നുണ്ട് രാമകൃഷ്ണാ. അല്ലെങ്കിൽ എനിക്കെന്നിൽ പിടിച്ചു നിൽക്കാൻ കഴിയില്ല. നിങ്ങൾക്കും.”

പിന്നീടൊരിക്കൽ പിറവിയുടെ ജോലിക്കിടയിൽ ഈ ആലിംഗനാനുഭവം എന്നിൽ ഒരു കഥയായി പിറന്നു. ആ കഥയാണ് "ഏതോ മകന്റെ അമ്മയ്ക്ക്.."

ഒരുപക്ഷേ ആ കഥയിലെ അമ്മയാവാം എന്നെ അവിടെ എത്തിച്ചത്.

•

ക്ഷേത്രവാതിൽക്കലേക്ക് ഭഗവാൻ ഇറങ്ങി വരുന്ന നേരമായി കാണണം, ഓരോ അച്ഛനമ്മമാരും മക്കളെ യാത്രയാക്കാൻ പടിക്കലോളം വരുന്ന സമയഖണ്ഡം.

അവരുടെ മനം നിറയെ പ്രാർത്ഥനയായിരിക്കും അപ്പോൾ.

ചിലർ അതിനു മുൻപ് പര ഭവിച്ചിരിക്കാം.

മുഖവിളക്ക് ഊതി അണച്ചിരിക്കാം.

അലങ്കാരങ്ങൾ അഴിച്ച് നിർമ്മാല്യമായി ഏല്പിച്ചിരിക്കാം.

എല്ലാം ജീവിത പ്രസാദമായി കണ്ടാൽ മതി. അഴിച്ചു വാങ്ങി വീണ്ടും ഉടുത്ത് മക്കളും ആടേണ്ട വേഷഭൂഷാദികൾ അല്ലേ അവയെല്ലാം. ആ നേരം കരുതലോടെ മക്കളോട് ആടുക. ആടുമ്പോൾ തിരിച്ചറിയും അച്ഛനമ്മ ആടിയതിലെ ഭാവപ്പൊലിമ.

മനസ്സിലെ ചിത്രത്തിൽ ഇപ്പോൾ തെളിയുന്നത് മക്കളുടെ അമ്മയുടെ അച്ഛനും അമ്മയും.

ഒരാൾ ജോലി കിട്ടിയ കാലം മുതൽ ഒന്നാം ക്ലാസിലെ പത്മിനി ടീച്ചറായിരുന്നു. കൂടെ വന്ന് കൈ പിടിച്ച് വലം വെച്ച ആൾ ഇത്തിരി ശാഠ്യമുള്ള സാത്വികനായ ബസ്സ് കണ്ടക്ടറും. ബസ്സിൽ കയറിയാൽ മക്കൾക്കുപോലും ടിക്കറ്റ് കൊടുക്കും. പൈസ വാങ്ങില്ല. രണ്ടു പേരും കാലത്തിന്റെ ജാലകം തുറന്നു കിട്ടിയതും സ്കൂൾ വിട്ട ബെല്ലടി കേട്ട കുട്ടികളുടെ പ്രസരിപ്പോടെ സ്ഥലം വിട്ടു. വിളിച്ചാൽ കേൾക്കാതെ ഏത് വഴിക്കാണ് ഓടിയതെന്നറിയാൻ ജാലകത്തിന്നടുത്ത് എത്തുന്നതുവരെ കാത്തിരിക്കണം.

അച്ഛനമ്മമാർക്ക് തുറന്നു കിട്ടിയ ആ ജാലകം നമുക്കരികിൽ എവിടെയോ എപ്പോഴും ഉണ്ട്.

•

രാവിലെ നടന്നെത്തിപ്പെട്ടത് പരിചയമുള്ള ഒരു ചായക്കടയിൽ. കയറിയതും പരസ്പരം കോർത്തു പിടിച്ച് പെട്ടെന്ന് ഒരു തടിമാടനും ഈർക്കിൽ ചൂലുപോലെ ഒരുത്തനും മുറണ്ടുകൊണ്ട് മുന്നിലേക്ക് ഉരുണ്ടു വന്നതും

ഒരു ഇഷ്ടക്കേട് തോന്നി. തടിമാടനെ കണ്ടു പരിചയമുണ്ട്. ഈർക്കിൽനെ വല്ല്യ പിടി ഇല്ല. രണ്ടിനോടും അറിയാതെ ചോദിച്ചു പോയ്.

"ഹേയ്.. എന്താ ഇത്...?"

അവർ പിടിവിട്ടു. തടിമാടൻ ചൂലിനെ എന്തോ തെറി വിളിച്ച് അകത്തേക്ക് മാറി. ചൂലാണെങ്കിൽ കോർത്തിട്ടേ കാര്യമുള്ളൂ എന്നവിധം പിന്നാലെ ഉരസി നീങ്ങി. വേണ്ടാ....ന്ന് പറഞ്ഞു തടിമാടൻ. മുഖം ആകാശത്തു യർത്തി നെഞ്ച് വിരിക്കാൻ ശ്രമിക്കുന്ന ജീവിയെപോലെ ഈർക്കിൽചൂൽ മുരൾച്ച തന്നെ. വീണ്ടും കോർത്താൽ അടി ഉറപ്പ്. രാവിലെ തന്നെ ഒരു അടി നടന്നാൽ ആ ദിവസത്തിനു തന്നെ ഉഷാറുണ്ടാവില്ല. പോരെങ്കിൽ ബുധനാഴ്ച്ച ഇലക്ഷനും വരുന്നു. തടിമാടന് കൊഴുപ്പുണ്ടെന്നേ ഉള്ളൂ. രണ്ട് മിനുട്ട് പിടിച്ചു നിൽക്കും. ഈർക്കിൽ ചൂലിന് ശരീരം മൊത്തം മൂർച്ച യാണ്. വലിച്ചൊരടി അടിച്ചാൽ രാത്രി കടയിലെ തൂണ് കഴുകും വരെ അതവിടെ കിടക്കും. ഞാൻ ചൂലിനെ പിടിച്ചു മാറ്റി പതുക്കെ കാര്യം പറഞ്ഞു.

"ആളെ അറിയോ....?"

"ഇല്ല.."

"വിട്ടോ.. ക്ഷമ തീർന്നാ പിന്നെ ബോധം പോണവരെ അലക്കുന്ന ടൈപ്പാ. ഏഴ് കേസുണ്ട്. ഒന്നിന്റെ വിധി നാളെയാ. സുഖായിട്ട് ഊരി പ്പോരും. അതാ ജാതി..."

ചൂല് തളർന്നു.

എന്നിട്ടും നിന്നു വിറച്ച് സ്ഥലം വിട്ടു.

രാവിലെ തന്നെ ആരോടോ കോർത്ത സങ്കടത്തിൽ നിന്ന തടിമാടനേം ഞാൻ ആശ്വസിപ്പിച്ചു.

"കണ്ടാ ഈർക്കിലാ മോനേ. കോർക്കാഞ്ഞത് നന്നായി. ഇനി തീരേം വേണ്ട. മുറിഞ്ഞാ പഴുപ്പ് മാറൂല."

"സാറിന് ആ സാധനത്തിനെ അറിയോ...?"

തടിമാടനെ സമാധാനിപ്പിക്കേണ്ടത് വളരെ അത്യാവശ്യമായിരുന്നു.

"അറിയാണ്ട് പറയോ. അടി കാണാൻ എനിക്കും ഇഷ്ടംല്ലാന്നാ വിചാരിച്ചേ? എന്നാലും വേണ്ട..."

തടിമാടനും ഹാപ്പിയായി.

എന്റെ സംശയം അതല്ല.

ചിലപ്പോൾ ഞാൻ പറഞ്ഞത് സത്യമാണെങ്കിലോ...?

ആ മുത്തം എങ്ങനെ സംഭവിച്ചുവെന്ന് എനിക്ക് ഇപ്പോഴും അറിയില്ല. ഇതുവരെയുള്ള ജീവിതത്തിൽ എന്നും ഓർക്കാനായി കാലം അങ്ങനെയും

ഒരു മുത്തം തരുമെന്ന് ഒരിക്കലും ഞാൻ പ്രതീക്ഷിച്ചിരുന്നില്ല. സംഭവിച്ചതിന്റെ പശ്ചാത്തലം ഇങ്ങനെയാണ്.

ആരുടെ മക്കളായാലും അവരുടെ അച്ഛനമ്മമാരോ അദ്ധ്യാപകരോ മറ്റു ബന്ധുക്കളോ ആരും കുഞ്ഞുങ്ങളെ തല്ലുന്നത് എന്നെ വേദനിപ്പിക്കും. ശാസിക്കാം. നേർവഴിക്ക് നയിക്കുകയോ, മനസ്സ് തുറന്നു നോക്കുകയോ എല്ലാം ആവാം. പക്ഷേ ശിക്ഷയെന്നു പറഞ്ഞ് തല്ലുന്നത് സമസ്ത ദുരന്തത്തിനും അപ്പുറമാണെന്ന് ഞാൻ ചിന്തിക്കുന്നു.

അത് ശരീരത്തെ മാത്രമല്ല മനസ്സിനെയും തകർക്കും. പല ജന്മങ്ങളും അതുമൂലം ഇല്ലാതായിട്ടുണ്ട്. തല്ലും പൂരവുമായി ജീവിച്ചുവന്ന അത്തരം ജന്മങ്ങൾ തുടർന്നുള്ള ജീവിതത്തിൽ മറ്റു പല ജന്മങ്ങളെയും തകർത്തിട്ടുമുണ്ട്. എന്ത് വാദമുഖങ്ങൾ ഉണ്ടെങ്കിലും ശിക്ഷയുടെ പേരും പറഞ്ഞ് കുഞ്ഞുങ്ങളെ തല്ലുന്നത് അധമമാണ്. സ്കൂളിൽ പോകാൻ വേഷംകെട്ടി നിന്ന കൊച്ചുമകനെ എന്തോ ചീത്തവിളിച്ച് അച്ഛൻ നെഞ്ചിൽ ചവിട്ടിത്തെറിപ്പിച്ചത് എനിക്ക് കണ്ടുനിൽക്കേണ്ടി വന്നിട്ടുണ്ട്. അച്ഛനെ പുലഭ്യം പറഞ്ഞുകൊണ്ട് ആ കുഞ്ഞിനെ അമ്മ അകത്തേക്ക് എടുത്തുകൊണ്ടുപോകുന്നതും പിന്നീടൊരിക്കൽ അവനെ കാണാതെ ആ അച്ഛനും അമ്മയും കോളനിക്കാരും അവിടം മുഴുവൻ തിരഞ്ഞു നടക്കുന്നതും ഞാൻ കണ്ടിട്ടുണ്ട്.

ക്ലാസിലെ കൂട്ടുകാരനെ ശിക്ഷിക്കാനായി ഒന്നു മുതൽ പത്തുവരെ എണ്ണി, പത്ത് തികയുന്നതും വെളിച്ചപ്പാട്പോലെ ഉറഞ്ഞ് പടപടാന്ന് അടിക്കുന്ന അദ്ധ്യാപകനെ കണ്ടിട്ടുണ്ട്. ഹിന്ദിയിൽ വ്യാകരണം തെറ്റുമ്പോൾ എന്നോട് കാല് ഡസ്കിനടിയിലേക്ക് നീട്ടിവെക്കാൻ പറഞ്ഞ് കാൽവെള്ളയിൽ സ്കെയിൽകൊണ്ട് പഞ്ചമം പാടുന്ന മാഷുടെ പ്രാന്ത് നിറയുന്ന മുഖം കണ്ടിട്ടുണ്ട്.

കുഞ്ഞുങ്ങളെ തല്ലരുതെന്ന് ഞാൻ എല്ലാവരോടും പറയും. അതിന്റെ ഫലം കണ്ടുതുടങ്ങിയിട്ടുണ്ട്. പല വീടുകളിലെ കുട്ടികൾക്കും ഇപ്പോൾ അവരുടെ അച്ഛനമ്മമാരെ തിരിച്ചു കിട്ടുന്നുണ്ടെന്ന് അവരുടെ സംസാരത്തിൽ നിന്നും ഞാൻ അറിയുന്നുണ്ട്.

ഈ ചെന്തമിഴ് മുത്തം എന്നിലേക്ക് വന്ന വഴി അതിലൊന്നാണ്. സംഭവിച്ചത് ഇങ്ങനെയാണ്. കോയമ്പത്തൂർ കൊവൈപുതൂരിലെ ടിവി ശേഖരൻ മെമ്മോറിയൽ സ്കൂളിൽ മക്കളായ മേഘയെയും ആകാശിനെയും കൊണ്ടുചെന്നാക്കി തിരികെ ഞാൻ ഗെയ്റ്റ് കടന്നു വരുന്നു. അവിടം മൂന്നും കൂടിയ നിരത്താണ്. മുന്നിൽ തുറസ്സായ സ്ഥലം. കെട്ടിടം പണിക്ക് പോകുന്ന ധാരാളം സ്ത്രീകൾ രാവിലെ വന്ന് സിമന്റ് ചട്ടികളും ചോറ്റുപാത്രങ്ങളും തലനിറയെ പേനും മുല്ലപ്പൂക്കളും ഒക്കെയായി കൂടിനിൽക്കും. കോൺട്രാക്ടറുടെ ആൾ ട്രാക്ടറുമായി എത്തുന്നതോടെ എല്ലാവരും ബഹളംവെച്ച് അതിൽ കയറി ജോലിസ്ഥലത്തേക്ക് പോകും. വൈകുന്നേരം അതേ സ്ഥലത്ത് വിശപ്പും വിയർപ്പും ക്ഷീണവുമായി അവരെല്ലാം വന്നിറങ്ങും.

മക്കളോട് യാത്ര പറഞ്ഞ്, ആ കാഴ്ച്ചകളും കണ്ട് പുറത്തേക്കിറങ്ങിയ ഞാൻ ഒരു കുഞ്ഞിന്റെ ദയനീയമായ കരച്ചിൽ പെട്ടെന്ന് കേട്ടു. മുന്നിലെ തുറന്ന സ്ഥലത്തൂടെ സ്വൽപ്പം മാറി ഏതാണ്ട് മൂന്നരവയസ്സ് തോന്നിക്കുന്ന ഒരു പയ്യൻ നടക്കുന്നു. അവന്റെ മുന്നിൽ അവനെ സൃഷ്ടിച്ചത് ഞാനല്ലേ എന്ന ഭാവത്തിൽ അവന്റെ അച്ഛനാവാം, ഒരുത്തൻ നടക്കുന്നു. അവന്റെ പിറകിൽ അവനേക്കാൾ നീളമുള്ള ഒരു വടിയും പിടിച്ച് നല്ല നിറമുള്ള സാരിയും മുല്ലപ്പൂവും എല്ലാമായി അവന്റെ അമ്മ നടക്കുന്നു. നടത്തത്തിനിടയിൽ ഒരാവശ്യവും ഇല്ലാതെ വീണ്ടും അമ്മ ആ പയ്യന്റെ ചന്തിക്കും കാലിനുമായി ഇടവിട്ട് തല്ലുന്നു. ഓരോ തല്ല് കിട്ടുമ്പോഴും പയ്യൻ പുളഞ്ഞ് തുള്ളി അലറുന്നുണ്ട്. എന്താണെന്നറിയില്ല പെട്ടെന്ന് മനസ്സിൽ വീശിയ ഒരു പ്രഭയിൽ ഞാൻ കൈ തട്ടി ആ കുടുംബത്തെ അടുത്തേക്ക് വിളിച്ചു.

“ഏയ്...”

അച്ഛനും അമ്മയും ഒരേ സമയം മുഖം തിരിച്ചു.

വേഗതയ്ക്ക് അശേഷം വ്യത്യാസം വരാതെ ആ കുടുംബജാഥ എനിക്കു നേരെ തിരിഞ്ഞു. കാര്യം എന്താണെന്നറിയാതെ അവർ അടുത്തേക്ക് വന്നതും ഞാൻ ആദ്യം ചോദിച്ചത് ആ സ്ത്രീയോടാണ്.

“എന്തിനാ കുഞ്ഞിനെ തല്ലുന്നത്..?”

“അയ്യാ ഇവൻ ശരിയല്ല. പറയുന്നത് കേൾക്കുന്നില്ല..”

“ഇവനെത്ര വയസ്സായി...?”

“മൂന്നു മുടിച്ച് നാലാച്ച്..,”

പുരുഷൻ പറഞ്ഞത് അമ്മ തിരുത്തി.

“നാലാഹലെ.”

ഞാൻ ആദ്യം അവരോട് ആ വടി കളയാൻ പറഞ്ഞു.

അവരാ വടി അപ്പോൾ തന്നെ കളഞ്ഞു.

പയ്യനെ എടുക്കാൻ പറഞ്ഞു.

അവർ എടുത്തു.

ചേലകൊണ്ട് അവന്റെ മുഖം തുടക്കാൻ പറഞ്ഞു.

അവർ കൈ കൊണ്ട് തുടച്ചു.

അവരോട് പയ്യന്റെ പേര് ചോദിച്ചു.

അവർ പേര് പറഞ്ഞു.

“മുരുകൻ. ..”

മുരുകനെ തല്ലുന്നത് പാപമല്ലേന്നു ഞാൻ ചോദിച്ചു.

സാക്ഷാൽ മുരുകനെ സ്വന്തം മക്കളിൽ തിരിച്ചറിയാൻ കഴിയാത്ത അച്ഛനമ്മമാരുള്ള ലോകത്ത് ജീവിക്കുന്ന ആ പാവം സ്ത്രീ പെട്ടെന്നു ഭയന്നു. പിറകിൽ നടക്കുന്ന മകനെ അതിനും പിറകിൽ നടക്കുന്ന അമ്മ

ഇത്രനേരം തല്ലുന്നതു കണ്ടിട്ടും എന്തേ അവളെ ശാസിക്കാഞ്ഞതെന്ന് ഞാൻ പുരുഷനോട് ചോദിച്ചു. അവൻ സത്യം പറഞ്ഞു.

"ഞാൻ പറഞ്ഞതാ അയ്യാ..അവൾ കേൾക്കുന്നില്ല."

"എന്താ നിങ്ങളുടെ പേര്..?"

'ഗണപതി.'

"എന്താ ഭാര്യേടെ പേര്..?"

"മലർവള്ളി.."

"ഇത്രേം ഭംഗിയുള്ള പേരുണ്ടായിട്ടും കുഞ്ഞിനെ സന്തോഷിപ്പിക്കാനറിയൂല. കരയിക്കാനേ അറിയൂ. അല്ലേ..?"

ഗണപതിയും മലർവള്ളിയും പരസ്പരം നോക്കി മിഴിച്ചു നിന്നു. അപ്പോഴേക്കും ട്രാക്ടർ കാത്തുനിൽക്കുന്ന സ്ത്രീകളും അത്യാവശ്യം കാഴ്ചക്കാരും ഞങ്ങൾക്കു ചുറ്റും കൗതുകത്തോടെ കൂടിയിരുന്നു. പെട്ടെന്നുള്ള അമ്മയുടെ സ്നേഹപ്രകടനവും വലിച്ചെറിഞ്ഞ വടിയും അവനെ തല്ലിയതിന് ശാസിക്കുന്ന അപരിചിതനും ചുറ്റുമുള്ള സംഘവും എല്ലാം അതിനകം പയ്യന്റെ കരച്ചിൽ ഇല്ലാതാക്കിയിരുന്നു. വിരിഞ്ഞ കണ്ണുകളോടെ അവിശ്വസനീയമാംവിധം അവൻ എന്നെ തന്നെ നോക്കുകയായിരുന്നു.

ഞാൻ ആ അമ്മയോട് എനിക്കറിയുന്ന തമിഴിൽ പറഞ്ഞു.

"ഇനി ഇവനെ തല്ലരുത്. വാശിപിടിച്ചാലും ക്ഷമയോടെ ആ വാശി ഇല്ലാതാക്കുക. ഇവനാണ് നിങ്ങളുടെ വീട്ടിലെ ഈശ്വരൻ. എന്നുവെച്ച് ലാളിച്ച് വഷളാക്കരുത്. ശിക്ഷിച്ച് ചീത്തയാക്കരുത്. ഒരുതവണ ഇവന്റെ പേര് വിളിക്കുന്നത് നൂറു തവണ പഴനിക്ക് പോകുന്നതുപോലെയാണ്. മനസ്സിലായോ..?"

എന്തൊക്കെ അവർക്ക് മനസ്സിലായി എന്നറിയില്ല.

എന്നാലും എന്തൊക്കെയോ അവർക്കു മനസ്സിലായി.

പയ്യനെ അണച്ചു പിടിച്ച് അവർ വിതുമ്പാൻ തുടങ്ങി. വിതുമ്പുന്നതിനിടയിൽ തന്നെ ഞാൻ പറഞ്ഞതും അവർ പയ്യന് ഉമ്മ കൊടുത്തു. വീണ്ടും കൊടുക്കാൻ പറഞ്ഞു. വീണ്ടും കൊടുത്തു. ഒന്നല്ല... രണ്ടല്ല.. ഒരുപാട് തവണ..

പയ്യന് ഇക്കിളിയാവാൻ തുടങ്ങി. കണ്ണീര് വാരിത്തേച്ച അവന്റെ മുഖത്ത് ചിരി വിടരാൻ തുടങ്ങി. ഇത്രനേരം താൻ പറഞ്ഞിട്ടും അനുസരിക്കാതെ പന്തംപോലെ നിന്നു കത്തിയ പെണ്ണ് ഒരു അയ്യ പറഞ്ഞതും മകനെ അണച്ച് മുത്തം കൊടുക്കുന്നത് കണ്ട് വിഷമിച്ചു നിൽക്കുന്ന പുരുഷനും അതിലൊരു മുത്തം കൊടുക്കാൻ ഞാൻ മലർവള്ളിയോട് വെറുതെ ഒന്നു പറഞ്ഞു നോക്കി.

അത് കേട്ടതും മലർവള്ളിക്ക് നാണമായി. ആ നാണം ചുറ്റും കൂടി നിന്ന ട്രാക്ടർ കാത്തുനിൽക്കുന്ന പെണ്ണുങ്ങൾക്ക് ഹരമായി.

"കൊടുക്കെടി തായേ..."ന്ന് അവരിൽ ആദ്യം ആരു പറഞ്ഞെന്ന് എനിക്കറിയില്ല. കേട്ടതും ആരൊക്കെയോ അതേറ്റു പറഞ്ഞു.

"ഇത്ക്കെന്നാ അവ്വളവു വെക്കമാ..."

"ശീഘ്രംകൊട്.. ടൈം ഇല്ലിയേ.....ട്രാക്ടർ വന്താച്ച്.."

"എന്നെടീ.. അബ്ബബ്ബബ്ബോ.."

"എന്നാ തിമരപ്പാ.. കൊട് തായേ.."

എന്നെല്ലാം പലരും പല ശബ്ദത്തിൽ ചോദിക്കേ, ഇനി ഒരിക്കലും മുരുകന് അടി കിട്ടാതിരിക്കാൻ ഗണപതിക്ക് മുത്തം കൊടുക്കാൻ മലർവള്ളിയോട് വീണ്ടും പറഞ്ഞ് ഞാൻ കയ്യടിച്ചു. ആ കയ്യടി ട്രാക്ടർ പെണ്ണുങ്ങളും ഏറ്റെടുത്തു. ജല്ലിക്കെട്ടുപോലെ ചുറ്റും തിമർക്കുന്ന കയ്യടിയിൽ പിടിച്ചു നിൽക്കാൻ കഴിയാതെ, നാണിച്ചുപോയ ഗണപതിയുടെ കവിളിൽ, കിട്ടിയ അടി അത്രയും മറന്ന് പുഞ്ചിരിക്കുന്ന മുരുകനെ അണച്ചു പിടിച്ച്, മലർവള്ളി കൊടുത്ത ആ മുത്തത്തിന്റെ കുളിര് ഇപ്പോഴും ഞങ്ങളുടെ കൊവൈ പുതൂരിൽ ഉണ്ട്. സ്ഥലം കാണാൻ വരുന്നവർ മനസ്സിൽ കമ്പിളി ഉടുപ്പില്ലാതെ വന്നാൽ സ്നേഹത്തിന്റെ ആ കുളിരിത്തിരി ഉൾക്കൊള്ളാം.

നിങ്ങൾക്ക് സ്വാഗതം.

അറിയുന്ന ജോലികൾ വിരലിലെണ്ണാവുന്നവയേ ഉള്ളൂ. അറിയാത്ത ജോലികളാണ് പരശ്ശതം. കണ്ടുമുട്ടുന്നവരിൽ എല്ലാവരും ജീവിതത്തിന് പന്തലിടാൻ കണ്ടെത്തുന്ന ഓരോരോ ജോലികളും അതിന്റേതായ ആകാശങ്ങളിൽ നെയ്തെടുക്കുന്ന നൂൽപ്പാലങ്ങളാണെന്ന് എനിക്ക് തോന്നാറുണ്ട്. എത്ര വൈവിദ്ധ്യങ്ങളാണവ.

ഇതെല്ലാം എന്തു ജോലിയെന്നും എത്ര നിസ്സാരമാണെന്നും മറ്റുള്ളവർക്ക് തോന്നാം. പരസ്പര ബഹുമാനമെന്ന തേജോമയ ഭാവം അഴിച്ചെറിഞ്ഞു പോകുന്ന അവസ്ഥയിലേക്ക് സമൂഹം എത്തിപ്പെടുമ്പോൾ ഒരാൾ ചെയ്യുന്ന കർമ്മം മറ്റൊരാൾക്ക് പരിഹാസ്യമാകുന്നതും കാണാം. അറിയാതെ എടുത്തണിഞ്ഞു പോകുന്ന ഞാനെന്ന ഭാവമുഖംമൂടി ധരിക്കുന്നതോടെ ജീവിതത്തിന്റെ മധുരരുചി നഷ്ടപ്പെടും. പിന്നെ ജീവിക്കുന്നിടത്ത് ഞാൻ മാത്രമേ ഉള്ളു. ഞാനെന്ന ചൈതന്യമില്ല.

വിദ്യാഭ്യാസവും സാമൂഹിക പരിതസ്ഥിതിയും ജീവിത കാഴ്ച്ചപ്പാടും എത്ര ഉന്നതിയിൽ ഒരുവനു ചുറ്റും പ്രഭാപൂരിതമായി നിന്നാലും താൻ എത്രത്തോളം സംതൃപ്തനാണെന്ന തീരുമാനത്തിൽ എത്തിച്ചേരുന്നത് അവനവൻ തന്നെയാണ്. ചെയ്യുന്ന ജോലിയുടെ കാര്യത്തിൽ പ്രത്യേകിച്ചും. ഒരാളുടെ ജോലി എത്ര മഹത്ത്വമുള്ളതാണെന്ന് ചങ്കുറപ്പോടെ

ചിന്തിക്കുന്ന മക്കളും ഭാര്യയും ഭർത്താവും ബന്ധുക്കളും സുഹൃത്തുക്കളും ചുറ്റുപാടും ഉണ്ടാവുക എന്നതിൽപ്പരം ഉന്നതി ഒരാൾക്ക് നൽകാൻ സമൂഹത്തിന് കഴിയില്ല. ചെയ്യുന്ന ജോലി എന്ത് തന്നെ ആവട്ടെ, അവനോ അവളോ ഇല്ലെങ്കിൽ, ചുറ്റും വട്ടം കറങ്ങുന്ന സമൂഹം ചരടഴിഞ്ഞ വസ്ത്രം പോൽ അനാഥമാകും എന്നത് നിശ്ചയം.

സമൂഹം മാന്യത നൽകുന്ന നിശ്ചിതമായ ചില ജോലികൾ ഉണ്ടെന്ന് തോന്നും പലരുടെയും പലരെക്കുറിച്ചുമുള്ള ചിന്തകൾ കാണുമ്പോൾ. ഏറ്റവും നീചവും അപഹാസ്യവുമായ ആ സമീപനത്തിൽ ഒരേ വീട്ടിൽ തന്നെയുള്ള പലരും ഒറ്റപ്പെട്ടുപോകുന്നത് ഞാൻ കണ്ടിട്ടുണ്ട്. ജീവിതം സായാഹ്നത്തിൽ എത്തുമ്പോൾ കിട്ടുന്ന സുരക്ഷയാവാം ചില ജോലികളുടെ ഗ്രേഡ് ഉയർത്തുന്നതെങ്കിൽ, ചിലതിൽ ശമ്പള കിമ്പള കുമ്പളം തന്നെയാണ് അതിനെ മറ്റുള്ളതിൽ നിന്നും മഹത്തരമാക്കുന്നത്.

പാദരക്ഷ തുന്നാൻ വഴിയിൽ ഇരിക്കുന്ന സുധാകരനും വാഴയില വിൽക്കുന്ന ബാലുവും എവിടെ നിന്നോ കൊണ്ടുവന്ന് വഴിയോരത്ത് കൂട്ടിയിട്ട പനംനൊങ്ക് ചെത്തി വിറ്റ് വൈകുന്നേരം വീട്ടിലെത്തുന്ന ദാസുണ്ണിയും എല്ലാം കൈകാര്യം ചെയ്യുന്നത് ഹൈടെക്ക് വിപണ തന്ത്രം തന്നെയാണ്. ദാസുണ്ണിയുടെ ചെറിയ മകനോട് ഞാൻ അച്ഛനെന്താണ് ജോലിയെന്ന് ചോദിച്ചു. അവന്റെ ഉത്തരം സിംപിളായിരുന്നു.

"എന്റച്ഛൻ ദാഹമാസ്റ്ററാണ്.."

എത്ര മനോഹരമായാണ് ആ കുട്ടി അച്ഛന്റെ കർമ്മ ചൈതന്യം തിരിച്ചറിയുന്നത്.

ഇന്ന് പുളിക്കക്കടവ് പാലത്തിലൂടെ ഭാരം കയറ്റിയ കക്ക വണ്ടി വലിച്ചു കയറ്റുന്ന സർഫുവിനെ കാലത്ത് നടക്കവേ കണ്ടു. കയറ്റം കാരണം തിരിഞ്ഞു നിന്ന് ചന്തികൊണ്ട് പിറകോട്ട് തള്ളി പാലത്തിന്റെ പാതിയോളം വരുന്ന കയറ്റം പതിയെ കയറുന്ന സർഫു, വണ്ടി ഒന്നു തള്ളിക്കൊടുക്കാൻ ഒരുങ്ങിയതും തിരിഞ്ഞ് തണ്ട് നേരെ വലിച്ചു സുഖമായി കയറ്റി.

ആ തള്ളൽ വണ്ടിക്ക് മാത്രമല്ല മനസ്സിന്റെ ആഹ്ളാദത്തിലേക്കുമുള്ള ഒരു തള്ളായിരുന്നു എനിക്ക്. വണ്ടിക്കു പിറകിൽ ഇറുക്കിവെച്ച സർഫുവിന്റെ ചെരിപ്പും തണ്ടിൽ കൊളുത്തിയിട്ട തലയിൽ വെക്കുന്ന തരികയും അടുക്കോടെ വിരിച്ച പൊന്നാനിയിൽ നിന്നും വാരിയ കക്കയും മസിലുരുട്ടിയുള്ള സർഫുവിന്റെ യാത്രയും ആ ജോലിയുടെ ഓരോരോ അലങ്കാരങ്ങളായി എനിക്കു തോന്നി. വൈകുന്നേരത്തോടെ വിറ്റു തീർന്ന കക്കയുടെ ലാഭവിഹിതവുമായി സർഫു വീട്ടിലെത്തുന്നതോടെ സർഫൂന്റെ ആ ഉത്സവ ജോലി യാത്ര പൂർണ്ണമാവും. തള്ളിക്കൊടുത്ത് യാത്ര പറയവേ വണ്ടി വലിച്ചുകൊണ്ട് സർഫു എന്റെ കൈ പിടിച്ചു കുലുക്കി.

ഞാൻ ചോദിച്ചു.

"എങ്ങനുണ്ട് ജോലി.."

"ഉഷാറല്ലേ.."

"എവിടാ വീട്."

"ചേറ്റുവ.."

സർഫു ഇന്നും ആ കയറ്റം കയറിക്കാണും.

ആരെങ്കിലും തള്ളിക്കൊടുത്തു കാണും.

ഉറപ്പ്.

കാർമേഘം ആകാശത്ത് മാത്രമല്ല. എനിക്ക് ചുറ്റുമുള്ള ഭൂമിയിലും നിറയെ ഉണ്ട്. ആകാശക്കാർമേഘം ജലശക്തി തരുന്നു. ഭൂമിക്കാർമേഘം സ്നേഹശക്തി തരുന്നു.

സ്നേഹം മഴയാണ്.

ചെറിയൊരു ചാറലായി കുടഞ്ഞു വന്ന് പിന്നീടതൊരു നൂൽ വീഴ്ചയായി ഒടുക്കം ശറപറേ..ന്നൊരു പെയ്ത്തലാണ്. അതിൽ നനഞ്ഞു കുളിച്ച് ശുദ്ധം ചെയ്യപ്പെട്ടാലും പെയ്ത്ത് കൊള്ളുന്നവരാരും അതറിയുന്നില്ല. പെയ്ത കാർമേഘവും കഥയറിയാതെ ഒടുക്കം പെയ്ത് തീർന്നങ്ങ് മാഞ്ഞുപോകുന്നു.

1978ന്റെ ആരംഭത്തിലാണ് നിൽക്കുന്നിടത്തു നിന്നും ജീവിതം പറിച്ചു നടാമെന്ന് തോന്നിയത്. കോഴിക്കോട് കടപ്പുറത്തെ ഒരു കസ്റ്റംസ് ഏജന്റിന്റെ കെട്ടിടത്തിനുള്ളിൽ ഒരു കുഞ്ഞു ജോലി കിട്ടിയ ദിവസം. അത്യാവശ്യം തമിഴക്ഷരങ്ങൾ വായിക്കാൻ കഴിയുന്ന സ്വഭാവം കണ്ടിട്ടാണ് തമിഴ് നാട്ടിൽ നിന്നും ലോറികൾ വരുന്ന കസ്റ്റംസ് ഏജന്റ് ആ ജോലിക്കായി വിളിച്ചത്. ദിവസവും ചായേം ബീഡീം കിട്ടും എന്നു പറയുന്നതുപോലെ ഒരു ജോലി. ബീഡി വലിക്കുന്ന സ്വഭാവം ഇല്ലാത്തതു കൊണ്ട് ബീഡിക്ക് പകരം വട കിട്ടും എന്നും പറയാം..

അച്ഛനമ്മയോട് അനുഗ്രഹം വാങ്ങുമ്പോഴേ അച്ഛൻ പുഞ്ചിരിച്ചിരുന്നു. അമ്മയ്ക്ക് ഒന്നും മനസ്സിലായില്ല. ബസ്സ് കയറി കടപ്പുറത്തെത്തി ഏജന്റിന്റെ മുന്നിൽ ചെന്നപ്പോഴാണ് അദ്ദേഹത്തിന്റെ തന്നെ സങ്കടാവസ്ഥ ശരിക്കും മനസ്സിലായത്.

ഒരു ഫ്ലീംഫ്രോം കെട്ടിടം. അതിനകത്തൊരു ഉയരമുള്ള മുറി. ആടുന്ന നാലഞ്ചു കസേരകൾ. കസേരയേക്കാൾ പ്രായമുള്ള ഒന്നു രണ്ടു പേർ. ഏജന്റ് എന്നെ മൂലയിലുള്ള കസേരയിൽ ഇരുത്തി. പൊടിപിടിച്ച കടലാസ് കെട്ടെടുത്ത് മുന്നിൽ വെച്ച് വായിച്ചു നോക്കാൻ പറഞ്ഞു. കസ്റ്റംസ് ചട്ടങ്ങൾ എഴുതിയ കടലാസുകളും ബില്ലുകളും ഒക്കെയാണ്. ചിലതെല്ലാം മറിച്ചു നോക്കി ഒരു പിടിയും കിട്ടാതെ അങ്ങനെ ഇരിക്കേ, തൊട്ടരുകിലെ ചുമരിലും അടച്ചിട്ട ജനവാതിലുകളിലും ഓടിക്കളിക്കുന്നൊരു ഗൗളി, മിണ്ടാതെ നിൽക്കുന്ന ചിലന്തിയോട്, "ഇവന് വേറെ പണിയൊന്നും കിട്ടിയില്ലേ..."ന്ന് ചോദിക്കുന്നത് കേട്ടു.

തമിഴക്ഷരങ്ങൾ തപ്പിപ്പിടിച്ചു വായിക്കുന്നത് കണ്ട് ചിലന്തി തലയിൽ കൈ വെച്ചു. അവരുടെ മനസ്സിൽ തെളിഞ്ഞത്, ക്ലാസ് കട്ട് ചെയ്ത് സ്കൂൾ മതിൽ ചാടി, രാധാ തിയേറ്ററിൽ ഓടിക്കിതച്ച് വരി നിന്ന് ഞാൻ കണ്ട സിനിമകളിൽ എനിക്കേറ്റവും ഇഷ്ടപ്പെട്ട പാൽക്കുടം എന്ന തമിഴ് സിനിമ ആയിരുന്നിരിക്കണം. സിനിമകൾ കണ്ടാണ് ഇത്തിരി തമിഴ് പഠിച്ചത്. പിന്നെ ഏട്ടൻ വീട്ടിൽ ഒരുക്കൂട്ടിയ കുട്ടികളുടെ ലൈബ്രറിയിലെ തമിഴ് പഠന സഹായി പഠിച്ചും.

ഒരു മണിക്കൂറോളം ഞാനവിടെ തമിഴും പിടിച്ച് ഇരുന്നു കാണും. ഇവിടെയല്ല ഇരിക്കേണ്ടതെന്ന ഒരു തോന്നൽ എന്തുകൊണ്ടോ മനസ്സിൽ മുറുകി വന്നു. "ഇരുന്നാൽ ഇരുന്നതു തന്നെ.." എന്ന് ഗൗളിയും പറയുന്നത് കേട്ടു. സാവകാശം ഞാനെഴുന്നേറ്റു. ഏജന്റിനോട് സത്യം പറഞ്ഞു.

"ഈ പണി എനിക്ക് വേണ്ട. കസേര തന്നതിന് നന്ദിയുണ്ട്."

പുറത്തിറങ്ങി നടന്ന എന്നെ ഏജന്റ് തെല്ലിട നോക്കി നിന്നു. പിറകിൽ നിന്നും വിളിച്ചു.

"നമുക്ക് ശരിയാക്കാം.."

എന്ത് ശരിയാക്കാൻ. എനിക്കാ കസേര വേണ്ട.

തിരിച്ചു കടപ്പുറത്തെത്തി ഉച്ചവെയിലിൽ വിയർത്തു കിടക്കുന്ന കടലും നോക്കി കുറച്ചു നേരം ഇരുന്നു. അപ്പോഴാണ് തീരുമാനിച്ചത്. ഇവിടെ നിന്നിട്ടു കാര്യമില്ല. ജീവിതം പറിച്ചു നടാം.

വീട്ടിലെത്തി അച്ഛനോടാണ് ആദ്യം പറഞ്ഞത്.

"ഞാൻ മദിരാശിക്കു പോകുന്നു."

"എപ്പോ...?!"

"ഡിസംബർ ഇരുപത്തെട്ടിന്."

മനസ്സിൽ പെട്ടെന്ന് വന്ന ഒരു തീയ്യതി പറഞ്ഞതാണ്.

എന്താ ഇരുപത്തെട്ടിന് എന്നച്ഛൻ ചോദിച്ചിരുന്നു.

ഡിസംബർ ഇരുപത്തെട്ടിന് മദിരാശിയിൽ എത്തുമ്പോൾ, ഒരുത്തൻ കൂടി കയറി വന്നെന്ന പരിഭ്രമം അശേഷം ഇല്ലാതെ മദിരാശി സാധാരണപോലെ.

സിനിമയും എഴുത്തുമായി നടന്ന മദിരാശി അലച്ചിലുകൾ എന്നെ എന്നിൽ തന്നെ കയറൂരി വിട്ടു. വിശപ്പില്ല, ഉറക്കമില്ല, ക്ഷീണമില്ല, സങ്കടമില്ല, വേദനയില്ല, ആനന്ദമില്ല, ആഹ്ലാദമില്ല. മനസ്സിലേക്കെടുക്കുന്ന കാഴ്ചകളിൽ ചുറ്റം കറങ്ങി നടക്കുന്ന മനുഷ്യ നിഴൽക്കൂട്ടങ്ങളിൽ ഞാനൊന്നുമല്ലെന്ന തിരിച്ചറിവ് തരുന്ന പരമാനന്ദ ഭാവം മാത്രം. ആദ്യം കിട്ടിയ തമിഴ് സിനിമാ ജോലികളിൽ ഭക്ഷണമല്ലാതെ കൂലിയെന്ന് പറയാൻ ഒന്നുമില്ല. എന്നാലും മനസ്സിരുത്തിയാൽ നന്നായി പഠിക്കാം.

അപ്പോഴാണ് പ്രശസ്ത ഛായാഗ്രാഹകൻ ഹേമചന്ദ്രൻ സംവിധാനം ചെയ്യുന്ന ഒരു തമിഴ് സിനിമയിലേക്ക് എന്നെ വിളിച്ചത്. ഹേമചന്ദ്രൻ ഉത്തമ മനുഷ്യനാണ്. അദ്ദേഹം ഇന്നില്ല. മാഞ്ഞുപോയി.

ഹേമചന്ദ്രൻ താമസിക്കുന്ന അരുണാ ലോഡ്ജിൽ പാതിയോളം കട്ടിലിന്നടിയിലേക്കായാണ് ഹോട്ടൽ മാനേജർ അറിയാതെ പലപ്പോഴും എന്റെ താമസവും. ആ ജോലിയിൽ ചില ദിവസം പ്രൊഡക്ഷൻ മാനേജർ പത്ത് രൂപ കൂലി തരും. കുറെ ദിവസം ആ പത്തിൽ പിടിച്ചു നിൽക്കാം. പത്ത് ചെറുതായിച്ചെറുതായി പൂജ്യമാകുമ്പോൾ പിടിവിട്ടു പോകും.

അങ്ങനെ പിടിവിട്ട ഒരു ദിവസമാണ് ഞാൻ കാർമേഘക്കുടുംബത്തെ കണ്ടുമുട്ടുന്നത്. സിനിമ കൂടാതെ ആ മാനേജർക്ക് കോൺട്രാക്ട് ജോലികൾ ഉണ്ടായിരുന്നു. എന്തുകൊണ്ടോ എഡിറ്റിംഗ് കുറച്ചു ദിവസത്തേക്ക് മാറ്റിവെച്ചതറിയാതെ സ്റ്റുഡിയോയിൽ ചെന്ന എന്നോട് കൈയിൽ കാശൊന്നും ഇല്ലെന്ന് അറിഞ്ഞതും സഹായിക്കാനായി അദ്ദേഹം ചോദിച്ചു.

“എന്ത് ജോലിയും ചെയ്യോ..?”

ചെയ്യും എന്ന് ഞാൻ.

മെലിഞ്ഞ് വെളുത്ത് ഒരു കണ്ണടയും താങ്ങി നിൽക്കുന്ന എന്നെ അദ്ദേഹം വിശ്വാസം വരാതെ തെല്ലിട നോക്കി നിന്നു. പിന്നെ രണ്ടും കല്പിച്ച് സൈക്കിളിന്റെ പിറകിൽ ബഹുമാനത്തോടെ കയറ്റി.

എത്തിയത് ടി നഗർ കോടാമ്പക്കം നിരത്തോരത്ത്. അവിടെ അദ്ദേഹം കോൺട്രാക്ട് എടുത്ത ടെലഫോൺ കേബിൾ ഇടാനുള്ള ചാലു കീറൽ ജോലി ‘കാർമേഘക്കുടുംബം’ ആരംഭിക്കാൻ തുടങ്ങുന്നേ ഉള്ളൂ. കാർമേഘമാണ് കുടുംബനാഥൻ. കുറിയ ഒരു മനുഷ്യൻ. കാഞ്ഞിരം പോലെ ദേഹം. ഒപ്പം ഭാര്യയും രണ്ടു പെൺമക്കളും. പിന്നെ കാർമഘത്തിന്റെ അനുജൻ.

സൈക്കിളിൽ കൊണ്ടുവന്നിറക്കിയ എന്റെ തോളിൽ കൈവെച്ച് പ്രൊഡക്ഷൻ മാനേജർ കാർമേഘത്തോട് എന്നെയും ജോലിക്കിറക്കാൻ പറഞ്ഞു. കാർമേഘം അമ്പരന്നു. മണ്ണിൽ ഇറങ്ങി കട്ടപ്പാരകൊണ്ട് ആദ്യം കിളക്കണം. പിന്നെ കൈക്കോട്ട്കൊണ്ട് മണ്ണ് നീക്കണം. ചട്ടിയിൽ കോരിയിട്ടു ഉയർത്തി തലയിലേക്ക് വെച്ചു കൊടുക്കണം. ഷർട്ടഴിച്ചതും അത്യാവശ്യം എന്റെ ശരീര വെളുപ്പ് കണ്ടതും കാർമേഘക്കുടുംബത്തിന് സങ്കടമായി. കാർമേഘഭാര്യ എന്റെ കൈ തടവി, എന്നാ ശികപ്പെന്ന്, പറഞ്ഞു. ഈ കൈ വെച്ചാണോ മണ്ണ് വെട്ടാൻ വന്നതെന്ന് ചോദിച്ച് എന്നോടും പ്രൊഡക്ഷൻ മാനേജരോടും കയർത്തു.

കുറെ നാടൻ കോഴികൾക്കിടയിൽ ഒരു വൈറ്റ്ലഗോൺ കോഴിയിറങ്ങിയപോലെ ആയിരുന്നു എന്റെ അവസ്ഥ. സാരമില്ലെന്ന് പറഞ്ഞ് ഞാൻ പണിക്കിറങ്ങി. എന്റെ വിഷമം എനിക്കല്ലേ അറിയൂ. തിരക്കഥയിൽ, സഹദേവൻ കട്ടപ്പാരയും എടുത്ത് ചാലു കീറി, എന്നെഴുതാൻ ഏത് പെന്നുണ്ടെങ്കിലും സാധിക്കും. അതെഴുതുന്നതും അനുഭവിക്കുന്നതും

രുചിക്കുന്നതും വിയർക്കുന്നതും ആ ഉപ്പുകൊണ്ട് വിശപ്പാറ്റുന്നതും രണ്ടും രണ്ടാണ്.

ഒന്ന് സ്വപ്നം.

മറ്റൊന്ന് യാഥാർത്ഥ്യം.

സ്വപ്നങ്ങൾ എഴുതുമെങ്കിലും ഞാൻ സ്വപ്നജീവി അല്ല. കുട്ടിക്കാലത്ത് തൃക്കരിപ്പൂർ കാവുകളിൽ കണ്ട, തീയിൽ ചാടുന്ന വിഷ്ണുമൂർത്തിയാണ് എന്നിൽ. ചാടേണ്ടി വന്നാൽ ചാടണം. ചാടിയാലേ തീ കെടൂ.

കാർമേഘം പറഞ്ഞതുപോലെ തെല്ലിട നേരം കട്ടപ്പാരകൊണ്ട് മണ്ണ് കിളച്ചെങ്കിലും പ്രൊഡക്ഷൻ മാനേജർ നോക്കി നിൽക്കേ കാർമേഘം എന്നെ നിഷ്കരുണം പിരിച്ചു വിട്ടു.

“മുടിയാത്. ഇന്ത ആളെ വെച്ച് വേലയെടുക്ക മുടിയാത്. ഇത് തപ്പ്..’

വീണ്ടും ഷർട്ട് ഇട്ട് കൈയിലെ മണ്ണും തട്ടി തിരികെ നടക്കേ, എന്നെ സഹായിക്കാൻ കഴിയാത്ത സങ്കടത്തോടെ പ്രൊഡക്ഷൻ മാനേജരും സൈക്കിളിൽ തിരികെ പോയി.

“അടുത്താഴ്ച്ച എഡിറ്റിംഗ് തുടങ്ങുമല്ലോ. അപ്പോൾ കാണാലോ.”

എന്നാൽ സംഭവിച്ചത് മറ്റൊന്നാണ്.

സന്ധ്യയോടെ പ്രൊഡക്ഷൻ മാനേജർ അരുണാ ലോഡ്ജിൽ എന്നെ തേടി വന്നു. ഹേമചന്ദ്രൻ മുറി തുറക്കുന്നതും കാത്ത് അവിടെ ഞാൻ ഉണ്ടായിരുന്നു. കൈ പിടിച്ച് നിരത്ത് വക്കിൽ എന്നെയും കാത്ത് നിൽക്കുന്ന കാർമേഘ കുടുംബത്തിന്റ മുന്നിൽ അദ്ദേഹം എന്നെ കൊണ്ടുവന്ന് നിർത്തി. കാർമേഘം എനിക്കുള്ള അന്നത്തെ കൂലിയുമായി വന്നതാണ്. അവർക്ക് കിട്ടിയ മൊത്തം കൂലിയിൽ നിന്നും എനിക്കുള്ള പങ്ക് തരാൻ. വേല ചെയ്യണ്ടാ എന്നു പറയാൻ കാരണം എന്നോട് തോന്നിയ സ്നേഹം മാത്രമാണ്. വിശപ്പറിയുന്നതുകൊണ്ടാണ് കൂലിയുമായി വന്നത്. എന്തുകൊണ്ടോ ഞാൻ അത് വാങ്ങിയില്ല. പകരം കാർമേഘത്തെ കെട്ടിപ്പിടിച്ചു തെല്ലിട നിന്നു. അതൊരു സുഖമായിരുന്നു.

കഴിഞ്ഞ തവണയും മദിരാശിയിൽ പോയപ്പോ ടി നഗറിൽ ഞാൻ കാർമേഘത്തെ തിരഞ്ഞു.

വെറുതെ.

•

സമൃദ്ധിയുടെ
അഭിവൃദ്ധിയുടെ
കാർഷിക സമ്പന്നതയുടെ
പ്രതീകമാണ് വിഷു.

പക്ഷേ പറഞ്ഞിട്ടെന്താ, കർഷകനോ വിളകൾക്കോ കരിന്തിരി കത്തിയ വിളക്കിനോടുള്ള കരുണപോലും ഉരുട്ടി വിഴുങ്ങുന്ന ജനങ്ങൾക്കോ ഭരണകൂടത്തിനോ ഇല്ല. മണ്ണിൽ ജീവിതം വെട്ടിയിടുന്ന കർഷക മനുഷ്യന് മതിയായ ഒരു സംരക്ഷണവും രാഷ്ട്രം നൽകുന്നില്ല. പേരിന് കുറെ പ്രചരണങ്ങളും പദ്ധതികളും ഉണ്ട്. പണം ഇഷ്ടംപോലെ രാഷ്ട്രം ഇലയിൽ വിളമ്പുന്നുണ്ട്. എല്ലാം ഏതെല്ലാം വയറുകളിലെ ഏമ്പക്കമാവുന്നുവോ എന്തോ? കർഷകൻ അപ്പോഴും വിയർപ്പു വീഴ്ത്തി വേരുറപ്പിച്ച വിളകൾ നൽകിയ ഫലങ്ങൾ വിറ്റഴിക്കാൻ കഴിയാതെ രക്തസമ്മർദ്ദം ഉയർന്നും താഴ്ന്നും അന്തംവിട്ടു നിൽക്കുന്നു. പലരും ആവിയാവുന്നു. സഞ്ചയനം ഏഴാം ദിവസമോ അഞ്ചാം ദിവസമോ നടത്തുന്നു.

അപ്പോഴും വിളയിച്ചെടുത്തവരെ മറന്നുകൊണ്ട് ഭക്ഷണം കഴിക്കാൻ ആളുകൾ വരുന്നു. മുന്നിലെ ഇലകളിൽ തന്നെയാണ് അതിൽ വിളമ്പുന്നതെല്ലാം വിളയുന്നതെന്ന ചിന്തയിലാണെന്ന് തോന്നുന്നു ഇന്നത്തെ ജനതയും നേതാക്കളും.

വിഷം വിതറി കൂട്ടമായി വിളയിച്ചെടുക്കുന്ന പച്ചക്കറികൾ മനുഷ്യരുടെ ആരോഗ്യത്തെ കാർന്നു തിന്നുന്നെന്ന യാഥാർത്ഥ്യം തിരിച്ചറിഞ്ഞപ്പോഴാണ് ജൈവ പച്ചക്കറിയുടെ മഹത്ത്വം കേരളത്തിന് മനസ്സിലായി തുടങ്ങിയത്. പണ്ട് കേരളം പൂർണ്ണമായും ജൈവമായിരുന്നു. എന്റെ കുട്ടിക്കാലത്ത് ഒരു വിഷാംശവും ഇല്ലാതെ പറമ്പുകൾ നിറയെ വളർന്നു നിന്ന ജൈവ പച്ചക്കറികളും ധാന്യ വിളകളും കണ്ടിട്ടുണ്ട്. പിന്നീട് സാവകാശം കൃഷിയും പട്ടിണിയും എന്ന അവസ്ഥയിലേക്ക് കൃഷിക്കാരുടെ ജീവിതം വഴിമാറി. പച്ചക്കറി മാർക്കറ്റും പച്ചക്കറി വയറുകളും പൂർണ്ണമായും മറ്റു സംസ്ഥാനങ്ങളിലെ വിളകൾ വിഴുങ്ങി. ഇത്തിരി വെള്ളം കൊണ്ട് കഴുകിത്തുടച്ചെടുക്കാവുന്ന പച്ചക്കറികളും പഴങ്ങളും മണിക്കൂറുകളോളം ഉപ്പും മഞ്ഞളും കലക്കിയ വെള്ളത്തിൽ ഇട്ടു വെക്കേണ്ട അവസ്ഥയിലെത്തി. മാത്രമല്ല, അവയിലെ വിഷാംശം നീക്കുവാനുള്ള അംഗീകൃത മറുമരുന്നുകളും വിപണിയിലെത്തി. വമ്പൻ സൂപ്പർമാർക്കറ്റുകളിൽവരെ ഇത്തരം മറു മരുന്നുകൾ തുറസ്സായി വില്പനയ്ക്ക് വെച്ചിട്ടും ജനങ്ങൾ ഉന്തുവണ്ടികൾ നിറയെ അത്തരം ഉല്പന്നങ്ങൾ തന്നെ വാങ്ങി നിറച്ചു ഉന്തിക്കൊണ്ടു പോവുന്നു.

വിഷം എന്നറിഞ്ഞുകൊണ്ട് വിഷം വാങ്ങുന്ന അവസ്ഥ. തൊട്ടടുത്ത് വിഷം ഇല്ലെന്ന് എത്ര വിശ്വസിപ്പിച്ചാലും വിശ്വസിക്കാത്ത അവസ്ഥ. കഠിനമായി അദ്ധ്വാനിക്കുന്ന ആ കൃഷിക്കാർക്കാർക്കായി മാന്യവും ജനോപകാരപ്രദവുമായ ഒരു വിപണിപോലും കണ്ടെത്താൻ കഴിയാത്ത ഭരണകൂടവും.

ഈയിടെ തൃശൂർ വഴി തൃപ്രയാറിലേക്ക് പോകവേ വഴിവക്കിൽ കൂട്ടിയിട്ട കപ്പക്കിഴങ്ങുകൾ വഴിയാത്രക്കാർക്ക് വിൽക്കാൻ വിയർക്കുന്ന ഒരച്ഛനേം മകനേം കണ്ടു. വിളകൾക്ക് വില കിട്ടാത്തതിനാൽ എങ്ങനെയെങ്കിലും ഉല്പന്നം വിറ്റൊഴിക്കുന്ന തത്രപ്പാടിലായിരുന്നു അവർ. ഉത്തമ ജൈവകൃഷിക്ക് അവാർഡ് കിട്ടിയ ആളാണ് അദ്ദേഹം. അവാർഡ് വേറെ

വിപണി വേറെ. അവാർഡിൽ പൊതിഞ്ഞ് അയാൾക്ക് കപ്പ വിൽക്കാൻ പറ്റൂലല്ലോ.

ഇരുനൂറും മുന്നൂറും നൽകി വിത്തിട്ട് ഉത്തമത്തിൽ കൃഷി ചെയ്ത് വിളയിച്ച ഇഞ്ചിയും മഞ്ഞളും മരുന്നു കമ്പനികൾക്കുപോലും വേണ്ട. അവർക്ക് വേറെ ക്വാളിറ്റി കുറഞ്ഞ വിലയ്ക്ക് കിട്ടും.

വിഷുവിന് ഉത്തമ കണിവെള്ളരി വിളയിച്ച് വിൽക്കാൻ ചെന്ന ഒരു കർഷക സംഘം വാങ്ങാൻ ആളില്ലാതെ ഒടുക്കം വെള്ളരി ആളുകൾക്ക് വെറുതെ നൽകിയെന്ന് ഇന്ന് പത്രത്തിൽ വേദനിക്കുന്ന അക്ഷരങ്ങളായി കണ്ട് വല്ലാത്ത വിഷമം തോന്നി. വേണ്ടാത്ത ആൾക്കാരെങ്ങനെയാണ് വെറുതെ നൽകിയപ്പോൾ അവ വാങ്ങിയത്. വെറുതെ കിട്ടുമ്പോഴും വേണ്ടാത്തതല്ലേ വെറുതെ കിട്ടുന്നത്?

സത്യത്തിൽ കേരളത്തിലെ കൃഷിക്കാർ ഒന്നോ രണ്ടോ വർഷം ജനങ്ങൾക്ക് വേണ്ടി വിത്തിടാതെ അവനവനു വേണ്ടി മാത്രം വിത്തിട്ട് ജനങ്ങൾക്കു വേണ്ടിയുള്ള കൃഷി മുടക്കണം. വിഷവും വിഷമില്ലായ്മയും ജനങ്ങളും സർക്കാരും തിരിച്ചറിയണം. അവനവനു വേണ്ടി വിത്തിടാൻ പറയുന്നത് അവർ പട്ടിണി കിടക്കാതിരിക്കാൻ മാത്രം.

വിളകൾ ഉത്സവമാകാതെ മണ്ണിൽ തന്നെ മൂത്തു മൂത്ത് വിത്താവുന്നൊരു വിഷു അവസ്ഥയിലേക്ക് കേരളം മാറാതിരിക്കട്ടെ.

●

കൊച്ചിയിൽ ഉയരുന്ന മെട്രോയുടെ തൂണുകൾക്കും അവയെ പരസ്പരം ബന്ധിപ്പിക്കുന്ന കോൺക്രീറ്റ് വാർപ്പ് പാലങ്ങൾക്കും കമ്പികൾക്കും മുകളിൽ സർക്കസ്സ് കളിച്ചും കൈ/ും മനസ്സും കോർത്ത് പിടിച്ചും വെയിലിലും മഴയിലും പണിയെടുക്കുന്ന തൊഴിലാളികളെ ദിവസവും കാണാറുണ്ട്. തെല്ലിട നേരം അവരെ നോക്കി നിൽക്കാറും ഉണ്ട്.

ഹെൽമറ്റും ഷൂസും ദേഹ കവചവും താഴെ വീഴാതിരിക്കാൻ താങ്ങുകളിൽ ഘടിപ്പിച്ച തുകൽവാറുകളും എല്ലാമായി ശ്രദ്ധയോടെ അവർ മെട്രോ ഉയർത്തുന്നതു കാണുമ്പോൾ എന്തുകൊണ്ടോ അവർ സുരക്ഷിതരാണെന്ന ഒരാശ്വാസം തോന്നാറുണ്ട്. അവരുടെ ദേഹവും മനസ്സും ഭദ്രമാണെന്നും അവർക്ക് അപകടം സംഭവിക്കില്ലെന്നും ഉള്ളൊരു തോന്നൽ എന്നിൽ ശക്തമാണ്. അവരെ കടന്നു മാറുന്ന പലർക്കും ആ തോന്നൽ ഉണ്ടാവാം. അവരുടെ കുട്ടികളും അമ്മമാരും ദൈവങ്ങളും എല്ലാം അവരെയും കാത്ത് എവിടൊക്കെയോ ഉണ്ടാവുമല്ലോ.

എന്നാൽ മെട്രോ കടന്നു പോകുന്ന പാതയുടെ കുറച്ചപ്പുറമായി തൃശൂർ കന്യാകുമാരി ദേശീയ പാതയിൽ, കാക്കനാട്ടേക്ക് പോകുന്ന പാതയെ മുറിച്ചു കടന്നു പോകുന്ന പൈപ്പ്ലൈൻ ജങ്ക്ഷനിൽ, പി.ഡബ്ല്യു.ഡിയാണെന്ന് തോന്നുന്നു പണിയുന്ന 'പറക്കും മേൽപ്പാല' ജോലിയിൽ പണിയെടുക്കുന്നവരെ കാണുമ്പോൾ എനിക്ക് പേടി

തോന്നും. മിക്കവരെയും കണ്ടിട്ടുള്ളത് സാധാരണ വേഷത്തിൽ യാതൊരു സുരക്ഷാകവചങ്ങളും ഇല്ലാതെ.

ഒരിക്കൽ വലിയൊരു ഗർഡറിന്നുള്ളിലേക്ക് നീളൻ കമ്പികൾ കുത്തിക്കയറ്റുന്ന പണിക്കാരിൽ ഒരാളെ കണ്ട് ഭയന്നിട്ടുണ്ട്. ഹെൽമറ്റിനു പകരം തലയിൽ വെയിലു കാരണം ഒരു തോർത്ത് ചുറ്റിയിരിക്കുന്നു. തെറിച്ചു നിൽക്കുന്ന നീളൻ കമ്പികൾക്കിടയിലുടെ മുഖം ഉള്ളോട്ടാക്കി മുഖം ചുളിച്ചും കണ്ണടച്ചും അയാൾ പണിയെടുക്കുന്നത് കണ്ടപ്പോൾ, വിവരമില്ലാത്തതു കൊണ്ടാവാം വല്ലാത്ത സങ്കടം തോന്നി.

ഇന്ന് ദേ, ഒരാൾ എട്ടുകാലിയെപ്പോലെ കമ്പികൾക്കിടയിലൂടെ നടക്കുന്നു. ഞാനാണ് ആ നടക്കുന്നതെങ്കിൽ എപ്പോൾ താഴെ എത്തീന്ന് ചോദിച്ചാ മതി.

തക്കാളിപോലെയാണ് നമ്മൾ.

താഴെ വീണാൽ ബ്ലും.

പിന്നെ ദഹിക്കാനോ മണ്ണിട്ട് മൂടാനോ പത്ത് മിനുട്ടിൽ അധികം എടുത്താ പുഴു വരും.

എന്തുകൊണ്ടാണ് മെട്രോ പണിക്കാർ അങ്ങനെയും,

'പറക്കും മേൽപ്പാല' പണിക്കാർ ഇങ്ങനെയും..?

ആരാണ് ഇതെല്ലാം ശ്രദ്ധിക്കേണ്ടതും നടപ്പിലാക്കേണ്ടതും..?

ഈ ഫ്ളൈ ഓവർ എത്രയും വേഗം പൂർത്തിയാവട്ടെ.

അത് ഉയർത്തുന്നവർ സുരക്ഷിതരായി വീട്ടിലെത്തട്ടെ.

വീടിന്റെ അടുക്കള വാതിൽക്കൽ നിൽക്കുന്ന ആറോ ഏഴോ വയസ്സുള്ള കണ്ണടയില്ലാത്ത ഞാൻ. പുറത്ത് കിണറും പ്ലാവും അടുത്ത വീട്ടു പറമ്പിനു മുകളിലുള്ള ആകാശവും. കിണറിൽ നിന്നും വെള്ളം കോരി വാതിൽക്കൽ നിൽക്കുന്ന എനിക്കരികിലൂടെ അടുക്കളയിലേക്ക് വരുന്ന അമ്മ. കാഴ്ചകളുടെയും ശബ്ദങ്ങളുടെയും വിസ്മയങ്ങളിലായിരുന്നു അന്നെന്റെ മനസ്സ്.

പൂമുഖത്ത് ഇരുന്ന് വാശിയോടെ സംസാരിക്കുന്ന അച്ഛന്റെയും ചങ്ങാതിമാരുടെയും ശബ്ദങ്ങളിലേക്ക് കാതോർത്ത് അവർക്ക് ചായ തിളപ്പിക്കാനുള്ള ഒരുക്കത്തിലായിരുന്നു അമ്മ. മനസ്സിൽ പതിഞ്ഞ ആ ചിത്രങ്ങൾക്കൊപ്പം അന്ന് കേട്ട അച്ഛന്റെ ശബ്ദം ഇന്നും മായാതെ ഉണ്ട്.

അച്ഛനും ചങ്ങാതിമാരും നിരാശയോടെ സംസാരിക്കുന്നത് അന്ന് സത്യപ്രതിജ്ഞ ചെയ്ത് അധികാരം ഏറ്റെടുത്ത പുതിയ മന്ത്രിസഭയിലെ മുഖ്യമന്ത്രി ശ്രീ പട്ടംതാണുപിള്ളയെക്കുറിച്ചാണ്. അറുപത് കസേര കിട്ടിയ കേരളത്തിലെ ആദ്യ കമ്മ്യൂണിസ്റ്റ് മന്ത്രിസഭയെ കാലാവധി തീരും

മുൻപേ തകർത്ത്, അറുപത്തി മൂന്ന് കസേരകളുള്ള കോൺഗ്രസ്സ് മന്ത്രി സഭയെ പ്രതിഷ്ഠിച്ചതിനോടുള്ള അമർഷമായിരുന്നു അവരുടെ വാക്കുകളിൽ. എന്തിനായിരുന്നു അത്തരമൊരു തന്ത്രം ആദ്യ കമ്മ്യൂണിസ്റ്റ് മന്ത്രി സഭയ്ക്കു നേരെ എടുത്തതെന്ന ചർച്ചകൾ പലപ്പോഴും അവർക്കിടയിൽ നടക്കുന്നത്, തുള്ളിത്തൊട്ടും മണ്ണപ്പം ചുട്ടും അവർക്കിടയിലൂടെ സഞ്ചരിച്ച ഞാൻ പലപ്പോഴും കേട്ടിട്ടുണ്ട്.

പിന്നീട് അച്ഛനും ചങ്ങാതിമാർക്കും ഒപ്പം കാലത്തിലൂടെ സഞ്ചരിച്ച് ഞാനും ധാരാളം തിരഞ്ഞെടുപ്പുകൾ കണ്ടു. വീടിനു മുന്നിലെ ഇടവഴികളിലൂടെ രാവും പകലും അർത്ഥവത്തും ലളിതവും ചിന്തോപനീയവുമായ മുദ്രാവാക്യ മഴപെയ്യിച്ച് പ്രവർത്തകർ നല്ലൊരു കേരളം സ്വപ്നം കാണുന്നത് കണ്ടു. പാർട്ടികൾ പിളരുന്നതും വികസിക്കുന്നതും ചീയുന്നതും പാർട്ടിയെന്ന സ്വരൂപത്തിൽ നിന്നും വ്യക്തിപ്രഭാവ സ്വരൂപങ്ങളിലേക്കും ദുഷ്പ്രചരണങ്ങളിലേക്കും മുദ്രാവാക്യ മധുരം മാറുന്നതും കണ്ടു. വാഗ്ദാനങ്ങളും യാഥാർത്ഥ്യങ്ങളും അഴിമതികളും ഭിന്നിപ്പുകളും കേസുകളും കോടതികളും അക്രമവും അനീതിയും മറ്റൊരു വഴിയെ സർവ്വതും വന്നു മൂടുന്നതും കണ്ടു. എത്രയോ നല്ല ഉൾക്കാഴ്ച്ചകളോടെ പുതിയ സാരഥികൾ വരുന്നതും പഴയവർ മായുന്നതും കണ്ടു. പാർട്ടികളുടെ എണ്ണം കൂടുന്നതും വീണ്ടും പിളരുന്നതും അവയിൽ ചിലതെല്ലാം മൂർത്തി മാത്രം ശക്തരാവുന്ന ലീലാവിലാസങ്ങളായി മാറുന്നതും കണ്ടു. വോട്ടെടുപ്പും എണ്ണലും മന്ത്രിസഭ ഉരുട്ടലും കഴിഞ്ഞാൽ പിന്നെ തന്ത്രങ്ങളും കുതന്ത്രങ്ങളും തന്റെ കാര്യം എന്തായി എന്ന ചിന്ത മാത്രം അവശേഷിക്കുന്ന ഒരു കണ്ണുപൊത്തിക്കളിയിലേക്ക് മാറുന്നതും കണ്ടു. ഏക പാർട്ടിയിൽ നിന്നും മുന്നണികളിലേക്ക് മന്ത്രിസഭാ സ്വരൂപം മാറിയതോടെ ചാത്തന്മാർക്ക് കയ്യിട്ട് വാരാനുള്ള ഭരണികൾക്കായുള്ള പിടിച്ചു പറിക്കലായി. കിട്ടിയില്ലെങ്കിൽ ഭീഷണിപ്പെടുത്തലായി. തന്ത്രങ്ങൾ മെനയലായി. പിണക്കങ്ങളായി. കുറ്റപ്പെടുത്തലുകളും പരസ്യ നാറ്റിക്കലുമായി. ആ ഉൾപ്പോരുകൾക്കു ചുറ്റും നടന്ന് തെറിച്ചു വീഴുന്ന അവശിഷ്ടങ്ങൾ കൊത്തിയരിഞ്ഞ് പത്രത്താളുകളിലിട്ട് വേവിച്ച് വിളമ്പിയ ചീഞ്ഞ പ്രഭാത വാർത്തകൾ വിഴുങ്ങലായി പിന്നീട് ജനങ്ങളുടെ വിധി.

ഇതിനിടയിൽ പലർക്കും പരശ്ശതം കിരീടങ്ങൾ കിട്ടി.

അതിരുകളില്ലാത്ത ഭൂമികൾ ചുളുവിലയ്ക്ക് കിട്ടി.

ടൺകണക്കിന് ധനം കിട്ടി.

നിരത്തുകളിൽ വാഹനങ്ങൾ കുമിഞ്ഞു കൂടി.

കേരളം ഉപഭോക്തൃ സംസ്ഥാനമായി.

നിൽക്കുന്ന സംസ്ഥാനമായി കേരളം മാറി.

ഇതാ ഇപ്പോൾ പുതിയ തിരഞ്ഞെടുപ്പും കഴിഞ്ഞു.

അച്ഛനിപ്പോൾ ചാരുകസേരയിൽ ഉണ്ടായിരുന്നെങ്കിൽ ഒപ്പം വന്നിരിക്കുന്ന ചങ്ങാതിമാരോടും, അടുക്കളയിലെ അമ്മയോടും ഉള്ളിൽ തട്ടി പറഞ്ഞേനേ,

"പ്രതീക്ഷയുണ്ട്. നാടിനും ജനങ്ങൾക്കും സുരക്ഷയും ആരോഗ്യവും വിദ്യാഭ്യാസവും അതിലേറെ ഭാവിയെക്കുറിച്ചുള്ള പ്രതീക്ഷയും നൽകാൻ സാധിക്കുന്ന കുറച്ചു പേരെങ്കിലും തലപ്പത്ത് വന്നാ മതിയായിരുന്നു."

അപ്പോൾ അമ്മ ചോദിക്കും.

"വന്നില്ലെങ്കിലോ..?"

"വന്നില്ലെങ്കിൽ അത് വിധി. അടുത്ത തവണ വരുമായിരിക്കും.."

എനിക്കും പ്രതീക്ഷയുണ്ട് വന്നവർ ആരായാലും വരുന്നവരിൽ ഒരു നല്ല മുഖ്യമന്ത്രി ഉണ്ടാവണം. വെറുതെ എന്തെങ്കിലും വിളിച്ചു കൂവാതെ, ഭരണികളിൽ കയ്യിട്ട് വാരി അലമ്പാക്കാൻ സമ്മതിക്കാതെ, എല്ലാവരേയും തുല്യതയോടെ കാണുന്ന സത്യസന്ധനും കരുത്തനുമായ ഒരാളാവണം. ഒപ്പം ഇലയിട്ടിരിക്കുന്നവർക്കും വിശക്കുന്ന ഒരു സംസ്ഥാനം പുറത്തു നിൽപ്പുണ്ടെന്ന ബോധം ഉണ്ടാവണം. ചക്രം തിരിക്കുന്ന ഉദ്യോഗസ്ഥർക്ക് മുന്നിലെ ചക്രം അവരുടെ തറവാട്ടു സ്വത്തല്ലെന്ന തിരിച്ചറിവുണ്ടാവണം. ജനങ്ങൾക്ക് ഉണർവ്വും ഭാവി ശോഭനമാണെന്ന തോന്നലും വരുത്തണം.

കാരണം, അങ്ങേയറ്റം പ്രതീക്ഷയോടെയാവും ഓരോരുത്തരും ആർക്കായാലും വോട്ട് നൽകിയിട്ടുണ്ടാവുക. അവന്റെ എറ്റവും ഉയർന്ന അന്തസ്സും ആഭിജാത്യവും അവകാശവും ആണ് ആ വോട്ട്. ആർക്ക് നൽകി എന്നതല്ല. എന്ത് പ്രതീക്ഷിച്ച് നൽകി എന്നതാണ് സത്യം. ആ സത്യം തിരിച്ചറിയുക. പിന്നിൽ ഭരണികൾ ഉടച്ച് കടന്നുപോയവരെ പോലെ ഉത്തമ ജനങ്ങളെ ചതിക്കാതിരിക്കുക.

പ്രതീക്ഷയുണ്ട്.

എന്തോ ആവശ്യത്തിനായി ജോലി എടുക്കുന്ന സ്ഥാപനത്തിനു മുന്നിലെ നിരത്ത് മുറിച്ചു കടക്കുകയായിരുന്നു കല്യാണ സുന്ദരം. വാഹനങ്ങൾ ഒഴിഞ്ഞതും ആദ്യ ചുവട് വെച്ചതും ആരോ എറിഞ്ഞൊരു വാള്പോലെ തെറ്റായ ദിശയിലൂടെ വന്നൊരു ബൈക്കിന്റെ പെഡൽ കാലിൽ തട്ടി കല്യാണ സുന്ദരം നിരത്തിൽ വീണു. ഒന്നു തിരിഞ്ഞു നോക്കി തെന്നി ഒഴുകി ബൈക്ക് നിർത്താതെ പറന്നകന്നു. എഴുന്നേറ്റ കല്യാണ സുന്ദരത്തിന് നടക്കാനായി നിരത്ത് കാല് വിട്ടു കൊടുത്തില്ല. പിടി കിട്ടാത്ത കാലിൽ തടഞ്ഞ് കല്യാണ സുന്ദരം വീണ്ടും വീണു.

സ്ഥാപനത്തിൽ നിന്നും ഇറങ്ങി വന്നവരും ഓട്ടോക്കാരും ചേർന്ന് ആശുപത്രിയിൽ എത്തിച്ചു. അതോടെ കല്യാണ സുന്ദരവും കാലും തനിച്ചായി. അകലെ ഗ്രാമത്തിലാണ് വീട്. ഭാര്യയും മോളും ഉണ്ട്. അനിയനും അച്ഛനും അമ്മയും ഉണ്ട്. ആരും വന്നിട്ട് കാര്യമില്ല. അന്നന്ന് ഭക്ഷണത്തിനുള്ള വഴി തേടുന്ന അവർ വന്നാൽ അതോടെ അവരും ഇരുട്ടിലാവും. ആറുമാസം ആശുപത്രി വീടാക്കി കല്യാണ സുന്ദരം അവിടെ

കിടന്നും ഇരുന്നും ഉരുണ്ടും കഴിഞ്ഞു. ഒരു പാത്രവും ഗതിയില്ലാത്തവൻ എന്ന കാർഡും കിട്ടി. കരുണയുള്ള ഡോക്ടർമാർ നല്ലപോലെ സഹായിച്ചു. പുറത്തെ ആശുപത്രിയിൽ ധാരാളം പണം വേണ്ടിയിരുന്ന ശസ്ത്രക്രിയ സൗജന്യമായി ചെയ്തു കിട്ടി. ഒരുവിധം നടക്കാറായപ്പോൾ ഗ്രാമത്തിൽ ചെന്നു. അപകടം ഉണ്ടായ കാര്യം പറഞ്ഞു. വീണ്ടും ജോലിക്കായി നഗരത്തിൽ തിരിച്ചെത്തി.

അധിക നേരം നടക്കാനോ നിൽക്കാനോ വയ്യ. ഒരു ശസ്ത്രക്രിയ കൂടി ഉണ്ട്. അതിന് സമയം ആയിട്ടില്ല. അതുവരെ എന്തു ജോലി ചെയ്യും..? പഴയ സ്ഥാപനത്തിൽ ജോലി കിട്ടും. പക്ഷേ ശരീരം വഴങ്ങുന്നില്ല. പലതും ചിന്തിച്ച് ഒഴിഞ്ഞൊരിടത്ത് ഇരിക്കുമ്പോഴായിരുന്നു ആരോ മുന്നിൽ ഭിക്ഷയായി കാണിക്കയിട്ടത്. മടിക്കാതെ എടുത്തു. ഇടയ്ക്കിടെ ആരൊക്കെയോ കൈനീട്ടം നൽകി കിട്ടിയ നാണയങ്ങൾ സൂക്ഷിച്ചു വെച്ച് നോട്ടാക്കി സ്ഥാപനത്തിലെ ഒരാളെ ഏൽപ്പിച്ചു. അയാളുടെ സഹായത്തോടെ അതൊന്നായി ആ മാസത്തെ ശമ്പളമായി ഗ്രാമത്തിലേക്ക് അയച്ചു. വീട്ടിൽ അടുപ്പുണർന്നു.

ഇപ്പോൾ തീവണ്ടിയുടെ താളത്തിലാണ് ജോലി. വാതിൽക്കൽ ഒരിടത്ത് കൂനിയുള്ള ഇരുപ്പിൽ കാണുന്ന കാഴ്ച്ചകളാലും മുഷിപ്പില്ല. വേദനിക്കുന്ന കാലിൽ അറിയാതെ യാത്രക്കാരിൽ ചിലർ കയറിയിറങ്ങുമ്പോൾ നിലവിളിച്ചു പോകും. അവരെ കുറ്റം പറഞ്ഞിട്ടു കാര്യമില്ല. രാത്രിയിൽ പണിയെടുത്തിരുന്ന സ്ഥാപനത്തിനു ചുറ്റുവട്ടത്തെങ്ങാനും ഉറങ്ങും. പതിനഞ്ചു ദിവസം കൂടുമ്പോൾ കൈനീട്ടമത്രയും ഭാര്യയ്ക്ക് അയയ്ക്കും.

ഭർത്താവിന് മുടങ്ങാതെ ശമ്പളം നൽകുന്ന സ്ഥാപനത്തിന്റെ ഐശ്വര്യത്തിനായി അവൾ ഭഗവതീ കോവിലിൽ അർച്ചന നടത്തും. മുരുകനെ കുമ്പിടും. വീട്ടിൽ വരുന്നവർക്കെല്ലാം ഭിക്ഷ നൽകും. ഭർത്താവിന്റെ ജോലി എന്താണെന്ന് അവൾക്കറിയില്ല. അവൾക്ക് മാത്രമല്ല ആർക്കും അറിയില്ല.

സുന്ദരത്തെ ഞാൻ നേരത്തെ കണ്ടിട്ടുണ്ട്. ജോലിയെടുത്തിരുന്ന കടയിൽ എനിക്കയാൾ സൗഹൃദത്തോടെ സാധനങ്ങൾ പൊതിഞ്ഞു തന്നിട്ടുണ്ട്. എന്നെക്കാൾ സുന്ദരനായിരുന്നു. നല്ല സംസാരമായിരുന്നു. പുഞ്ചിരി ഉണ്ടായിരുന്നു. തീവണ്ടിയിൽ വെച്ച് സുന്ദരത്തെ കാണുമ്പോൾ ആദ്യം മനസ്സിലായില്ല. പിന്നീടാണ് കഥകൾ പറഞ്ഞത്. ഇപ്പോൾ സുഖമാണെന്ന് സുന്ദരം പറഞ്ഞു. വേദന മാറണം. നടക്കാൻ സാധിക്കണം. വീണ്ടും പഴയ ജോലിയിലേക്ക് കയറണം. അടുത്ത ശസ്ത്രക്രിയയോടെ എല്ലാം ഭേദമാവും. ഈ ജോലി വയ്യ. ഇത് ശരിയല്ല.

എല്ലാം കഴിഞ്ഞ് സുന്ദരം പറഞ്ഞു.

"പിച്ചക്കാരനാവാൻ ഒരു തട്ട് മതി. പിന്നീടാ പിച്ച വേഷം മാറാൻ അത്ര എളുപ്പമല്ല. ഒരു നല്ല ഷർട്ടിടാൻ പറ്റൂല. താടി കളയാൻ പറ്റൂല. എന്തിന്, ഒന്ന് ചിരിക്കാൻ പോലും പറ്റൂല. എനിക്ക് ചിരിക്കണം."

കൗതുകങ്ങൾ എനിക്കിഷ്ടമാണ്. അതുകൊണ്ടാവാം എന്റെ സഞ്ചാര മെന്നും കൗതുകങ്ങൾക്ക് പിറകെയാണ്. കൗതുകത്തോടെ സർവ്വതും കാണുക. അപ്പോൾ മനോവിഷമങ്ങൾ പലതും മാഞ്ഞുപോകും. വിഷമ ങ്ങൾ അരിച്ചെടുത്ത് അതിൽ ഊറിക്കിടക്കുന്ന കൗതുകങ്ങൾ മാത്രം മനസ്സ്, മനസ്സിൽ നിക്ഷേപിക്കും. മനസ്സിന് അങ്ങനെയും ഒരു സിദ്ധി യുണ്ടെന്ന് ഏതാണ്ട് ഏഴാം ക്ലാസ് മുതലേ തോന്നിയിട്ടുണ്ട്. അന്നു മുത ലാണ് എന്തൊക്കെയോ എഴുതാൻ തുടങ്ങിയതും ഇതാ ഇപ്പോഴും എഴുതുന്നതും. ഇത് ഒരു മറവിയുടെ കഥയാണ്. മറക്കാൻ പാടില്ലായി രുന്ന ഒരു മറവിയുടെ കഥ.

എട്ടാം ക്ലാസിൽ പഠിക്കുന്ന കാലത്ത് അവസാന ദിവസം കഴിഞ്ഞിട്ടും ഫീസടക്കാതെ വന്നതിനാൽ ദേവസ്സിക്കുട്ടി മാഷ് എന്നെ ക്ലാസിൽ നിന്നും പുറത്താക്കി. മാഷിന്റെ കുറ്റമല്ല. ഫീസിന്റെ കുറ്റവുമല്ല. നിയമം കൈയാളു ന്നവരുടെ ചില മനോനിലയുടെ പരിതാപ അവസ്ഥകളാണ് അത്തരം പുറത്താക്കലുകൾ.

ക്ലാസിനു പുറത്ത് പരിഭ്രമിച്ചു നിന്ന എന്നെ മലയാളം വാസുമാഷ് വാത്സല്യത്തോടെ കൈ പിടിച്ച് ടീച്ചേഴ്സ് റൂമിലേക്ക് കൊണ്ടുവന്ന് കസേരയിൽ ഇരുത്തി കടലാസ് എടുത്ത് തന്ന് ഒരു കഥയെഴുതാൻ പറഞ്ഞു.

ഞാൻ എഴുതി.

ഒപ്പം നടന്ന ഭർത്താവിനെ കൂട്ടത്തിൽ എവിടെയോ കൈവിട്ടുപോയി പെട്ടെന്ന് പരിഭ്രമിച്ചു കരഞ്ഞ ഭാര്യയെ അരികിലേക്ക് പറന്നു വന്നൊരു കിളി പാട്ടുപാടി ആശ്വസിപ്പിക്കുന്നൊരു കുഞ്ഞു കഥ. കരയുന്ന ഭാര്യ യോട്, സീതേ കരയണ്ട അയാൾ വരും.. അയാൾ വരും.. എന്ന് കിളി പാടി അവസാനിപ്പിക്കുന്നിടത്താണ് കഥ തീരുന്നത്.

അന്തമില്ലാതെഴുതിയ കഥ വായിച്ച് പുഞ്ചിരിച്ച് മറ്റു മാഷന്മാരെ കാണിച്ച് വാസുമാഷ് അവരുടെ മുന്നിൽ വെച്ച് എന്നോട് ചോദിച്ചു.

“സത്യം പറ. ഈ കഥയിലെ സീത രഘൂന്റെ ഭാര്യയാണോ..?”

വാത്സല്യക്കരുത്ത് നിറഞ്ഞ ആ ചോദ്യം എന്നിൽ പെട്ടെന്നൊരു ഉത്തരം ഉണ്ടാക്കി.

“അതെ. ഭാര്യയാണ്.”

“കിളിക്ക് അറിയുമായിരുന്നോ രഘു വരൂംന്ന്..?”

“അറിയുമായിരുന്നു..”

വാസുമാഷുടെ ചോദ്യങ്ങൾക്കു മുന്നിൽ ഉത്തരമില്ലാതെ നിൽ ക്കാൻ പറ്റില്ല. അത്രയ്ക്കും നല്ലൊരു മാഷാണ് വാസുമാഷ്. ക്ലാസിൽ നിന്നും പുറത്താക്കപ്പെട്ട വേദന മായ്ക്കാനാണ് മാഷ് എന്നെക്കൊണ്ട് കഥയെഴുതിച്ചത്. അതിനുള്ള ദക്ഷിണയാണ് എന്റെ ആ കഥയും ഉത്ത രവും.

പിന്നെ, മാഷും സ്കൂളും മറഞ്ഞു.

കിളികൾ പറന്നും തളർന്നും കാലമത്രയും കൊത്തിക്കൊണ്ടുപോയി കൂടു കൂട്ടി. വർഷങ്ങൾക്കു ശേഷം സീതയെന്ന പേരിലെ സകാലത കാലത്തിന്നൊപ്പം ഒരു മകാലവും ചേർത്ത് സ്മിത എന്റെ ജീവിതത്തിൽ വന്നു. മോളെയും മോനെയും തന്നു.

എന്നാൽ മക്കൾ വരുന്നതിനു മുൻപ്, വിവാഹം കഴിഞ്ഞ് മൂന്നാം ദിവസം വാസുമാഷ്ക്ക് നൽകിയ കഥയിലെ സീതയ്ക്ക് സംഭവിച്ചതു പോലെ സ്മിതയും എന്നെ കാണാതെ സീതയായി ഒന്നു കരഞ്ഞു.

വീട്ടിൽ നിന്നും ഒരുമിച്ച് ഇറങ്ങി ബസ്സിൽ കയറി നഗരത്തിൽ ഒരിട ത്തേക്ക് പോകവേ, ലക്ഷ്യസ്ഥലത്ത് എത്തുന്നതിന്നും എത്രയോ മുൻപേ പെട്ടെന്ന് മനസ്സിൽ വന്ന സുഖമില്ലാതെ കിടക്കുന്ന ഒരു കൂട്ടുകാരനെ കാണാനായി ഞാൻ വഴിയിൽ ഇറങ്ങി. ബസ്സിലെ തിരക്കു കാരണം സ്മിത മറ്റൊരു സീറ്റിൽ ആയിരുന്നു എന്തൊക്കെയോ ചിന്തകൾക്കിടയിൽ അങ്ങനെ സംഭവിച്ചതാണ്. ബസ്സിറങ്ങി നിരത്തിൽ നിന്നും ഊടുവഴി യിലൂടെ കുറെ ദൂരം നടന്നാലേ കൂട്ടുകാരന്റെ വീട്ടിൽ എത്തൂ. ഏതാണ്ട് വീടെത്താറായപ്പോഴാണ് ഞാനെന്തോ മറന്നല്ലോ എന്ന് പെട്ടെന്നൊരു തോന്നൽ വന്നത്.

അതെ. മറന്നു.

സത്യമായും മറന്നു..

പ്രിയപ്പെട്ടതെന്തോ ഒന്ന് കൂടെ ഉണ്ടായിരുന്നു.

എന്താണത്..?

പെട്ടെന്ന് മനസ്സ് പറഞ്ഞു.

"അയ്യോ.. അതെന്റെ സ്മിതയാണ്..."

ആ തിരിച്ചറിവ് ഒരു ഞെട്ടലായിരുന്നു.

കൈവിട്ട് ഒറ്റപ്പെട്ട സ്മിതയെ കണ്ടെത്താൻ പിന്നെ തിരിഞ്ഞൊരു ഓട്ടമായിരുന്നു. കുറെ വൈകി ഓട്ടോ പിടിച്ച് നഗരത്തിരക്കിൽ പരിഭ്ര മിച്ചു കാത്തു നിൽക്കുന്ന സ്മിതയ്ക്കരികിൽ എത്തുമ്പോഴേക്കും അവൾ വിതുമ്പി നനഞ്ഞിരുന്നു. മരങ്ങളിൽ എവിടെയോ എല്ലാം കണ്ടു നിന്ന കിളി കാണും മുൻപേ ആൾത്തിരക്കിൽ ഞാൻ എന്റെ സ്മിതയെ അണ ക്കെട്ടുപോലെ കെട്ടിപ്പിടിച്ചു.

വിതുമ്പുന്ന ഭാര്യയെ കെട്ടിപ്പിടിക്കാൻ നല്ല സുഖമാണ്.

ആ വിതുമ്പൽ അവളിൽ ഒരു ജീവിത കാലപരിഭവം ആകരുതെന്ന് മാത്രം.

●

പണ്ടു വായിച്ച കുട്ടികൾക്കുള്ള കഥകളിൽ ചിലതിൽ, അരികിലെ സഞ്ചി യിൽനിന്നും വലിച്ചെടുത്ത നൂലുകൾ ഇറുക്കിയ നീളൻ സൂചികൾ കയ്യിൽ

പിടിച്ച്, ഒരു പ്രത്യേക താളക്രമത്തിൽ ഇടം വലം ചലിപ്പിച്ച്, അതീവ ശ്രദ്ധയോടെ പേരക്കുട്ടികൾക്കും കുഞ്ഞുമക്കൾക്കും സോക്സും ഉടുപ്പും തുന്നുന്ന മുത്തശ്ശിമാരുടെ ചിത്രങ്ങൾ കണ്ടിട്ടുണ്ട്. അവർക്കിത്തിരി തടിയുണ്ടാവും. ചിലർക്ക് കണ്ണടയുണ്ടാവും. അവർ ധരിച്ചതും മിക്കവാറും അവർ തന്നെ കൈകൊണ്ട് തുന്നിയെടുത്ത മേൽക്കുപ്പായവും തൊപ്പിയും ആവും. അരികിൽ പൂച്ചെടികളും ഒന്നോ രണ്ടോ പക്ഷികളും കാണും. ചിലതിൽ നീളൻ നൂലുണ്ട ഉരുണ്ടു പോകാത്ത വിധം നിലത്തെ പര വതാനിയിൽ ആവും മുത്തശ്ശി വെച്ചിരിക്കുക. അരികിൽ തന്നെ അതിൽ നിന്നും വിടർന്നു വരുന്ന നൂലിന്റെ ചലനവും നോക്കി ഒരു കുഞ്ഞിപ്പൂച്ച വികൃതി കാണിക്കാതെ ഇരുപ്പുണ്ടാവും.

തറവാട്ടിലും ഭാനുവേച്ചി അത്തരം നീളൻ സൂചികളിൽ നൂല് ഇറുക്കി ഉടുപ്പുകളും അലങ്കാര സഞ്ചികളും തുന്നുന്നത് കണ്ടിട്ടുണ്ട്. ആ ഉടുപ്പുകൾ ഇട്ട് കുട്ടികൾ നടക്കുന്നതും അലങ്കാര സഞ്ചികൾ അലങ്കാരങ്ങൾ നിറഞ്ഞ് ചുമരിൽ തൂങ്ങി നിൽക്കുന്നതും കണ്ടിട്ടുണ്ട്.

ഒരിക്കൽപോലും അത്തരം കൗതുകങ്ങൾ തുന്നുന്ന ഒരാണിന്റെയും ചിത്രങ്ങൾ അന്നത്തെ കഥകളിൽ ഒന്നും കണ്ടിട്ടില്ല. ആണുങ്ങൾക്ക് അതിനുള്ള ക്ഷമയും ഭാവനയും ഇല്ലെന്നു തോന്നുന്നു. അതല്ല, അങ്ങനെ തുന്നുന്ന ഉടുപ്പുകൾക്ക് ഒരമ്മ വാത്സല്യം കിട്ടില്ല എന്നാവുമോ...?

അച്ഛനിലും ഇല്ലേ അമ്മ..?

ഉണ്ടാവും.

കഴിഞ്ഞ ദിവസം ബാംഗ്ലൂർ എറണാകുളം തീവണ്ടി യാത്രയിൽ കിട്ടിയ ഇരിപ്പിടത്തിനു മുന്നിൽ കോയമ്പത്തൂർ മുതൽ ആലുവ വരെ അതേ വിധം ഉടുപ്പും തുന്നി ശ്രദ്ധയോടെ ഇരുന്ന ഒരു മുത്തശ്ശിയെ കണ്ടുമുട്ടി. അവർ തനിച്ചായിരുന്നു. ചിത്രത്തിൽ കാണാറുള്ളതുപോലെ അവർക്കും മേലുടുപ്പും തൊപ്പിയും ഉണ്ടായിരുന്നു. അരികിൽ കുഞ്ഞിപ്പൂച്ചയോ ചെടികളോ ഇല്ലായിരുന്നു. വളരെ ശ്രദ്ധയോടെ നീളൻ സൂചികളിൽ നൂൽ ഇറുക്കിയും സൂചികളിലേക്ക് വിരൽകൊണ്ട് ചുറ്റിയും അവർ ഇടംവലം സൂചികൾ ചലിപ്പിക്കേ ആ കുഞ്ഞുടുപ്പ് സാവകാശം വലുപ്പം വെച്ച് വിടരുകയായി. വളരെ എളുപ്പമാണെന്ന് തോന്നുന്ന ആ ചലനം കാണുമ്പോൾ എനിക്കും അത് വാങ്ങി തുന്നാൻ തോന്നി. പക്ഷേ അതത്ര എളുപ്പമല്ല. അവർ ആ സൂചികളും നൂലും എനിക്ക് വിട്ടു തരില്ല.

ഉടുപ്പ് തുന്നാൻ ഭാവന വേണം.

അറിവു വേണം.

സമ്മാനിക്കാൻ ഒരാള് വേണം.

അതാദ്യം അവനവൻ തന്നെയാവണം.

അവനവൻ തന്നെയാണ് ധരിക്കുന്നതെന്ന് തോന്നണം.

അവനവനിൽ നിന്നും മറ്റൊരാളെ കാണാൻ കഴിയണം.

അവർക്കായി പകുത്തു വെച്ച സ്നേഹം വേണം.

സ്നേഹം കോർത്തെടുക്കുന്ന സൂചി വേണം.

അവരത് ഒരാൾക്ക് സമ്മാനിക്കാനായി തുന്നുകയായിരുന്നു.

ആ ഉടുപ്പ് ധരിക്കുക ഒരു കുഞ്ഞാണ്.

ഞാൻ ആ കുഞ്ഞിന്റെ പേര് ചോദിച്ചു.

അവർ പേര് പറഞ്ഞു.

ലീന.

ആ കുഞ്ഞിന് ആ ഉടുപ്പ് കിട്ടിക്കാണുമോ?

ഭാവിയിൽ വരാൻ പോകുന്ന കുഞ്ഞിനു വേണ്ടി ആ കുഞ്ഞ് ആ കുഞ്ഞുടുപ്പ് സൂക്ഷിച്ചു വെക്കുമോ?

•

ഓരോ ദിവസവും ഓരോ പുതിയ സ്ഥലത്ത് എത്തിപ്പെടുന്ന അനുഭൂതിയാണ് എനിക്ക്. ജനിച്ചന്നു മുതൽ ഒരു യാത്രയിലാണ് ഞാനെന്നാണ് എന്റെ ചിന്ത. എവിടെയെല്ലാം എത്തിപ്പെട്ടെന്നറിയില്ല. എത്രപേരെ കണ്ടെന്നും അതിലെത്ര പേരെ ഓർക്കുന്നുവെന്നും അറിയില്ല. എത്രപേരെ സ്നേഹിച്ചിരുന്നു എന്നും അതിലെത്ര പേരെ മറന്നെന്നും അറിയില്ല. എത്രപേരെ മറക്കാതെ ഓർമ്മയുടെ ചെപ്പിൽ ഒളിപ്പിച്ചിരിക്കുന്നു, ആ ചെപ്പെവിടെ മറന്നുവെച്ചു, അതും അറിയില്ല. എല്ലാം യാത്രയാണ്..

യാത്രയെന്നു പറയുന്നത് ഒരു സ്ഥലത്തു നിന്നും മറ്റൊരു സ്ഥലത്തെത്തി അവിടത്തെ മലയും മനുഷ്യരെയും മൃഗങ്ങളെയും കണ്ട് പുറപ്പെട്ടിടത്തു തന്നെ തിരിച്ചെത്തുന്ന ഒരു സാധാരണ പ്രക്രിയ ആണോ. "ഗുരുവായൂരേക്കുള്ള ദൂരം വായിച്ചു കേട്ടപ്പോൾ എന്നിൽ നിന്നും എന്നിലേക്കുള്ള ദൂരം കണ്ടമ്പരന്നു ഞാൻ..", എന്നെഴുതിയ കുഞ്ഞുണ്ണിമാഷ്, ആ ഒരൊറ്റ വരി വീടിന്റെ ഉമ്മറത്തിരുന്നെഴുതി പ്രപഞ്ചം മുഴുവൻ ചുറ്റിയടിച്ച് എങ്ങോട്ടോ പോയ അനുഭവമായിരുന്നു എനിക്കു തന്നത്. അദ്ദേഹം മൗനമായി കണ്ട യാത്രാകൗതുകങ്ങൾ എന്തൊക്കെ ആയിരിക്കുമോ ആവോ?

ആരോടും പറഞ്ഞു കാണില്ല.

പറയാൻ സാധിക്കില്ലെന്നു നിശ്ചയം.

ഇതൊക്കെ എന്റെ ചിന്തകൾ മാത്രം. ഈ ചിന്തകൾ ശരിയാവണമെന്നില്ല. മാനസിക യാത്രയും ശാരീരിക യാത്രയും ഉണ്ട്. മനസ്സും ശരീരവും ചേർന്നുള്ള യാത്രയും ഉണ്ട്. ദേശാടനപ്പക്ഷിയായി അലഞ്ഞു നടക്കുന്ന യാത്രയുണ്ട്. ജീവിത മാർഗ്ഗം തേടി എല്ലാം മറന്നുള്ള യാത്രയുണ്ട്. വഴിയോരക്കാഴ്ച്ചകളോ ചുറ്റുമുള്ള മനുഷ്യരെയൊ ഒന്നും കാണാതെ താൻ തേടുന്നത് മാത്രം ലക്ഷ്യം വെച്ചുള്ള യാത്രകളുണ്ട്.

ഇപ്പോ വരാം എന്നു പറഞ്ഞ് വീട്ടിൽ നിന്നും മനസ്സിന്റെ വിരലും പിടിച്ച് ദേഹ സഞ്ചാരം തുടങ്ങുന്ന ഞാൻ ചിലപ്പോൾ തിരിച്ചെത്താറുള്ളത് പല ദിവസങ്ങൾ കഴിഞ്ഞാവും. ആദ്യമൊക്കെ അമ്മയ്ക്കും അച്ഛനും ഭയമായിരുന്നു. പിന്നെ അവർക്കതൊരു ശീലമായി. എത്ര ദൂരേക്ക് പോകാൻ മനസ്സൊരുക്കി നിർത്തിയാലും ഇപ്പോ വരാം എന്നും പറഞ്ഞാണ് ഞാൻ പടിയിറങ്ങുക. ആ യാത്രകളെല്ലാം എനിക്ക് തന്നത് അനന്തകോടി സമുദ്രത്തിരമാലകൾ ആഞ്ഞടിക്കുന്ന തീരത്തു നിൽക്കുന്നവന്റെ മുന്നിൽ തെളിയുന്ന മഴവിൽ കാഴ്ച്ചകൾ തന്നെയായിരുന്നു. മഴവിൽക്കാവടി എന്ന സിനിമയുടെ തിരക്കഥ രചിക്കുമ്പോൾ ഞാൻ പഴനിയും വേൽമുരുകന്റെ പഴനിമലയും മനസ്സിൽ സങ്കല്പിക്കുകയായിരുന്നു. എന്താണോ അപ്പോൾ കണ്ടത് അതെഴുതി വെക്കുകയായിരുന്നു. തിരക്കഥയുമായി പഴനിയിൽ ചെന്ന സത്യൻ അന്തിക്കാടിന് തിരക്കഥയിലെ പഴനിയും നേരിൽ കണ്ട പഴനിയും തമ്മിൽ ചെറുവ്യത്യാസം പോലും അനുഭവപ്പെട്ടില്ലത്രെ. എഴുതി വെച്ചതെല്ലാം അവിടെ ഉണ്ടായിരുന്നുവത്രെ. അതിമനോഹരമായി അതെല്ലാം സമന്വയിപ്പിക്കാൻ അദ്ദേഹത്തിന് സാധിച്ചത് ഏതോ മഹാശക്തിയുടെ മറ്റൊരു അനുഗ്രഹം.

വർഷങ്ങൾക്കു മുൻപ് പതിനാറാമത്തെ വയസ്സിൽ വടക്കേ മലബാറിലെ മരുമക്കത്തായ വ്യവസ്ഥിതി കാരണം വിഷമം നേരിടേണ്ടി വന്ന അച്ഛൻ ആ കാലത്ത് പെരുന്തട്ട എന്ന മലയോര ഗ്രാമത്തിൽ നിന്നും നാടുവിട്ട കഥയാണ് എന്നെ ഏറ്റവും രസിപ്പിച്ച യാത്രാവിവരണം. എവിടെയോ ഒരു ലക്ഷ്യം ഉണ്ടെന്നും അതെവിടെയാണെന്ന് തിരിച്ചറിയാത്ത, അസാധാരണ മനഃശ്ശക്തിയും ശുഭാപ്തിവിശ്വാസവും കൈമുതലാക്കിയ ഒരു ചെറുപ്പക്കാരന്റെ ജീവിക്കാനുള്ള യാത്രയായിരുന്നു അത്. എത്ര കേട്ടാലും മതിവരാത്ത ആ യാത്ര അച്ഛന്റെ വാർദ്ധക്യ കാലത്തു പോലും അച്ഛനെക്കൊണ്ട് ഞാൻ പറയിപ്പിച്ചിട്ടുണ്ട്. ചോദിക്കും തോറും അച്ഛൻ നിവർത്താതെ വെച്ച പുതിയ ഓർമ്മച്ചുരുളുകൾ തുറന്നു വരും. അന്നത്തെ സംഭവങ്ങളും താങ്ങും തണലുമായി വന്ന മനുഷ്യരുടെ സ്നേഹത്തിന്റെ കുളിർമ്മയും ഞാൻ അനുഭവിക്കും. ഏതു വീട്ടിലും എതൊരു അച്ഛനും അമ്മയ്ക്കും അത്തരം അസാധാരണ നൈർമ്മല്യമുള്ള പച്ചയായ ജീവിത സഞ്ചാരങ്ങൾ പറയുവാനുണ്ടാവും. കേൾക്കാനുള്ള മാനസിക കൗതുകം ഉള്ള ഏത് മക്കൾക്കും അതിൽ ഇറങ്ങി നിന്നാൽ പലതരം കാഴ്ചകൾ കാണാൻ കഴിയും. ഹിമാലയ നിറുക വരെ സഞ്ചരിച്ച സഞ്ചാരി എഴുതുന്ന പ്രകൃതി കാഴ്ചകളേക്കാൾ മനോഹാരിതയും കണ്ണീരിൽ കുതിർന്ന മൃദുത്വവും അവയ്ക്കോരോന്നിനും ഉണ്ടാകും.

ഞാനോർക്കുന്നു. അച്ഛന്റെ അന്നത്തെ നാടുവിടൽ യാത്രയുടെ ആദ്യ ഘട്ടം അനേകം മണിക്കൂറുകൾ നേരത്തെ സഞ്ചാരത്തിനു ശേഷം തളിപ്പറമ്പിൽ അവസാനിച്ചു. അവിടെ വെച്ച് അച്ഛൻ ഒരു മുടിവെട്ടുകാരന്റെ മുന്നിൽ ചെന്നിരുന്ന് അത്രയും കാലം വളർത്തിയ കുടുമ മുറിച്ചു.

അച്ഛൻ പറയുന്നു.

"കുടുമ മുറിക്കാൻ അയാൾക്ക് ഭയമായിരുന്നു. എന്തിനാണ് ഇത് മുറിക്കുന്നതെന്ന് അയാൾ ചോദിച്ചു. അതെനിക്ക് വേണ്ടെന്ന് ഞാൻ പറഞ്ഞു. ഒടുക്കം അദ്ദേഹം സമ്മതിച്ചു. കുടുമ മുറിക്കുമ്പോൾ അയാളെ വേദനിപ്പിക്കുന്ന ഏതോ ശത്രുവിന്റെ തലവെട്ടുന്ന ഭാവമായിരുന്നു ആ പാവത്തിന്. അങ്ങനെയെങ്കിലും അയാളെ ആശ്വസിപ്പിച്ചല്ലോ എന്നായിരുന്നു എന്റെ ചിന്ത."

"എന്നിട്ട്."

"മുടി മുറിച്ചതിന് കൊടുക്കാൻ എന്റെ കയ്യിൽ പൈസ ഇല്ല. ഞാൻ കാതിലെ കടുക്കൻ അഴിച്ച് അയാൾക്ക് കൊടുത്തു. എന്റെ കൈ പിടിച്ച് അവിടെ തന്നെയുള്ള ഒരു കടയിൽ ചെന്ന് അയാൾ അത് വിറ്റു പൈസ മുഴുവൻ എനിക്ക് തന്നു. മുടി മുറിച്ചതിന് ഒരു കാശ്പോലും അയാൾ എത്ര പറഞ്ഞിട്ടും എടുത്തില്ല."

തളിപ്പറമ്പിൽ നിന്നും സ്വാതന്ത്ര്യ സമരവുമായി പുറപ്പെട്ട ഒരു സമരജാഥയിൽ കയറി വീണ്ടും പലവഴി നടന്ന് ദിവസങ്ങൾക്കു ശേഷം അച്ഛൻ അന്നത്തെ കോഴിക്കോട്ടെത്തി. അച്ഛന്റെ ആ ജാഥ നടത്തം ആണ് 'എന്നും നന്മകൾ' എന്ന സിനിമയിൽ വഴി ചോദിച്ചു വന്ന നായികയ്ക്കും കൂട്ടുകാർക്കും സ്ഥലത്തെ പോസ്റ്റ്മാനും തോറ്റ എംഎൽഎയും ചേർന്ന് കല്യാണ ജാഥയിൽ ലിഫ്റ്റ് കൊടുപ്പിക്കാൻ എന്നെ പ്രേരിപ്പിച്ചത്.

ഒരു ഉച്ചനേരത്താണ് അച്ഛൻ കോഴിക്കോട്ടെത്തിയത്. അന്നു തന്നെ അച്ഛൻ രണ്ട് സിനിമ കണ്ടത്രെ. അതിനു ശേഷമാണ് ഉറങ്ങാൻ ഒരു സ്ഥലം തേടി അലയുന്നത്.

അച്ഛനെ കൈപിടിച്ചു നെഞ്ചോട് ചേർത്ത നഗരമാണ് കോഴിക്കോട്. ആ നഗരത്തോട് അച്ഛനുള്ള മാനസിക ബന്ധം അപാരമാണ്. ആ നഗരമാണ് ഞങ്ങളുടെ തൊട്ടിലും. നാടുവിട്ടകന്ന പെരുന്തട്ടയിലേക്ക് വർഷങ്ങൾക്ക് ശേഷം അച്ഛൻ ചെന്നു. അങ്ങോട്ടുള്ള യാത്രയിൽ അച്ഛൻ വീണ്ടും തളിപ്പറമ്പിൽ ഇറങ്ങി. കുടുമ മുറിച്ചു അനുഗ്രഹിച്ചു വിട്ട മുടിവെട്ടുകാരന് ദക്ഷിണ നൽകാൻ ഒരുങ്ങി. അപ്പോഴുള്ള അയാളുടെ മുഖഭാവത്തെക്കുറിച്ച് അച്ഛൻ പറഞ്ഞത് എനിക്ക് മനഃപ്പാഠമാണ്.

"ആദ്യം അദ്ദേഹം എന്നെ കുറെനേരം സൂക്ഷിച്ചു നോക്കി. എന്റെ കുടുമ വെട്ടിയ കഥ പറഞ്ഞ് തലയിലെ കെട്ടഴിച്ചു മുടി തൊട്ടു കാണിച്ചു. കടുക്കൻ അഴിച്ചെടുത്ത കാതിലെ തുള കാണിച്ചു. തുകൽ ബെൽറ്റിൽ നിന്നും കുറച്ചു പണം എടുത്തു ദക്ഷിണ നൽകി. എത്ര നിർബന്ധിച്ചിട്ടും അയാൾ അത് വാങ്ങിയില്ല. സാവകാശം അയാളുടെ കണ്ണു നിറഞ്ഞു. പിന്നെ ഒരു കെട്ടിപ്പിടുത്തായിരുന്നു. എനിക്കും കരച്ചിൽ വന്നു."

അതു കേൾക്കേ ആ മുടിവെട്ടുകാരൻ എന്റ മനസ്സിലും വരും. അയാളുടെ ജീവിതത്തിലെ സന്തോഷവും നിരാശയും സങ്കടവും എല്ലാം വരും. ആരെയും അവരുടെ മനസ്സിന്റെ വിശാലതയിൽ നിന്നുവേണം ഉൾക്കൊള്ളാൻ എന്ന തത്ത്വം എന്നിൽ പിടക്കും. അച്ഛൻ വെറും സഞ്ചാര

കഥ പറയുകയല്ല മറിച്ച് ജീവിതം എന്ത് പഠിപ്പിക്കുന്നു എന്ന ബോധം വളർത്തുകയാണെന്ന സത്യം തിരിച്ചറിയും.

വർഷങ്ങൾക്കു ശേഷം തളിപ്പറമ്പിൽ ചെന്ന് ആ മുടിവെട്ടുകാരനെ ഞാൻ തിരഞ്ഞിട്ടുണ്ട്. അയാൾ എന്നോ ഈ ലോകം വിട്ടുപോയിട്ടുണ്ടാവും എന്നറിയാമായിരുന്നിട്ടും ഞാൻ ആ മനുഷ്യനെ വെറുതെ തേടുമായിരുന്നു. വലം ചുറ്റിവന്ന് നമസ്ക്കരിക്കാനുള്ള മനസ്സിലെ ഒരു പ്രതിഷ്ഠയാക്കി തളിപ്പറമ്പെന്ന സ്ഥലം എന്നിൽ മാറ്റിയത് അച്ഛനെ കെട്ടിപ്പിടിച്ച ആ മുടിവെട്ടുകാരൻ തന്നെയാണ്. അതെല്ലാം സംഭവിക്കുന്നത് അച്ഛന്റെ കൂടെ ഇന്നും ഞാൻ സഞ്ചരിക്കുന്നതുകൊണ്ടാണ്. അച്ഛൻ പോയിട്ടും ഇന്നും പലതും ഞാൻ കണ്ടു തീർന്നിട്ടില്ല. അച്ഛൻ കാണിച്ചു തീർന്നിട്ടില്ല.

അച്ഛൻ ജനിച്ചു വളർന്ന നാടിനെക്കുറിച്ചും അമ്മയെ വിവാഹം കഴിച്ചു കൊണ്ടുവന്ന വീടിനെക്കുറിച്ചുമെല്ലാം ചെറുപ്പം മുതലേ കേൾക്കാറുണ്ടെങ്കിലും ഒരിക്കൽപോലും എനിക്കവിടം സന്ദർശിക്കാൻ സാധിച്ചിരുന്നില്ല. എന്നാൽ വർഷങ്ങൾക്കു ശേഷം അച്ഛനൊടൊപ്പം അവിടം പോകാനുള്ള ഭാഗ്യം ഉണ്ടായി. ആ സഞ്ചാരമാണ് ഞാൻ നടത്തിയ അനവധി സഞ്ചാരങ്ങൾക്കിടയിൽ മാണിക്യംപോലെ ഇന്നും മനസ്സിൽ സൂക്ഷിക്കുന്ന സഞ്ചാരം.

നാടുവിട്ട് അച്ഛൻ നടന്നു വന്ന വഴിയത്രയും വാഹനത്തിൽ കയറി

പെരുന്തട്ടയിലെത്തി മലയിലെ ഊടുവഴിയിറങ്ങി അച്ഛന്റെ ഏട്ടന്റെ വീട്ടിൽ എത്തുമ്പോൾ ചെറിയൊരു കുട്ടിയുടെ പ്രസരിപ്പോടെ മനം തുളുമ്പുന്ന അച്ഛന്റെ കൂട്ടുകാരനായ മറ്റൊരു കുട്ടിയായി ഞാനും മാറുകയായിരുന്നു. ജന്മംകൊണ്ട് അച്ഛനും മകനുമാണെങ്കിലും മനസ്സുകൊണ്ട് രണ്ട് കുട്ടികളായി ഞങ്ങൾ ആ ഗ്രാമം മുഴുവൻ അലഞ്ഞു. അച്ഛൻ പരിചയപ്പെടുത്തിയ മുഖങ്ങൾക്കെല്ലാം നന്മയുടെ പ്രകാശം മാത്രം. അച്ഛൻ താമസിച്ചിരുന്ന വീടിന്റെ മണ്ണിൽ അമർന്ന തറ മാത്രമേ അവിടെ ഉണ്ടായിരുന്നുള്ളൂ. ഒരു കാട്ടുമരത്തിന്റ വലിയൊരു കമ്പ് പൊട്ടിച്ചെടുത്ത് അച്ഛൻ ആ തറയിലേക്ക് എന്നെ കൈ പിടിച്ച് കയറ്റി.

കാട്ടുപുല്ല് മൂടിക്കിടക്കുന്ന തറയിലെ ഓരോ ഭാഗവും തൊട്ടു കാണിച്ച് ആ വീടിനെ വർണ്ണിച്ചു. സാവകാശം ഞങ്ങൾക്കു ചുറ്റും ചുമരുകൾ ഉയർന്നു. അകത്തെ ചാണകം മെഴുകിയ നിലവും ചെത്തിത്തേക്കാത്ത ചുമരുകളും പാളികൾ തുറക്കുന്ന ചെറിയ ജനവാതിലുകൾ ഉള്ളിലേക്കിട്ടു തന്ന സൂര്യവെളിച്ചത്തിൽ വ്യക്തമാവുകയായി. കുരുമുളകും ഇഞ്ചിയും നിറച്ച ചാക്കുകൾ മുറികളിൽ നിറയുകയായി. സന്ധ്യ വിളക്ക് തെളിയുകയായി. മുറ്റത്ത് ഒറ്റമുണ്ടുടുത്ത സ്ത്രീകൾ ചാണകം മെഴുകുകയും അതിർത്തിയിൽ അവരുടെ പുഞ്ചിരിപോലെ ഭംഗിയുള്ള ലില്ലിപ്പൂക്കൾ വിരിയുകയുമായി. ജനാലയിലൂടെ നോക്കിയാൽ കാണുന്ന കിഴക്കൻ മലയിൽ നിന്നും നരികൾ അമറുന്ന ശബ്ദം കേൾക്കുകയായി.

അച്ഛൻ പറഞ്ഞു.

"സമ്മന്തം കഴിഞ്ഞ് അമ്മയെ ഞാനിവിടെ കൊണ്ടു വരുമ്പോ രാത്രിയായി. തൃക്കരിപ്പൂര് നിന്നും ഇവിടം വരെ നടന്നെത്തണ്ടെ.. ഇരുട്ടിലും പേടിക്കാതെ അവള് നടന്നു. ഉശിരോടെ നടന്നു. രാത്രി കിഴക്ക് കാട്ടിൽ നിന്നും നരിയുടെ ശബ്ദം കേട്ടിട്ടും അവൾക്ക് വല്യ പേടി ഉണ്ടായിരുന്നില്ല."

ഞാൻ അച്ഛനോട് ചോദിച്ചു.

"അച്ഛനും അമ്മയും അന്ന് ഉറങ്ങിയത് ഏത് മുറീലാ.."

നിറഞ്ഞ ലഹരിയോടെ അച്ഛൻ ആ മുറി ഉയർന്നു നിന്നിരുന്ന തറയിലെ ഭാഗം എനിക്ക് കമ്പ് തട്ടി കാണിച്ചു തന്നു.

"ഇതാ ഇവിടെ.."

എനിക്ക് അതിരറ്റ സന്തോഷം തോന്നി. എന്റെ അച്ഛൻ എന്റെ അമ്മയെ സ്നേഹിച്ചു തുടങ്ങിയ സ്ഥലത്താണ് അച്ഛനൊപ്പം ഞാൻ നിൽക്കുന്നത്. ഏതൊരു മഹാക്ഷേത്ര ശ്രീകോവിലിനേക്കാളും പരിശുദ്ധിയുള്ള സ്ഥലം. ഞാൻ ഭാഗ്യവാനാണ്. പ്രാർത്ഥനയോടെ ആ നിലം തൊട്ട് ഞാൻ നിറുകയിൽ സ്പർശിക്കുന്നത് അച്ഛൻ കണ്ടിരുന്നു. അച്ഛൻ പിന്നീടത് അമ്മയോട് പറയുന്നത് ഞാൻ കേട്ടിരുന്നു. അമ്മയുടെ കണ്ണ് നിറയുന്നതും ഞാൻ കണ്ടിരുന്നു.

ഞാൻ ഏറ്റവും കൂടുതൽ സഞ്ചരിച്ചിട്ടുള്ളത് എന്റെ വീടിന്നകത്ത് അച്ഛനും അമ്മയ്ക്കും ഏട്ടന്മാർക്കും അനിയനും അനിയത്തിക്കും ഇടയിൽ തന്നെയാണെന്നതാണ് സത്യം. ഇപ്പോഴും ആ സഞ്ചാരം തീർന്നിട്ടില്ല. ഇനിയും കിടക്കുന്നു എത്രയോ കാതം.

●

ഒരു മഷിക്കുപ്പിയുടെ ഉയരമേ ഉള്ളൂ എന്റെ ശരത്തിന്.

അകം നിറയെ മഷിക്കടൽപോലെ സംഗീതം.

എത്ര നിറച്ചാലും തീരാത്ത സംഗീതം.

ചിന്ന വയസ്സിലേ സംഗീതം പഠിച്ചു തുടങ്ങിയതാണ്. പലപ്പോഴും സ്വന്തം ഉൾസംഗീതമാണ് പാഠവും. നവോദയയുടെ ജിജോ ആണ് എനിക്ക് ശരത്തിനെ തന്നത്. ദിവസങ്ങളോളം ഞങ്ങൾ ഒരുമിച്ച് ഇരുന്നിട്ടുണ്ട്. അവൻ രണ്ട് സംഗതികൾക്കു മുന്നിലേ ധ്യാനിച്ചിരിക്കുന്നത് ഞാൻ കണ്ടിട്ടുള്ളൂ.

ഒന്ന് ഭക്ഷണം.

രണ്ട്, അവന്റെ ഹാർമോണിയപ്പെട്ടി.

എത്ര വേണമെങ്കിലും ഇരിക്കും. ഒരുപക്ഷേ അടുത്ത ജന്മം വരെ. എനിക്ക് വേണ്ടി ഗാനങ്ങൾ ചിട്ടപ്പെടുത്തുമ്പോൾ ശരത്തിനു മുന്നിൽ ഇരിക്കേ അവന്റെ ഹാർമോണിയത്തിനു ചുറ്റും വീണു കിടക്കുന്ന ചില ട്യൂൺ കഷ്ണങ്ങളെടുത്ത് ഞാൻ ചോദിക്കും.

"ഇത് രണ്ടും ചേർത്തു തരാവോ."

അവൻ ചേർത്തു തരും.

എന്തൊരു രസാ അത് കേൾക്കാൻ.

ഇത്രയും വർഷത്തിനുള്ളിൽ ഒന്നോടൊന്ന് വേറിട്ടു നിൽക്കുന്ന എത്ര ഗാനങ്ങളാണ് ശരത്തിൽ നിന്നും കാതിലേക്ക് വന്നത്. ശരത്തിന്റെ പാട്ടുകൾ ഗാനമേളകളിൽ പാടണമെങ്കിൽ നല്ല ആരോഗ്യം വേണം. ശ്രവണ സുന്ദരവും കടുകട്ടിയുമാണ് പലതും. അവയ്ക്കിടയിൽ പരിലസിക്കുന്ന സംഗീത ഉപകരണങ്ങളുടെ ശബ്ദ നൃത്ത ലാസ്യ വിസ്മയമോ. അദ്ഭുതകരമാണ് അവയുടെ സഞ്ചാരങ്ങൾ. കേൾവിയും സംഗീതമാണെന്ന് തോന്നും അവ കേൾക്കുമ്പോൾ.

കേൾക്കുന്നതല്ല സംഗീതം.

കേൾവിയാണ് സംഗീതം.

കഴിഞ്ഞ ദിവസം അവന്റെ ഭാവയാമി എന്ന ഗാനം വീണ്ടും കേട്ടു.

മനസ്സിൽ ഒന്നു തൊഴുതു.

കാലങ്ങളോളം പെയ്യട്ടെ ഈ മധുരം.

ജീവിതത്തിലെ ആനന്ദവും അദ്ഭുതവും സംഘർഷവും നിറഞ്ഞ സ്കൂൾ പഠന കാലത്ത് വീട്ടിൽ ധാരാളം കോഴികളുണ്ടായിരുന്നു. പല ഉത്തരവാദിത്വങ്ങളുമായി പകൽ ചിക്കി നടക്കുന്ന കോഴികളെ രാത്രി മൂടി ഉറക്കാനായി കണ്ണികൾ വിട്ടുള്ള വലിയ പനമ്പ് കൊട്ട വാങ്ങും. ചുറ്റുവട്ടത്തുള്ള മിക്ക വീടുകളിലും അന്ന് കോഴിയോ ആടോ പശുവോ ഉണ്ടാവും. മുട്ട വിരിഞ്ഞ് വരുന്ന കുഞ്ഞുങ്ങളെ പരുന്തും കാക്കയും റാഞ്ചാതിരിക്കാൻ വടിയും പിടിച്ച് ഞാനും അമ്മക്കോഴിക്കൊപ്പം മേയാൻ പോകും. മുകളിലേക്ക് നോക്കിയാണ് ഞങ്ങളുടെ നടത്തമെങ്കിലും കണ്ണ് തെറ്റിയാൽ പരുന്ത് കുഞ്ഞുങ്ങളെ റാഞ്ചും. വലിയ സങ്കടമാണ് അപ്പോൾ. കുറച്ചു നേരത്തേക്കേ കാണുള്ളൂവെങ്കിലും കുഞ്ഞ് നഷ്ടപ്പെട്ട തള്ളക്കോഴിയുടെ വേദനയും പരിഭ്രമവും സഹിക്കാൻ പറ്റൂല.

കോഴികൾ ദക്ഷിണ വെക്കുന്ന മുട്ടകൾ വൃത്തിയാക്കി അമ്മ അരി ഭരണിയിൽ സൂക്ഷിക്കും. അത്യാവശ്യ ഘട്ടങ്ങളിൽ അമ്മയുടെ സമ്മതത്തോടെ ഞാനാ വൈഡൂര്യങ്ങൾ സഞ്ചിയിലാക്കി കടയിൽ വിൽക്കും. അശേഷം വില്പന തന്ത്രമില്ലാത്ത ഒരു വില്പന. കിട്ടുന്ന പൈസയ്ക്ക് ആ കടയിൽ നിന്നും സാധനങ്ങൾ വാങ്ങി വിട്ടിലെത്തും. "എല്ലാം വിറ്റു കാശാക്കി അല്ലേ....ന്ന്.." എന്നെ കാണുമ്പോൾ കോഴികളും ചാരിതാർത്ഥ്യത്തോടെ ചോദിക്കും.

അന്നത്തെ കോഴിമുട്ടകൾ ശരിക്കും വൈഡൂര്യങ്ങളായിരുന്നു. അശേഷം മായമില്ല. ആറ്റിക്കുറുക്കി സകല പോഷകങ്ങളും ചേർത്ത് കോഴികൾ നേരിട്ട് തരുന്ന വൈഡൂര്യങ്ങൾ. ഉത്തമത്തിൽ ഉത്തമം ആയ

ഭക്ഷണം. പുഴുങ്ങിയാലും പൊരിച്ചാലും ഉഗ്രൻ സ്വാദ്. അതുകൊണ്ടു പോയി പുറത്ത് വിറ്റ് വേറെ ഭക്ഷണം കഴിച്ച് വിശപ്പാറ്റുന്നതിനോട് കോഴികൾക്ക് തീരെ യോജിപ്പില്ലായിരുന്നു. പറഞ്ഞിട്ട് കാര്യമില്ല. ജീവിതം അങ്ങിനെയാണ്.

നമ്മൾ വലത്തോട്ട് ഓടുമ്പോൾ ജീവിതം ഇടത്തോട്ട് ഓടും. ഇടത്തോട്ടോടുമ്പോൾ വലത്തോട്ടും ഓടി ആകെ ഗുലുമാലാക്കും. നമുക്ക് ജീവിതവും പരുന്തും ഒരുപോലെ. പ്രതീക്ഷിക്കാതെ പെട്ടെന്ന് റാഞ്ചിയെടുത്ത് പാതി തിന്നു കളയും. കിട്ടിയ ജീവനും കയ്യിൽ പിടിച്ച് നമ്മൾ വീണ്ടും ജീവിതത്തിനൊപ്പം എങ്ങനേങ്കിലും ഓടും. ആ അവസ്ഥയെ ആണ് കോഴിക്കോടൻ ഭാഷയിൽ, ഹലാക്കിന്റെ അവിലും കഞ്ഞീംന്ന്, പറയുന്നത്.

അങ്ങനൊരു അവിലും കഞ്ഞീം ദിവസമാണ് ഞാൻ സ്കൂൾ വിട്ട് കത്തുന്ന വിശപ്പോടെ വീട്ടിൽ എത്തുന്നത്. വീട്ടിൽ റേഷൻകാർഡല്ലാതെ മറ്റൊന്നും ഇല്ല. രണ്ടു ദിവസത്തെ റേഷൻ കിട്ടിയാൽ അത്താഴവും കുറച്ചു ദിവസവും കടന്നു പോകും. ജോലിയുമായി ദൂരേക്ക് പോയ അച്ഛൻ ജോലി കഴിഞ്ഞ് എത്തിയിട്ടില്ല. അച്ഛൻ വരുന്നതുവരെ ജീവിതം ഹലാക്കാവാതെ അമ്മയ്ക്കൊപ്പം നിൽക്കുക എന്റെ ധർമ്മവും. ഞാൻ അമ്മയ്ക്കൊപ്പം നിന്നു. അമ്മയോട് പറഞ്ഞു.

"സാരല്യ."

ജീവിതത്തിൽ ഞാൻ ഏറ്റവും കൂടുതൽ പറയുന്ന വാക്കാണ് സാരല്ല്യ. അത് എന്നിലേക്ക് ബ്രഹ്മംപോലെ ഇഴുകിച്ചേർന്നത് അങ്ങനെയാണ്.

ഒന്നും സാരല്ല്യ.

സർവ്വതും പരിഹരിക്കാവുന്ന സാരല്ല്യകളാണ്.

അരിഭരണി തുറന്നു. വൈഢൂര്യങ്ങൾ കണ്ടു. വൈഢൂര്യങ്ങൾ സഞ്ചിയിൽ ശ്രദ്ധാപൂർവ്വം അടുക്കി അമ്മയോട് യാത്ര പറഞ്ഞ് മുട്ട വില്പനക്കാരനായി ഇടവഴിയിലേക്കിറങ്ങിയപ്പോഴാണ് മനസ്സിൽ ഒരു ചിന്ത വന്നത്. കടയിൽ കൊടുത്താൽ കിട്ടുന്നതിനേക്കാൾ വീടുകളിൽ നേരിട്ട് കൊടുത്താൽ കിട്ടില്ലേന്ന്.. മനസ്സ് ചോദിച്ചു. ഞാൻ മനസ്സിനെ അനുസരിച്ചു.

കയറിച്ചെന്നപ്പോൾ പല വീടുകളിലും മുട്ട വേണ്ട. അവിടെ കോഴികളുണ്ട്. അല്ലെങ്കിൽ കടയിൽ നിന്നും വാങ്ങിച്ച മുട്ടയുണ്ട്. അതുമല്ലെങ്കിൽ ചോദിച്ച പണം തരാൻ എന്തോ മടിയുണ്ട്. ഒടുക്കം ഒത്തിരി ദൂരം നടന്നെത്തിയ പടിപ്പുരവീടിന്നുള്ളിലേക്ക് എത്തിനോക്കി ഞാൻ പ്രതീക്ഷയോടെ വിളിച്ചു ചോദിച്ചു.

"മുട്ട വേണോ.."

വലിയ വീട്ടിലെ വരാന്തയിലെ മെലിഞ്ഞ പാവാടക്കാരി മുറ്റത്ത് നിൽക്കുന്ന അമ്മയിലേക്ക് ആ ചോദ്യം എറിഞ്ഞു.

"മുട്ട വേണോന്ന്.."

വേണംന്ന് അമ്മ പറഞ്ഞതും അവൾ എന്നെ കൈ കാട്ടി വിളിച്ചു. സഞ്ചിയും തൂക്കി ഇളംമഴ പെയ്ത നടപ്പാതയിലൂടെ വീട്ടുമുറ്റത്തേക്ക്

ഇറങ്ങേ., വഴുക്കും എന്നവൾ ഭയപ്പെടുത്തും വിധം പറഞ്ഞതു കൊണ്ടാവാം ഞാൻ വീഴാതെ രക്ഷപ്പെട്ടത്. അല്ലെങ്കിൽ മുട്ടയും ഞാനും രണ്ടു ദിവസത്തെ റേഷനും അവിടെ തീർന്നേനേ.

മുട്ടക്കച്ചോടക്കാരനെ കണ്ട പാവാടക്കാരിക്ക് ഭയങ്കര ഗമ. മുട്ട നല്ല താണോന്ന് അവൾ ചോദിച്ചു. നല്ലതല്ലാത്ത മുട്ട കോഴി തരില്ലെന്ന് ഞാനും. കട്ടോണ്ട് വന്നതാണോന്ന് അവൾ. കക്കാത്ത ഞാനെന്തിന് മറുപടി പറയണം?

ഉത്തരം പറയാതെ മുട്ടകളോരോന്നായി സഞ്ചിയിൽ നിന്നെടുത്ത് വരാന്തയിലെ തിണ്ണയിൽ അവൾക്കു മുൻപിൽ വരിവരിയായി വെച്ചു.

നോക്ക്.

കട്ട മുട്ടയാണോന്ന് നോക്ക്.

സത്യത്തിൽ അതൊരു അബദ്ധായിരുന്നു. എങ്ങാനും ഉരുണ്ട് താഴേക്ക് വീണാൽ അതോടെ തീർന്നു. പക്ഷേ ഒരാളും ഉരുണ്ടില്ല. എല്ലാരും അവൾക്കു മുന്നിൽ എന്നെപ്പോലെ ബലം പിടിച്ചു നിന്നു. മുട്ടയ്ക്കെന്താ വിലയെന്ന് അവൾ. കടയിൽ നിന്നും കിട്ടുന്നതിനേക്കൾ അഞ്ചു പൈസ കൂട്ടി വില പറഞ്ഞു. മുഴവൻ എടുത്താൽ വില കുറ യ്ക്കുമോ എന്നവൾ. മുഴുവൻ എടുത്താലേ വിൽക്കുന്നുള്ളൂന്ന് ഞാനും.

അപ്പോഴാണ് മുഴുവൻ വേണംന്നും പറഞ്ഞ് ഒരു പാത്രം നിറയെ വെള്ളവുമായി അവളുടെ അമ്മ വന്നത്. മുട്ടകൾ ഓരോന്നായി വെള്ള ത്തിൽ ഇടാൻ അമ്മ പറഞ്ഞു. കേടില്ലാന്ന് പറയുന്നത് കളവാണെങ്കിലോ. കേടുള്ള മുട്ട താഴേക്ക് പോവില്ല. കേടില്ലാത്തതിനേ പണം തരൂ.

അവൾക്കെന്തോ അമ്മയുടെ ആ പരീക്ഷണം ഇഷ്ടപ്പെട്ടില്ല. അത് വേണ്ടെന്നവൾ പറഞ്ഞു. അമ്മ അവളെ ദേഷ്യപ്പെട്ടു.

“നീ പോടീ..”

കേടില്ലെന്ന് ഞാൻ അമ്മയോട് പറഞ്ഞു. അവർ വിശ്വസിച്ചില്ല. പിന്നെ പരീക്ഷണമായിരുന്നു. ഓരോ മുട്ടകളും വെള്ളത്തിൽ ഇറങ്ങി കേടില്ലെന്ന് പറഞ്ഞുകൊണ്ട് താഴേക്ക് പോയതും അമ്മ പാത്രമടക്കം മുട്ടകൾ അകത്തേക്കെടുക്കാൻ ഒരുങ്ങിയതും ഞാൻ പറഞ്ഞു.

“മുട്ട വിൽക്കുന്നില്ല..”

അമ്മയും അവളും അന്തം വിട്ടു. ഉള്ളിൽ തുളുമ്പിയ സങ്കടത്തോടെ പാത്രത്തിൽ നിന്നും നനഞ്ഞ വൈഡൂര്യങ്ങൾ തിരികെ സഞ്ചിയിലേക്ക് അടുക്കി വെക്കുമ്പോഴാണ് ഇളംമഴയിൽ കുടയും ചൂടി അവളുടെ അച്ഛൻ കയറി വന്നത്. പാത്രവും വെള്ളവും മുട്ടയും എന്റെ കോലവും അവളുടെ നില്പും അമ്മയിലെ വിഷമവും എല്ലാം കണ്ട ആ നല്ല മനുഷ്യൻ അച്ഛന്റെ പ്രിയപ്പെട്ടൊരു ചങ്ങാതിയാണെന്ന് എനിക്ക് അറിയില്ലായിരുന്നു.

നീ രാഘവൻനായരുടെ മോനല്ലേ..ന്ന് അദ്ദേഹം ചോദിച്ചു. അതേ..ന്ന് ഞാനും. നീയെന്തിനാ മുട്ട വിൽക്കുന്നതെന്ന് അദ്ദേഹം. എനിക്കിഷ്ട പ്പെട്ടൊരു സയൻസ് പുസ്തകം വാങ്ങാനാണെന്ന് കള്ളമായി ഞാനും.

സയൻസിനെത്ര മാർക്കുണ്ടെന്ന് അദ്ദേഹം. മാർക്ക് കേട്ട് പാവാട ക്കാരിയും അമ്മയും ഞെട്ടി. അഭിമാനത്തോടെ അദ്ദേഹം എന്നെ ചേർത്തു പിടിച്ചു. മുട്ടകൾ തിരികെ സഞ്ചിയിൽ ഇട്ട് ഇല്ലാത്ത പുസ്തകത്തിനുള്ള പണം മുട്ടയുടെ വിലയായി കീശയിലിട്ട് അദ്ദേഹം എന്നെ യാത്രയാക്കി. അതെനിക്ക് രണ്ടു ദിവസത്തേക്കുള്ള റേഷൻ തുകയായിരുന്നു. പണവും മുട്ടകളും ഒരുമിച്ചു വീട്ടിലേക്ക് കൊണ്ടുപോകാനുള്ള ധൈര്യമില്ലാതെ മുട്ടകൾ ഓരോന്നായി വഴിയിൽ കണ്ടൊരു കല്ലുവെട്ടു കുഴിയിലേക്ക് ഞാൻ വലിച്ചെറിഞ്ഞു.

റേഷൻ വാങ്ങി വീട്ടിലെത്തി അത്താഴവും കഴിഞ്ഞ് ഉറക്കം വരാതെ കിടന്നു. രാത്രി വന്ന അച്ഛന്റെ ഉറക്കത്തിനു മുന്നിൽ രാവിലെ ചെന്ന് സത്യം പറഞ്ഞു. അച്ഛൻ എന്നെ കെട്ടിപ്പിടിച്ചു കിടന്നു. പിന്നീടൊരു ദിവസം എന്നെയും കൂട്ടി ആ ചങ്ങാതിയുടെ വീട്ടിൽ ചെന്നു. അമ്മ ദിവസവും കഴിക്കാൻ നൽകുന്ന കോഴിമുട്ട എടുത്ത് വെച്ച് ഇഷ്ടമുള്ള പുസ്തകം വാങ്ങുന്ന എന്നെക്കുറിച്ച് ഇല്ലാത്ത തമാശ പറഞ്ഞ് എന്നിലെ കളവും സങ്കടവും അച്ഛനൊരു മഴവില്ലുപോലെ എന്റെ മനസ്സെന്ന ആകാശത്തിൽ നിന്നും പറിച്ചെടുത്ത് കയ്യിൽ വെച്ചു തന്നു.

അതാണെന്റെ അച്ഛൻ.

എന്റെ ഈശ്വരൻ.

അച്ഛനെക്കുറിച്ചല്ല ഞാൻ ഇവിടെ പറയുന്നത്. കാലങ്ങൾക്ക് ശേഷം ഒരു പകൽ. ബാംഗ്ലൂർ നഗരത്തിൽ വെച്ച് എനിക്കു മുന്നിൽ പുഞ്ചിരി യോടെ ഒരു സ്ത്രീ വന്നു. ഒപ്പം ഭർത്താവും വല്ല്യൊരു മോളും. അവൾ കൂസലില്ലാതെ ചോദിച്ചു.

"അമ്മ പറഞ്ഞു കേട്ട അറിവ് വെച്ച് ചോദിക്ക്യാണ്. പണ്ട് അമ്മമ്മയ്ക്ക് കോഴിമുട്ട വിൽക്കാതെ പോയ രാഘവേട്ടന്റെ മോനേ ഓർമ്മണ്ടോ? വാരികയിൽ എഴുതിയ ആ കഥ അമ്മ എന്നെ വായിച്ചു കേൾപ്പിച്ചിട്ടുണ്ട്."

എന്നിൽ ഒരു വിങ്ങലുണർന്നു. അരികിലെവിടെയോ അച്ഛനും ചങ്ങാ തിയും പാവാടക്കാരിയും അമ്മയും വന്നു നിന്നു. "തിരശ്ശീലയുണ്ട് കണ്ണിൽ" എന്നായിരുന്നു ആ കഥയുടെ പേര്. ആ കഥയിൽ അവരെല്ലാം ഉണ്ടായിരുന്നു. അവൾ പറഞ്ഞു.

"അമ്മമ്മേം അമ്മച്ഛനും പോയിട്ട് കുറെയായി. അമ്മയും പോയി. ഈ സിറ്റിയിൽ ആയിരുന്നു അമ്മയുടെ ക്രിമേഷൻ. ഇടയ്ക്കൊന്ന് ഞങ്ങൾ ഇവിടെ വരും. അമ്മയെ കാണാലോ."

ഈശ്വരാ..

ഇവർക്ക് നൽകാൻ എന്റെ കയ്യിൽ ഒരു വൈഡൂര്യമില്ലല്ലോ.

നമുക്കു ചുറ്റുമുള്ള പലരും നമ്മുടെ ആരൊക്കെയോ ആണ്.

കഴിഞ്ഞ ദിവസം ഒരു ക്ഷേത്രത്തിൽപോയി.

ശ്രീകോവിലിനു മുന്നിൽ സർവ്വം മറന്ന് തൊഴുതു നിൽക്കുന്ന ചില ധ്യാനമനസ്സുകളോട്, വേഗം വേഗം എന്ന് കല്പിക്കുന്ന ദ്വാരപാലകരെ കണ്ടു. കയ്യിൽ വിശറിപോലുള്ളൊരു വസ്തുകൊണ്ട് അരികിലെ കല്ലിൽ അടിച്ച് പിറകിലുള്ളവർക്കായി അവർ വഴി ഒരുക്കുകയാണ്.

വേഗം. വേഗം..

തൊഴുതു വളഞ്ഞു നിന്നവർ ധ്യാനം വിട്ട് തെന്നി മാറി.

പിറകിലുള്ളവർ അവിടേക്ക് വന്നു.

അവരും കേട്ടു.

വേഗം വേഗം...

അവരും തെന്നിമാറി.

തെന്നിമാറി പുറത്തെത്തി നടവരമ്പിൽ വിഷമത്തോടെ നിശ്ചലം നിന്ന അതിലൊരു പുരുഷന്റെ കൈ പിടിച്ച് അതിലും വിഷമത്തോടെ നിന്ന അമ്മ മുഖമുള്ള അവരോട് അറിയാതെ ചോദിച്ചു പോയി.

"എന്തേ.. വയ്യേ."

അമ്മ സത്യം പറഞ്ഞു.

"വിചാരിച്ചപോലെ തൊഴാൻ പറ്റീല. അതിന്റെ ക്ഷീണാ.."

ഞാനദ്ദേഹത്തെ കൈ പിടിച്ച് സ്വല്പം മാറ്റി നിർത്തി ആകാശം ചൂണ്ടി.

"ദാ.. ഇവിടെ നിന്ന് തൊഴുതോളൂ. പറയാനുള്ളതെല്ലാം പറഞ്ഞോളൂ. കേട്ടോളും."

അദ്ദേഹം പുഞ്ചിരിയോടെ നിശ്ശബ്ദം തൊഴുതു.

അമ്മയും.

ആകാശചക്രവാളം ഭൂമിയിലേക്ക് തുറക്കുന്ന വാതിലാണ്. സകലതും വരുന്നത് അവിടം നിന്നാണ്. അവിടം നടയടക്കില്ല. വേഗം വേഗംന്ന് ആരും പറയില്ല. അവിടുന്ന് കിട്ടുന്നിടത്തോളം ഊർജ്ജം വേറെങ്ങും ഇല്ല. അതിൽ നിന്നെത്ര എടുത്താലും മനസ്സും നിറയില്ല. അതാണ് മനസ്സ്. മനസ്സ് പ്രപഞ്ചത്തേക്കാൾ വലുതാണ്.

കുഞ്ഞുങ്ങൾ പറയുംപോലെ അമ്പമ്പോ ഭയങ്കര വലുതാണ്.

ചിലർ മഴപോലാണ്.

അവരെല്ലാ വിഷമങ്ങളും മായ്ച്ചു കളയും.

എന്നിട്ടൊരു സാഗരം മനസ്സിൽ നിറച്ചു തരും.

ഇന്നലെ ഒരച്ഛനെം അമ്മേം കണ്ടു.

മറ്റൊരാളുടെ കൂടെ കാണാൻ ചെന്നതാണ്.

കുറച്ചു നേന്ത്രപ്പഴം വാങ്ങി.

ജൈവം.

അവർക്ക് പണ്ട് കൃഷി ഉണ്ടായിരുന്നു.

ഇപ്പോൾ അവിടെ മൂന്ന് ഫ്ളാറ്റ് കെട്ടിടങ്ങൾ ഉണ്ട്.

നേന്ത്രപ്പഴം വാസനിച്ച അച്ഛൻ അതിന്റെ വംശപരമ്പര പറഞ്ഞു.

അമ്മ അതിന്റെ ഗുണങ്ങൾ പറഞ്ഞു.

രണ്ടാൾക്കും വയ്യ.

പരസ്പരം പരിചരിക്കും.

പ്രണയത്തിലാണ്.

പ്രണയ ഫലങ്ങൾ അഞ്ച്.

ഒന്നും രണ്ടും മൂന്നും വിദേശ തോട്ടങ്ങൾ തേടി പോയി.

നാലും അഞ്ചും സ്വദേശ വിദൂര തോട്ടങ്ങളിൽ പോയി.

അഞ്ചും, കരുത്തും ശോഭയും അഴകും തികഞ്ഞ ഫലങ്ങൾ.

പക്ഷേ ഒന്നിനേം പറിക്കാനോ വാസനിക്കാനോ ഭംഗി നോക്കാനോ കിട്ടാറില്ല. എല്ലാം അതാത് ലതാദികളിൽ ഉയരത്തിലാണ്.

വർത്തമാനത്തിനിടെ കട്ടിലിന്നരികിലെ സെൽഫോണിൽ വാട്സ് ആപ്പ് ക്ണീം മൂളി. കേൾവി കുറഞ്ഞ അമ്മയ്ക്ക് അച്ഛൻ അത് ചൂണ്ടി.

"ദാ.. വന്നു."

അമ്മ പെട്ടെന്നെടുത്തു.

ചുണ്ണാമ്പ് തേച്ചു.

കണ്ണോട് ചേർത്ത് അച്ഛനെ കാണിച്ചു.

"നെറം കൂടിയോ."

അച്ഛനിൽ, ഇല്ലെന്ന, പുഞ്ചിരി.

തെല്ലിട അവർ മിണ്ടിയില്ല.

ഒന്നും മിണ്ടിയില്ല.

കയ്യിലെ ഫോണിൽ അമ്മ ഒന്നു വാസനിച്ചു.

കുടിക്കാൻ എടുക്കട്ടേന്ന് ചോദിച്ചു.

വേണ്ടെന്ന് പറഞ്ഞിട്ടും എടുക്കാൻ പോയി.

അകത്ത് പാത്രങ്ങൾ കരയുന്നത് കേട്ടു.

ഗ്ലാസ്സിൽ ദാഹം ശമിക്കുന്ന വാത്സല്യം നിറയുന്ന ശബ്ദം കേട്ടു.

അച്ഛൻ പറഞ്ഞു.

"അവന് ചെറുപ്പത്തിൽ മോരാ കുടിക്കാൻ ഇഷ്ടം. അവള് വെണ്ണ കടഞ്ഞ് മൊരുണ്ടാക്കും. ഞാൻ ഓർക്കാ. അമ്മേ വെണ്ണ വാസനിക്കും. മോനെ മോരും."

ഞങ്ങൾ ചിരിച്ചു.

എത്ര പ്രണയാർദ്ര ചിന്തയാണ് ഇപ്പോ കേട്ടത്.

ചങ്ങാതി ചോദിച്ചു.

"മോൻ എവിടുന്നാ ഫോട്ടോ വിട്ടത്."

അച്ഛൻ ആവേശത്തോടെ പറഞ്ഞു.

"ദാ.. ആ മതിലിന്റെ അപ്പറത്ത്ന്ന്. അത് മോന്റെ വീടാ. വന്നിട്ട് ഏഴ് ദിവസായെയുള്ളൂ. ഇന്നെത്തും. അല്ലെങ്കിൽ നാളെ."

അധികം വേദനിപ്പിക്കാതെ അവിടുന്ന് ഇറങ്ങുമ്പോൾ കയ്യിൽ സ്പർശിച്ച 86 വയസ്സുള്ള വിരലുകൾക്ക് കണ്ണീരിന്റെ തണുപ്പ്.

ഓരോ വീടിന്നകത്തും ഓരോ വിമാനത്താവളം വേണം . തൊട്ടടുത്ത മുറിയിലും ഇരിപ്പിടങ്ങളിലും മനസ്സുകളിലും സ്വന്തം കാര്യങ്ങളിൽ മാത്രം മുങ്ങിച്ചാവുന്ന മക്കളെയും മറ്റുള്ളവരെയും കാത്ത് അടുക്കളയിലും കട്ടിലുകളിലും ഇരുട്ടു കോണുകളിലും ഒറ്റപ്പെട്ടു പോകുന്ന അച്ഛനമ്മ മുത്തശ്ശിമാർക്കരികിൽ അവർക്കെത്താൻ.

കുഞ്ഞുസ്റ്റേഷനുകളിൽ കാത്തു നിൽക്കുന്ന യാത്രക്കാർക്കരികിൽ ശ്വാസം വിടുന്ന നേരമേ ദീർഘദൂര യാത്രാതീവണ്ടികൾ നിൽക്കൂ. തീവണ്ടി കാണുമ്പോഴേ ഓടിച്ചെന്നു ഉള്ളിൽ കയറി തീവണ്ടിയെ കെട്ടിപ്പിടിക്കാനായുള്ള ധൃതി ചിലരുടെ പാദങ്ങളിൽ ആ നേരം പടർന്നു കയറും. ആ ഓട്ടങ്ങൾക്ക് ഒരു നൃത്തത്തിന്റെ ലാസ്യത ഉണ്ടാവും. പരിഭ്രമിച്ച് പിന്നാക്കം ഒന്നാഞ്ഞ് റോക്കറ്റ്പോലെ പെട്ടെന്നൊരോട്ടമാണ്.

പുരുഷന്മാരാരും ചിരിച്ചോണ്ട് ഓടുന്നത് കണ്ടിട്ടില്ല. അവരുടേതെല്ലാം ഉരുണ്ടു വീഴുന്ന കല്ലുകൾ പോലുള്ള ഓട്ടമാണ്. എന്നാൽ സ്ത്രീകളെ ധാരാളം കണ്ടിട്ടുണ്ട്. ചിലപ്പോൾ അവരുടെ കയ്യിൽ തൂക്കിപ്പിടിച്ച കുഞ്ഞുങ്ങളും സഞ്ചികളും കാണും. മിക്കവാറും സ്ത്രീകളുടെ കയ്യിലായിരിക്കും കുഞ്ഞുങ്ങൾ. പുരുഷനെന്ന റോക്കറ്റിന്റെ കൈകളിലാവും സഞ്ചികൾ. അവരോടൊപ്പം ഉള്ള കുട്ടികളും ചിരിച്ചു തുള്ളിക്കൊണ്ടാവും ഓടുന്നത്. അമ്മയ്ക്കോ അച്ഛനോ അമ്മമ്മയ്ക്കോ ചേച്ചിക്കൊ ഒപ്പം എത്താൻ വേഗത കിട്ടാതെ അപൂർവ്വം കുഞ്ഞുങ്ങളിൽ മുഖം ചുവക്കുന്നത് കണ്ടിട്ടുണ്ട്. ഒപ്പം പിടിച്ച കൈ അപ്പോഴവരെ പട്ടം പോലെ പൊന്തിച്ചങ്ങ് ചിരിച്ചോണ്ട് ഓടും. കുട്ടികളും പറന്നോടും. എന്നാലും സഞ്ചികളും കുട്ടികളുമായി ഓടുന്ന സ്ത്രീകളെയും സർവ്വതും പെണ്ണിന് വിട്ടുകൊടുത്ത് മുന്നിൽ ഓടിക്കയറി, പിറകെ എത്താൻ

വൈകിയതിന് അവളെ വഴക്കു പറയുന്ന പുരുഷന്മാരെയും കണ്ടിട്ടുണ്ട്. പരിസരം മറന്ന് തിരിച്ച് ദേഷ്യപ്പെടുന്ന പെണ്ണുങ്ങളേം കണ്ടിട്ടുണ്ട്.

"ഓടീട്ടിങ്ങ് എത്തണ്ടെ. ഒലക്ക."

"ചാടിപ്പിടിച്ച് കേറീട്ടില്ലെങ്കി സീറ്റ് കിട്ടൂലെടീ."

"എന്നിട്ടിപ്പം കിട്ട്യാ..?"

പുരുഷന് അപ്പോഴാവും ബോധം വരുന്നത്. തിരിക്കിലൂടെ സ്ത്രീ രണ്ട് ചുവട് നടന്ന് കുഞ്ഞുങ്ങളെ ഏതെങ്കിലും ജനലരികിലേക്ക് മാറ്റി നിർത്തും. ഇരിക്കുന്നവരിൽ ആരെങ്കിലും നീങ്ങി ഇരുന്ന് സ്ത്രീക്ക് ഇത്തിരി ഇരിപ്പിടം നൽകും. അവിടം അമർന്ന് അവർ ജനലരികിലേക്ക് വെച്ച കുഞ്ഞുങ്ങളെ വാരിപ്പിടിച്ച് അരികിൽ നിർത്തും. കൺവെട്ടത്താണെങ്കിലും കുഞ്ഞുങ്ങളെ ആരെങ്കിലും റാഞ്ചിയാലോ? ആ പിടുത്തം ഒരുപാട് അർത്ഥങ്ങൾ പറയും. ഇനിയുള്ളത് തീവണ്ടി നോക്കിക്കോളും. ഓടുന്നതിനിടയിൽ പതിയെ ആട്ടിയാട്ടി സർവ്വരേയും കുപ്പിക്കുള്ളിലെ മല്ലിപ്പൊടിപോലെ ഒന്നൊതുക്കും. മുന്നിൽ ഓടിയിട്ടും സീറ്റ് കിട്ടാത്ത പുരുഷൻ അവളും മക്കളും ഒരിടത്തായല്ലോ എന്ന ആശ്വാസത്തോടെ അവളിലെ ദേഷ്യം നുള്ളിക്കളയാനായി ഇടയ്ക്കിടെ മക്കളോട് പുഞ്ചിരിക്കും. തിക്കിത്തിരക്കി കടന്നു പോകുന്ന വടക്കാരന്റെ വാസനയിലേക്ക് വീണ് മക്കളോട് വട വേണോന്ന് ചോദിക്കും. വേണ്ടെന്ന് പറയുന്നതും വീണ്ടും മക്കളെ ചേർത്തു പിടിക്കുന്നത് അവളാവും. അകന്നു പോകുന്ന വടയിൽ അവളുടെ ദേഷ്യം പാതി കുറയും. അടുത്ത വടയോടെ അത് നിശ്ശേഷം മായും.

ഓടിയാലും ഓടിയില്ലെങ്കിലും തീവണ്ടി അവരെ കൂട്ടാതെ പോകില്ലെന്നൊരു ഉറപ്പ് പെണ്ണുങ്ങളുടെ ഓട്ടത്തിന്നുള്ളിലുണ്ടെന്ന് എനിക്ക് തോന്നിയിട്ടുണ്ട്. പുരുഷന് ആരേയും വിശ്വാസമില്ല. തീവണ്ടിയെപ്പോലും. അവനവനെ തീരെയും. അതവരുടെ ഓട്ടത്തിൽ വ്യക്തം.

ഓടിക്കയറി ഭാര്യയോട് ദേഷ്യപ്പെട്ട്, തിരിച്ച് ദേഷ്യം കേട്ട് ട്രൗസർ അഴിഞ്ഞ് അരികിൽ എന്നോടൊപ്പം നിന്ന പുരുഷനോട് ഞാനൊന്ന് പുഞ്ചിരിച്ചു. തിരിച്ച് അയാളും.

"നല്ല ഓട്ടായിരുന്നു അല്ലേ?"

"ഒന്നും പറയണ്ട. മൂന്ന് മിനുട്ടല്ലേ നിർത്തൂ."

"എന്നാലും നമ്മള് കയറാതെ വണ്ടി വിടൂല."

"ഷുവർ..?"

"യെസ്."

"ആര് പറഞ്ഞ്..?"

"എല്ലാരും കയറിയോന്ന് നോക്കാൻ വണ്ടീല് ആൾക്കാരുണ്ട്. ഗാർഡും ഡ്രൈവറും സ്റ്റേഷൻ അസിസ്റ്റന്റും എല്ലാം. പിന്നെ തോന്നും പോലെ ഇറങ്ങി നടന്ന് ചായ കുടിക്കാനൊക്കെ പോയാ വണ്ടി അങ്ങ് പോവും. വെറുതെ വാതിലിന്നടുത്ത് ഇറങ്ങി നിന്നാലും ഓൻ പോവും."

അയാൾ ചിരിച്ചു.

"വെറുതെ ഓടി. ഓള് ചൂടായി. നിങ്ങളെട്ന്നാ. തലശ്ശേരീന്നാ..?"

"അല്ല. കോഴിക്കോട്."

"ഒരു വടക്കൻ ചുവേണ്ട്. എന്താ പേര്."

"രഘു."

"ഞാൻ കർണ്ണൻ."

"മഹാഭാരതം...?"

"ഏയ്. നമ്മടെയൊക്കെ ഭാരതം. ഞാൻ മാഷാണ്."

കാൽ വേദനിക്കുന്നുണ്ടെന്ന് തോന്നുന്നു. മാഷ് ഇടംകാൽ ഉയർത്തി വലം കാൽ തടവി. ഞാൻ മാഷ്ക്ക് ഒരു വഴി പറഞ്ഞു കൊടുത്തു. കയറാൻ പറ്റുമെങ്കിൽ പിടിച്ചു കയറി മാഷ് ആ ബർത്തിൽ കയറി കാലും നീട്ടി ഇരുന്നോളൂ. അടുത്ത സ്റ്റേഷനിൽ ഇതിലും നല്ല തിരക്കുണ്ടാവും.

മാഷ് മുകളിലേക്ക് നോക്കി. അവിടെ ചിലർ നേരത്തെ കയറി ഇരുപ്പുണ്ട്. രണ്ടും കല്പിച്ച് ഒരു കയറ്റം അങ്ങ് കയറി ഉള്ള സ്ഥലത്ത് മാഷങ്ങ് അമർന്നു. പ്രതീക്ഷിക്കാത്ത മരക്കയറ്റം കണ്ട് മുകളിലേക്ക് നോക്കിപ്പോയ ഭാര്യയിൽ അഭിമാന ചിരി പൊട്ടി. അച്ഛൻ മുകളിൽ എത്തിയത് കണ്ടതും കുഞ്ഞുങ്ങൾ കൈ ഉയർത്തി. യാത്രക്കാർ അവരെയും പൊക്കിക്കൊടുത്തു.

ഒരിക്കൽ ഓടിയവർ എന്നും ഓടണമെന്നില്ല. ഒരിക്കലും ഓടാത്തവർ പെട്ടെന്ന് ഓടിയെന്നും വരും. സത്യത്തിൽ ഓടാതിരിക്കാൻ വയ്യ. തൊട്ടടുത്ത് തോളോട് തോൾ ചേർന്ന് നിൽക്കയാണെങ്കിലും ലക്ഷ്യം എന്ന കിട്ടാക്കനി, അങ്ങെങ്ങോ ദൂരെയല്ലേ?

കുഴിത്തുറെയിൽ നിന്നും ചിരിച്ചു രസിച്ച് ഓടിക്കയറിയ അമ്മയും മക്കളും തീവണ്ടിക്കുള്ളിൽ എവിടെയാണാവോ?

ഉച്ച കഴിഞ്ഞ നേരം. നല്ല വിശപ്പോടെ വീട്ടിലേക്ക് വരുന്ന നേരം. ലിഫ്റ്റിൽ നാല് സ്കൂൾ കുട്ടികൾ. എല്ലാവരിലും വിശപ്പിന്റെ തളർച്ച. കെട്ടിയ വേഷത്തിന്റേം തൂക്കുന്ന സഞ്ചികളുടേം കയ്യിൽ ചുരുട്ടി പിടിച്ച ചാർട്ടുകളുടേം മറ്റു കോലാഹലങ്ങളുടേം ഭാരം വേറെ.

എന്നിട്ടും കുട്ടികൾ തേജസ്സോടെ പുഞ്ചിരിച്ചു.

ലിഫ്റ്റ് പറന്നുയരുന്ന നിലകളുടെ തെളിയുന്ന എണ്ണവും നോക്കി നിന്നു. പേരുകൾ പറഞ്ഞു. ക്ലാസുകൾ പറഞ്ഞു.

ഞാൻ ചോദിച്ചു.

"വീട്ടിലെത്തുന്ന സന്തോഷാവും അല്ലേ?"

"ഏയ്.."

"പിന്നെ..?"

വീണ്ടും അതേ പുഞ്ചിരി.

"വീട്ടിലെത്ത്യാ പഠിക്ക്യോ.. കളിക്ക്യോ..?"

എല്ലാവർക്കും ഒരേ ചത്ത ഉത്തരം.

"ട്യൂഷൻണ്ട്.."

അയ്യോ..ന്ന് ഞാൻ.

"എത്രവരെയാ ട്യൂഷൻ..?"

"ആറ് വരെ.."

ലിഫ്റ്റ് തുറന്നു.

കുട്ടികൾ വീടുകളിൽ മറഞ്ഞു.

സ്കൂളിൽ നിന്നെത്തീട്ടും പിന്നേം ട്യൂഷനാണെങ്കിൽ നമുക്കെന്തിനാ സ്കൂൾ. അവിടുന്നൊന്നും പഠിപ്പിക്കില്ലേ? കുട്ടികൾ ചന്തത്തോടെ വേഷം കെട്ടി പേടിച്ചും അന്തിച്ചും വെറുതെ പോവ്വാണോ? എന്നാ പിന്നെ പഠിപ്പിക്കുന്ന ട്യൂഷൻ സെന്റർ പോരേ? എല്ലാ സ്കൂളും വീടില്ലാത്തവർക്ക് ഒഴിഞ്ഞു കൊടുത്തൂടേ?

എനിക്ക് പാഠം ചൊല്ലിത്തന്നിരുന്ന മാഷോ ടീച്ചറോ ട്യൂഷൻ സമ്മതിച്ചിരുന്നില്ല. ഗൈഡ് പുസ്തകവും പാടില്ല. ഞാൻ മടിയനായിരുന്നു എന്നത് എനിക്ക് മാത്രം അറിയുന്ന സത്യം.

●

തോന്ന്യപോലെ പരക്കം പായുന്ന ഫ്രീക്കർ പാവത്താന്മാരുടെ വിവരമില്ലായ്മയാണ് നിരത്തുകൾ നിറയെ. നിലച്ചക്രമായി കറങ്ങിക്കറങ്ങി അവർ വാഹനങ്ങളിൽ പറക്കും. പെട്ടെന്നൊരു പ്രാണി ചെവിയിൽ ഉരസി ഭയപ്പെടുത്തി പോകുംപോലെ ഫ്രീക്കർ തലയ്ക്കു മുകളിലൂടെയോ കാലിന്നടിയിലൂടെയോ, ഉടലിന്നുള്ളിലൂടെയോ വരും.

നേരെ പോയാൽ തൊട്ടു പിറകിൽ വന്ന് അമറും. ഇടത്തോട്ട് തിരിഞ്ഞാൽ ഫ്രീക്കറും അതേവശം ചേർന്നങ്ങ് തിരിയും. വലത്തോട്ട് തിരിഞ്ഞാലും ഫ്രീക്കർക്ക് വലത്തോട്ടാണ് പ്രിയം.

കോണുകൾ കൃത്യമല്ലെങ്കിൽ ഒരേ ദിശാരേഖകൾ പരസ്പരം സന്ധിച്ച് ഒന്ന് മറ്റൊന്നിന്റെ അടിയിൽ വിലയം പ്രാപിക്കും എന്ന ബോധം ഫ്രീക്കർക്ക് അശേഷം ഇല്ല. ഫ്രീക്കറും അതേ ദിശയിലേക്ക് ഒപ്പം ചേർന്നങ്ങ് തിരിയും. മുന്നോട്ടാണ് ഓടുന്നതെങ്കിൽ മറി കടന്ന് മുൻചക്രത്തോട് ചേർന്ന് അതേ വശം തിരിഞ്ഞങ്ങ് പാഞ്ഞ് മറയും. അതിനിടയ്ക്ക് വല്ല ഇടിയോ, ഉരസലോ, പൊട്ടലോ ചീറ്റലോ ഉണ്ടായാൽ അത് ഫ്രീ.

ആ നേരം ജീവനുണ്ടെങ്കിൽ ഫ്രീക്കർ ക്രുദ്ധമായി നോക്കി എന്തെങ്കിലും ഭാഷാന്തരീകമായി വിളിച്ചു പറഞ്ഞ്, ചാഞ്ഞും ചരിഞ്ഞും തട്ടിയും മുട്ടിയും സ്വന്തം ഉടൽ നോക്കി അടുത്ത ഫ്രീക്കിനായി ചക്രങ്ങളും എടുത്തങ്ങ് പോകും. ചത്താലും ചത്തില്ലെങ്കിലും ഫ്രീക്കർ ഒരു ഫ്രീക്കും കാണിച്ചിട്ടില്ല എന്നതാണ് ഫ്രീക്കർ സത്യം. ആ സത്യത്തിൽ ഫ്രീക്കർ മുറുകിപ്പിടിക്കും. അത് ഫ്രീക്കരുടെ ഒരു ഉൾബോധമാണ്.

ഫ്രീക്കർ ലോകത്ത് ഇരുചക്ര ഫ്രീക്കർ മാത്രമല്ല. ഫ്രീക്കർ കാറുകളുണ്ട്. കാണണം കാർഫ്രീക്കറുടെ ഒരു ധൃതി. ചില ഫ്രീക്കർ ബെൻസും ഓഡിയും ടൊയോട്ടയും ഹോണ്ടയും ഒക്കെ നിരത്തിൽ കാണിക്കുന്ന ഫ്രീക്ക് കാണണം. കൈ നീട്ടാൻ ഉള്ള അകലം ഇല്ലെങ്കിലും കാർഫ്രീക്കർ കിട്ടിയിടത്ത് ചക്രം ഉരുട്ടി അപ്പുറം കടക്കും. പിന്നെ അടുത്ത സിഗ്നലിൽ കുറെ നേരം ചന്തി തടവി ഇരുന്നാലും നിറം പച്ചയിലേക്ക് മാറിയോ, പിന്നേം ഫ്രീക്കായി. ഫ്രീക്കർ ട്രക്കും ഫ്രീക്കർ ബസ്സും ഉണ്ട്. പിന്നീടെ ഞാനും അവർ വരുന്നുണ്ടെങ്കിൽ പിതാമഹന്മാരെ ധ്യാനിച്ച് ഒരുവശം ഒതുക്കി ഇറങ്ങി നിന്ന് വണങ്ങി അടുത്ത പിണ്ഡടിയന്തിരത്തിന് കാണാംന്ന് പുഞ്ചിരിയോടെ പറയാംന്നല്ലാതെ ആ ഫ്രീക്കറോട് കളി വേണ്ട ദിനേശാ.

ഒരു നഗരത്തിലെ ജനങ്ങളുടെ മാനസികാവസ്ഥ അറിയാൻ അവർ വാഹനങ്ങൾ ഓടിക്കുന്ന രീതി നോക്കിയാൽ മതിയത്രെ. അത് ശരിയാണെങ്കിൽ നമ്മുടെ നഗരങ്ങളിലെ ജനങ്ങൾ എത് സെക്കന്റിലും തനിക്ക് കിട്ടാത്ത എന്തിനെയോ, മുന്നിലെ കാറോ ജീപ്പോ സൈക്കിളോ ബസ്സോ ബൈക്കോ ട്രക്കോ ഓട്ടോയോ നടന്നുപോകുന്നവനോ, ഏടുത്തോണ്ട് ഓടും എന്ന് പേടിച്ച് അവരെ ആക്രോശിച്ച് പേടിപ്പിച്ച് മുണ്ടുപൊക്കി കാണിച്ച് നെട്ടോട്ടം ഓടുകയാണ്.

ഇതെഴുതാൻ കാരണം ഇന്നു കണ്ടൊരു ലോറിയാണ്.

ദേഷ്യം പിടിച്ച മുഖഭാവത്തോടെ എന്നെ കടന്നുപോയ ലോറിയുടെ പിറകിൽ വളരെ വലുതായും വ്യക്തമായും എഴുതിവെച്ചിരിക്കുന്നു.

"ഫ്രീക്കർമാർ അകലം പാലിക്കുക."

എന്നെങ്കിലും ഈ ഭൂമിയിലെ എല്ലാ രാജ്യങ്ങളും മനസ്സ് കോർത്ത് ഒരുമയോടെ ഒരു 'കമ്മ്യൂൺ' ആയി കഴിയുമോ..?

യുദ്ധം മറന്ന്..

ഭീകരത മറന്ന്..

വംശം മറന്ന്...

കുലം മറന്ന്..

മതം മറന്ന്..

നിറം മറന്ന്..

പ്രളയവും കാറ്റും പേമാരിയും ഭൂമി കുലുക്കവും അഗ്നിപർവ്വത വിസ്ഫോടനവും കാട്ടുതീയും കണ്ടറിഞ്ഞ്..

പരസ്പരം താങ്ങും തണലുമായി നിന്ന്..

മനുഷ്യനെ മാത്രം ചിന്തിച്ച്..

അങ്ങനെ ഒരു കമ്മ്യൂൺ പോലെ...?

●

ഹൈബ്രീഡിന് വില കിട്ടില്ലെന്നാണ് ഓണക്കർഷകൻ പറയുന്നത്. ആളുകൾക്ക് അതത്ര ഇഷ്ടവുമല്ലത്രെ. കാണാൻ അഴകുണ്ടെങ്കിലും ബ്രീഡ് ഹൈ ആയതുകൊണ്ടാവും, നാടൻ നാവിൻ രസമുകുളങ്ങൾക്ക് അത്ര ഹൈ ആവാൻ കഴിയാത്തത്. കൃഷിയിടത്തിൽ നിന്നും ഹൈബ്രീഡ് ജൈവ ഗംഭീരനെ ഒഴിവാക്കി, നാടൻ കുള്ളന്മാരെ തന്നെ കുടിയിരുത്താനാണ് ഓണത്തീരുമാനം. നാടൻ ജൈവ ഫലങ്ങൾക്ക് കാഴ്ച്ചയിൽ സൗന്ദര്യമില്ലെങ്കിലും വയറിനകത്ത് അവൻ സുമുഖനും സുന്ദരനും സുശാന്തനും സുബഹുമാനിതനും സുഭിക്ഷ പരിലാളനുമായിരിക്കും.

യാത്രകളിൽ പച്ചക്കറിത്തോട്ട സന്ദർശനങ്ങൾ നടത്തിയാൽ ഒട്ടേറെ ആരോഗ്യവിവരങ്ങൾ യാത്രികർക്ക് ലഭിക്കും. തോട്ടങ്ങൾ സന്ദർശിക്കുമ്പോൾ ഒരേ ക്രമത്തിൽ വളർന്നു നിൽക്കുന്ന ഫല സസ്യങ്ങളുടെ ഭംഗി ആസ്വദിക്കുമ്പോൾ അവർക്കു ലഭിക്കുന്ന പരിചരണങ്ങളും തിരക്കിയാൽ, രാസവള രാസമരുന്ന് ഭക്ഷിച്ചും ശിങ്കന്മാരെപ്പോലെ കാറ്റിൽ ഉലഞ്ഞും നിൽക്കുന്ന സസ്യങ്ങളെ കാണുമ്പോൾ കണ്ണഞ്ചും. എന്നാൽ അപ്പുറത്തെ സമ്പൂർണ്ണ ജൈവ കൃഷിയിടത്തിലെ ഫലസസ്യങ്ങളുടെ അഴകില്ലായ്മയും, ഉള്ള ഫലങ്ങളുടെ നിറവും ഉറവും കരുത്തും സുരക്ഷിതത്വവും കാഴ്ചക്കാരെ അമ്പരപ്പിക്കും.

സമ്പൂർണ്ണ ജൈവകൃഷി ചിലവേറിയതും അദ്ധ്വാനം കൂടിയതുമാണ്. അതൊരു ജൈവകർഷകന്റെ മനസ്സിലെ നീറ്റലും ആരോടും അയാൾ പറയാൻ ആഗ്രഹിക്കാത്തതുമായ വേദനയുമാണ്. മറ്റുള്ളവർക്ക് ഭക്ഷിക്കാൻ നൽകുന്നതെന്തോ അതിൽ വിഷമില്ലാതിരിക്കണം എന്ന ഉത്തമ മനുഷ്യത്വ ചിന്തയുടെ ഈശ്വരതുല്യമായ ഉൾക്കാഴ്ച്ചയുള്ള ഒരു കർഷകനേ അത്തരം ഒരു കൃഷിരീതിയിലേക്ക് തിരിയാൻ കഴിയൂ. അദ്ധ്വാനം കൂടുതലും ചിലവ് കൂടുതലും എന്നാൽ വരുമാനം എങ്ങനെയെങ്കിലും പിടിച്ചു വലിച്ചു രണ്ടറ്റവും കൂട്ടിമുട്ടിച്ചും കൂട്ടിമുട്ടാതെയും പരിഭ്രമിച്ചു പോകുന്ന ഒരവസ്ഥയിലാണ് മിക്കവാറും ജൈവ കർഷകരും.

കേരളത്തിലെ പരമ്പരാഗത കൃഷിരീതി മൊത്തം കുളമായത് ഏതൊരു ഘട്ടത്തിലാണെന്ന് സത്യത്തിൽ തിരിഞ്ഞു നോക്കി കണ്ടു

പിടിക്കേണ്ട സമയം അതിക്രമിച്ചിരിക്കുന്നു. പൊടി വിതറിയും മരുന്നടിച്ചും കൊയ്തെടുക്കുന്ന ഫലങ്ങൾ, ഉപയോഗിക്കും മുൻപേ വിഷരഹിതമാക്കാൻ ഈ ലായനിയിൽ ഇരുപത് മിനുട്ട് മുക്കി വെക്കൂ. എന്ന് നിർഭയം ഒട്ടിച്ചു വെച്ച പരസ്യങ്ങൾ തന്നെ പല സൂപ്പർമാർക്കറ്റുകളിലും വഴിയോരങ്ങളിലും ചന്തകളിലും നിസ്സംഗരായി വായിക്കുന്ന ഒരവസ്ഥയിലേക്ക് ഭക്ഷണ രംഗം മാറിക്കഴിഞ്ഞു. ഇനിയും കാത്തു നിന്നാൽ മാർക്കറ്റിലെ ഓരോ വെണ്ടയ്ക്കയിലും തക്കാളിയിലും മുട്ടക്കൂസിലും ഈ സാധനം ആരോഗ്യത്തിന് ഹാനികരം എന്ന ലേബൽ പതിച്ചിരിക്കുന്നത് നമ്മൾ വായിക്കും.

അതിനേക്കാൾ കഷ്ടം, സിനിമകളിൽ നായകനോ നായികയോ കുടുംബ സമേതം ഭക്ഷണം കഴിക്കുന്ന രംഗങ്ങളിൽ ഒരുവശത്ത് 'പച്ചക്കറി ഭക്ഷണം ആരോഗ്യത്തിന് ഹാനികരം.' എന്ന ലോഗോ ഒട്ടിച്ചില്ലെങ്കിൽ സെൻസർ ആപ്പീസർ കട്ട് പറയും.

ഇന്നലത്തെ ഓണസദ്യ ഹോട്ടലീന്നായിരുന്നു.

ഒരു രുചിയും ഉണ്ടായിരുന്നില്ല.

സത്യം.

എല്ലാം ശരിയാവും എന്നു പറയുന്ന സർക്കാരിന്, കർഷക മനസ്സ് മനസ്സിലാക്കി, ഒരു ജൈവകർഷക കൃഷിപ്പെരുമ പൂർവ്വാധികം ശക്തമായി കേരളത്തിൽ സ്ഥാപിച്ചെടുക്കാൻ എത്ര സമയം വേണ്ടിവരും..? എല്ലാ സർക്കാരുകളും സ്ഥിരം കാണിക്കുന്ന ഗിമ്മിക്കുകളല്ല ആവശ്യം. ഒരു ജൈവ കർഷകനും മനസ്സ് മടുത്ത് നിലം തരിശിടുന്ന അവസ്ഥയിലേക്കോ, വീണ്ടും വിഷം തളിച്ച് ഫലം കൊയ്യുന്ന അവസ്ഥയിലേക്കോ പോകാതിരിക്കാനുള്ള സാഹചര്യം ഉണ്ടാവുക എന്നതാണ്.

നടക്കുമോ..?

ദിവാകരന്റെ കുട്ട്യേടത്തിം വല്ല്യേടത്തീം ഇടയ്ക്കിടെ പിണങ്ങും. എന്തിനാ പിണങ്ങുന്നതെന്ന് കുട്ട്യേടത്തിക്കോ വല്ല്യേടത്തിക്കോ ദിവാകരനോ അറീല. എന്നെ എന്തിനാ ഇങ്ങനെ ഇടയ്ക്കിടെ പിടിച്ചു ചുരുട്ടുന്നതെന്ന് പിണക്കത്തിനും അറീല.

കുട്ട്യേടത്തിക്കും സെൽഫോണുണ്ട്. വല്യേടത്തിക്കും സെൽഫോൺ ഉണ്ട്. രണ്ടും ചിമിണ്ടന്മാരാണ്. കുട്ട്യേടത്തീടെ നമ്പർ വല്യേടത്തീടെ ഫോണിലും ഉണ്ട്. വല്ല്യേടത്തീടെ നമ്പറ് കുട്ട്യേടത്തീടെ ഫോണിലും ഉണ്ട്. രണ്ടാൾടെ നമ്പറും ദിവാകരന്റെ ഫോണിലും ഉണ്ട്. ദിവാകരൻ അവരുടെ ഫോണിലും ഉണ്ട്.

ദിവാകരൻ അവർക്ക് ഭഗവാനാണ്. ഇടക്കിടയ്ക്ക് ദൈവത്തെ വിളിക്കണംന്ന് തോന്ന്യാ രണ്ടാളും വിളിക്ക്യ ആ ഭഗവാന്റെ നമ്പറിലേക്കാണ്.

അത് ഭഗവാൻ എടുത്താലും ശരി എടുത്തില്ലെങ്കിലും ശരി റിങ്ങടി കേട്ടാൽ തന്നെ അവർക്കൊരു സായൂജ്യമാണ്. ദിവാകരൻ കയ്യെത്തുന്ന ദൂരത്ത് ഭഗവാനായി നിൽക്കുന്നുണ്ടല്ലോ. അത് മതി.

ചില നേരം ഭഗവാൻ എടുക്കും.

അപ്പോൾ കുട്ട്യേടത്തീടെ ശബ്ദാവും.

“എന്താ കുട്ട്യേടത്ത്യേന്ന്.” ഭഗവാൻ.

“വല്യേടത്തി മിണ്ടണില്ലെന്ന്..” കുട്ട്യേടത്തി.

“വിളിച്ചു നോക്കീലേ..ന്ന്” ഭഗവാൻ.

“പതിനേഴ് വട്ടം വിളിച്ചു. എടുത്തില്ലാ..ന്ന്” കുട്ട്യേടത്തി.

“സാരല്യ, പൈസ പോയില്ലല്ലാ, ഇനീം വിളിച്ചോ..ന്ന്” ഭഗവാൻ.

ചിലപ്പോൾ അത് വല്യേടത്തി ആവും.

“എന്താ വല്ല്യേടത്തീ..ന്ന്” ഭഗവാൻ..

“ഒന്നൂല്യാന്ന്..” വല്യേടത്തി.

“കുട്ട്യേടത്തി വിളിച്ചിട്ട് എടുത്തില്ല അല്ലേ..ന്ന്” ഭഗവാൻ.

“എനിക്കൊന്നും പറയാനില്ലാണ്ട് ഞാനെന്തിനാ എടുക്കണേ..ന്ന്” വല്യേടത്തി.

“അത് നേരാ..ന്ന്” ഭഗവാനും.

പിന്നെ തെല്ലിട നേരം മൗനമാവും ഫോണിൽ.

മൗനമാണെങ്കിലും ഫോണിലൂടെ ശ്വാസം വിട്ടാലും കാശ് പോകും.

“പൈസ കളയണ്ട, വല്യേടത്തി വെച്ചോ..ന്ന്” ഭഗവാൻ.

വല്യേടത്തി വെക്കും. കുട്ട്യേടത്തിയോട് പറയാനുള്ളത് പലതും വല്യേടത്തിയുടെ മൗനമായി കാറ്റിൽ തങ്ങി നിൽക്കുന്നത് ദിവാകര ഭഗവാൻ അറിയും.

തെക്കേ വീട്ടിലെ ചാമ്പക്ക മരത്തിന്റെ ചോട്ടില് പോയകാലത്ത് ചുട്ട മണ്ണപ്പ പൊടികളും നോക്കി ഇരിക്കുമ്പോഴാണ് പിണക്കമില്ലാനേരത്ത് വല്യേടത്ത്യോട് കുട്ട്യേടത്തി ചോദിച്ചത്.

“വല്യേടത്തി.”

“എന്തേ..?”

“എന്നോട് മിണ്ടാത്ത നേരത്ത് ഞാൻ വിളിക്കൂലേ?”

“വിളിക്കും.”

“അപ്പോ എന്റെ ഫോട്ടോ ഫോണില് വരൂലേ..?”

“വരും.”

“അത് കാണുമ്പോ ഞാനാണ് വിളിക്കണേ..ന്ന് മനസ്സിലാവൂലേ.?”

“മനസ്സിലാവും.”

“എന്നിട്ടും എടുക്കാറില്ലല്ലോ..”

"എടുക്കൂല."

"അപ്പോ സങ്കടാവൂലേ..?"

"ആവും."

"അപ്പോ എന്ത് ചെയ്യും?"

വല്യേടത്തി സത്യം പറഞ്ഞു.

"ഞാനങ്ങനെ ഫോണിലെ ചിരിക്കണ നിന്നേം നോക്കി ഇരിക്കും. ഉള്ളിലെ എന്തോ വാശി എടുക്കാൻ സമ്മതിക്കൂല. എപ്പോ എനിക്ക് എന്തൊക്ക്യോ ആവും. ഞാനാ ഫോട്ടോല് ഉമ്മ വെക്കും. എന്നിട്ട് നിന്നേം നോക്കി കരയും."

കുട്ട്യേടത്തി വല്യേടത്ത്യെ കെട്ടിപ്പിടിച്ചു.

മുറുക്കി മുറുക്കി കെട്ടിപ്പിടിച്ചു.

ദിവാകരന്റെ കുട്ട്യേടത്തി ഇപ്പോഴില്ല. ആദരാഞ്ജലികൾ ഒന്നും വേണ്ട. ഇനിയെങ്കിലും അവനവന്റെ കുട്ട്യേടത്തി വല്യേടത്തിമാർ വിളിക്കുമ്പോ എല്ലാവരും എടുത്താ മതി.

ഡിജിറ്റൽ പിക്സലുകളിലേക്ക് കാഴ്ചകൾ പതിക്കുന്നതിനു മുൻപുള്ള കാലത്ത് ഒരു ഫോട്ടോ എടുക്കുക എന്നത് ഒരു ചരിത്ര സംഭവമാണ്. ക്യാമറയും കയ്യിൽ പിടിച്ച് ഒരു കണ്ണ് വക്രിച്ച് കാഴ്ച്ചയിലേക്ക് നോക്കുന്ന അന്നത്തെ ഫോട്ടോഗ്രാഫറും ഒരു സുന്ദര കാഴ്ചയാണ്.

മൂത്ത ജ്യേഷ്ഠൻ ഒരു കുഞ്ഞു യാഷിക്ക ക്യാമറ വീട്ടിൽ കൊണ്ടു വന്നപ്പോഴാണ് ആദ്യമായി ഒരു ക്യാമറ സ്പർശിക്കുന്നത്. അതിലൂടെ ഏട്ടൻ പകർത്തിയ അനേകം ചിത്രങ്ങളിൽ ചിലതിലായിരുന്നു എന്റെ രൂപവും എനിക്കിഷ്ടമുള്ള വിധം ആദ്യമായി പതിഞ്ഞത്. അതിനു മുൻപുള്ള വിരലിലെണ്ണാവുന്ന ചിത്രങ്ങൾ പതിഞ്ഞതെല്ലാം സ്റ്റുഡിയോ വെളിച്ചത്തിൽ ഫോട്ടോഗ്രാഫർ ആവശ്യപ്പെടുന്ന രൂപത്തിലായിരുന്നു.

സിനിമയിലേക്ക് ജീവിതം എത്തിനോക്കിയ ശേഷമാണ് ചറപറാ..ന്ന് ഞാൻ ചിത്രങ്ങളിൽ പതിഞ്ഞത്. ചിലതിൽ ഈർക്കിലുപോലെ. ചില തിൽ കോമാളിപോലെ. ചിലതിൽ, ഇതെന്ത് കോലം.. എന്നപോലെ.

ഉള്ളതല്ലേ പതിക്കൂ..!

അകത്തുള്ള ഫിലിം കഴുകി വെടിപ്പാക്കി കടലാസിലേക്ക് പകർത്തു മ്പോൾ ക്യാമറയ്ക്ക് മുൻപിൽ ഞെളിഞ്ഞു നിന്ന കോലം കണ്ട് കോലം പകർത്തിയ ഫോട്ടോഗ്രാഫറെ കുറ്റം പറഞ്ഞിട്ട് കാര്യം ഉണ്ടോ?

പഴയ ഫോട്ടോകൾ എടുത്തു നോക്കിയാൽ ചിരിക്കാത്ത ഏതൊരാളും സ്വന്തം മുഖം കണ്ട് ചിരിച്ചു പോകും. ഏല്ലാവരും സുന്ദരന്മാരും സുന്ദരി കളും ആകുന്നത് ആ ചിത്രത്തിലേക്ക് നോക്കുന്ന നിമിഷത്തിലാണ്.

അതിനു മുൻപൊന്നും അവർ അങ്ങനെ അല്ലേ അല്ലല്ലോ. അതിന് ഏറ്റവും നല്ല ഉദാഹരണമാണ് കല്യാണ ഫോട്ടോകൾ. മംഗളം ഭവന്തു പാടി മാലയിട്ട് കുറച്ചു കൊല്ലം കഴിഞ്ഞു നോക്കണം. ഓരോ ഫോട്ടോ കളും ചിരിയിലേക്കുള്ള വാതിലുകളായി മാറും.

കാണുക, ചിരിക്കുക, ചിരിച്ചുചിരിച്ച് മറിയുക. നല്ല എനർജി കിട്ടും. ചില വീടുകൾ സന്ദർശിക്കുമ്പോൾ പഴയ വിവാഹ ആൽബങ്ങൾ എനിക്ക് മറിച്ചു നോക്കാൻ കിട്ടാറുണ്ട്. രൂപത്തിൽ സംഭവിക്കുന്ന രസികൻ മാറ്റങ്ങൾ കണ്ട് ചിരിക്കുന്ന ആതിഥേയരുടെ മുഖങ്ങളിൽ സൂര്യൻ തങ്ങി നിൽക്കാറുണ്ട്.

ജീവിതത്തിൽ പരശ്ശതം ഫോട്ടോകളിൽ പതിഞ്ഞവരുണ്ട്. തീരെ പതിയാത്തവരും ഉണ്ട്. അങ്ങനെ ഒരാളെ ഒരു യാത്രയ്ക്കിടയിൽ ഞാൻ കണ്ടിട്ടുണ്ട്. പിന്നീടയാൾ വല്ല ചിത്രത്തിലും പതിഞ്ഞോ എന്നറിയില്ല. ആധാർ ചിത്രമായെങ്കിലും പതിഞ്ഞിട്ടുണ്ടാവണം.

പ്രകൃതിയിലെ ആദ്യത്തെ ക്യാമറ ജലമായിരിക്കണം. പക്ഷേ ഒരോ പ്രാവശ്യവും ഫോട്ടോ കാണണമെങ്കിൽ ജലത്തിലേക്ക് നോക്കണം. ഇപ്പോൾ വെറുതെ കൈ ഉയർത്ത്യാ ക്യാമറയായി.

ക്യാമറയിലേക്ക് നോക്കുന്ന ചിത്രങ്ങളേക്കാൾ മനോഹരം ക്യാമറ കാണുന്ന നോട്ടത്തിനാണ്. അച്ഛനോടും അമ്മയോടും ഒപ്പം അത്തരം ചിത്രങ്ങൾ കിട്ടുന്നത് ഭാഗ്യമല്ല, സൗഭാഗ്യമാണ്.

എന്റെ ശേഖരത്തിൽ അച്ഛനോടൊപ്പമുള്ള ഫോട്ടോ ഒരെണ്ണം ഉണ്ടായി രുന്നു. ആ കടലാസ് എവിടേക്ക് പറന്നോ ആവോ. പിക്സലായി പിന്നീട് മാറ്റിയത് ഒരു കാന്തിക പ്രതലത്തിൽ ഉണ്ടായിരുന്നു. അതെവിടെ ഡിലീറ്റ് ആയോ എന്തോ?

അതെങ്ങനെയെങ്കിലും തിരിച്ചു പിടിക്കണം.

മനസ്സിലുണ്ട്.

പക്ഷേ മനസ്സിന്റെ ഷട്ടർ എപ്പോഴും തുറന്നു കിടക്കുന്നതുകൊണ്ട് പുത്യ പുത്യ ചിത്രങ്ങളാണ് പുറത്തു വരുന്നത്.

എന്തൊരു സന്തോഷമാണ് ആ രണ്ടു മുഖങ്ങളിലും.

വർഷങ്ങൾക്കു മുൻപ് ഒരാൾ സൗഹൃദത്തോടെ നൽകിയ ഒരു സാംസൊ ണൈറ്റ് പെട്ടി ഉണ്ട് എനിക്ക്. ഒതുക്കമുള്ള പെട്ടി. അധികം ഒന്നും താങ്ങില്ല. ഒരു കയ്യളവ് സാധനങ്ങൾ ഒതുക്കി വെക്കാം. എത്രയോ യാത്രകളിൽ എനിക്കൊപ്പം കൂടിയിട്ടുണ്ട് ആ സാംസൊണൈറ്റ്. ഏതാണ്ട് ഇരുപത്തി മൂന്ന് വർഷം മുൻപ് പെട്ടിയുടെ പൂട്ടിന്റെ നമ്പർ എന്തുകൊണ്ടോ ഞാൻ മറന്നു പോയി. എത്ര തരം അക്കങ്ങൾ കൊടുത്തിട്ടും അത് തുറന്നു വന്നില്ല. പിന്നീട് ഒഴിവു സമയങ്ങളിൽ പലതരം നമ്പർ രൂപങ്ങൾ നൽകി

അത് തുറക്കാൻ ശ്രമിക്കലായിരുന്നു എന്റെ പണി. നമ്പർ വിദഗ്ധന്മാരിൽ ചിലരും ശ്രമിച്ചു നോക്കിയിരുന്നു. ആർക്കും തുറക്കാൻ സാധിച്ചില്ല.

അങ്ങനെയിരിക്കെയാണ് ഒരിക്കൽ വീട്ടിൽ അഞ്ച് കള്ളന്മാർ ഞങ്ങളെ മോഷ്ടിക്കാൻ കയറിയത്. ഞാനന്ന് എറണാകുളത്തായിരുന്നു. ഹോട്ടൽ മുറിയിൽ ഏതോ സിനിമയ്ക്കുള്ള തിരക്കഥ ഒരുക്കുന്ന രാത്രിയിൽ വീടിന്നകത്ത് കയറിയ കള്ളന്മാർക്ക് ചായ കൊടുക്കണോ കാപ്പി കൊടുക്കണോ എന്നറിയാതെ രണ്ടു കുട്ടികളും അവരുടെ അമ്മയും തനിച്ച്.

അഞ്ചു കള്ളന്മാരിൽ, രണ്ടുപേർ അകത്ത്. മൂന്നു പേർ പുറത്ത്, എന്ന കള്ളമുറയിലായിരുന്നു അവരുടെ ഓപ്പറേഷൻ. അവരിൽ അകത്തു കയറിയ രണ്ടുപേരിൽ ഒരാൾ വീട്ടിലെ അലമാരകളും പെട്ടികളും മേശവലിപ്പുകളും വളരെ എളുപ്പത്തിൽ തുറന്നുതുറന്ന് കക്കാനുള്ള സാധനങ്ങൾ തപ്പുമ്പോൾ, വീട്ടിലുള്ളവർ കുഴപ്പം ഉണ്ടാക്കാതിരിക്കാനായി ഭീഷണിയോടെ കത്തിയും ഒളിപ്പിച്ചു വെച്ച് നിൽക്കലായിരുന്നു രണ്ടാമന്റെ ജോലി.

ദേഹം മുഴുവൻ എണ്ണ തേച്ച് കോണകം ഉടുത്ത്, ആന പുറം ചൊറിഞ്ഞ കരിവീട്ടിപോലെ നിൽക്കുന്ന അവനും കണ്ടു ആ സാംസണൈറ്റ്. 'അതിലെന്താണെന്ന്..' ചോദിച്ചപ്പോൾ, കുട്ടികളുടെ അമ്മ അയാളോടും, 'അതൊന്ന് തുറന്ന് തര്വോ..'ന്ന് ചോദിച്ചു, നമ്പർ മറന്ന് തുറക്കാൻ പറ്റാതെ കിടക്കുന്ന പെട്ടിയാണെന്ന് കേട്ടതും അയാളും ആ പെട്ടിക്കു മുന്നിൽ സുല്ലിട്ടു. കുലുക്കി നോക്കിയപ്പോൾ ചില മുട്ടലും തട്ടലും അല്ലാതെ കാര്യമായി ഒന്നും ഇല്ലെന്ന് അയാൾക്കും തോന്നി.

അങ്ങനെ വർഷങ്ങളിത്രയും തുറക്കാത്ത ക്ഷേത്രനടയായി ആ സാംസണൈറ്റ് ഞങ്ങളുടെ കൂടെ നിശ്ശബ്ദം ജീവിക്കയായിരുന്നു. അതിലെന്താണെന്ന് ഞാൻ ഇടയ്ക്കിടെ ചിന്തിക്കാറുണ്ട്. എനിക്ക് പ്രിയപ്പെട്ടതെന്തോ അതിലുണ്ടെന്ന് അപ്പോഴൊക്കെ തോന്നാറുണ്ട്. ഒടുക്കം അത് തന്നെ സംഭവിച്ചു.

കഴിഞ്ഞ ദിവസം യുട്യൂബിലെ കുറെ വീഡിയോകൾ കണ്ടു മനസ്സിലാക്കി മിക്കവരും പറഞ്ഞ പ്രയോഗങ്ങൾ ഞാൻ ആ അക്ഷര പ്പൂട്ടിൽ പ്രയോഗിച്ചു.

അതിലൊന്ന് ഫലിച്ചു..!!

എനിക്കാ നിധി കിട്ടി.

ഇരുപത്തഞ്ച് വർഷങ്ങൾക്ക് മുൻപ് 1991 ൽ എന്റെ പ്രിയ ചങ്ങാതി അക്ബർ കക്കട്ടിൽ അയച്ച പുതുവത്സരാശംസകൾ..! വാരിയെടുത്തപ്പോൾ കിട്ടിയ സന്തോഷം പറഞ്ഞറിയിക്കാൻ വയ്യ.

കുറിപ്പ്: ഇതിനുള്ള പ്രതികരണമായി പൂട്ട് തുറക്കാനുള്ള വിദ്യകൾ പറയുന്ന യു ട്യൂബ് വീഡിയോകൾ ആരും എനിക്ക് തന്നേക്കരുത്. ഇനിയുള്ള എന്റെ പൂട്ടുകൾ അക്ബറിന്റെ ഓർമ്മകൾ കൊണ്ടുതന്നെ ഞാൻ തുറന്നോളാം. തിരികെ തുറന്ന് പുറത്തെടുക്കാൻ സാധിക്കാത്തൊരു

പാൽപ്പുഞ്ചിരിയായി അവൻ എന്നിൽ മറഞ്ഞു നിൽപ്പുണ്ടെന്ന് അവന് അസ്സലായി അറിയാം.

•

ജീവിതം താഴെ വീണ് പൊട്ടിപ്പോകാതെ പിടിച്ചു നിർത്താൻ അച്ഛനെ ഏറ്റവും ശക്തിയായി സഹായിച്ചത് ആരാണ്..?

സംശയമില്ല എന്റെ അമ്മ തന്നെ.

പിന്നെ അസാധാരണമായ ഭാഗ്യവും.

സ്ഥിരമായി ലോട്ടറി എടുത്തിരുന്ന ഒരാളായിരുന്നു അച്ഛൻ. ഒരിക്കൽ പോലും സമ്മാനം കിട്ടിയിട്ടുമില്ല. എന്നിട്ടും അതെന്തിനെടുക്കുന്നു എന്ന് ചോദിച്ചാൽ, അതൊരു ശീലം എന്നാണ് അച്ഛൻ പറയുക.

റേഷൻ വാങ്ങുന്നതുപോലെ..

മക്കൾക്ക് പഠിക്കാൻ പുസ്തകം വാങ്ങുന്നതുപോലെ..

വലിക്കാൻ ബീഡി വാങ്ങുന്നതുപോലെ..

അതും അച്ഛന് ഒരു ശീലം.

ഇത്രയും ലോട്ടറി ടിക്കറ്റുകൾ എടുത്തിട്ടും ഒരു സമ്മാനംപോലും അച്ഛന് കിട്ടിയില്ലല്ലോ എന്ന് ഒരിക്കൽ ഞാൻ അച്ഛനോട് ചോദിച്ചു. അച്ഛന്റെ ഉത്തരം എനിക്കൊരു ഉൾക്കാഴ്ച്ച തന്നു.

"സമ്മാനം കിട്ടിയില്ലെന്ന് ആരു പറഞ്ഞു...? ഇത്രയും വയസ്സിനിടയ്ക്ക് അച്ഛനെന്തെങ്കിലും മഹാരോഗം ഉണ്ടായോ..? അപകടങ്ങൾ ഉണ്ടായോ..? അങ്ങനെ വല്ലതും സംഭവിച്ചിരുന്നെങ്കിൽ അമ്മയുടെയും നിങ്ങളുടെയും ഗതി ഒന്നാലോചിച്ചു നോക്കൂ."

അച്ഛൻ പറഞ്ഞത് ശരിയാണ്. അങ്ങനെ വല്ലതും സംഭവിച്ചിരുന്നെങ്കിൽ അമ്മയും ഞങ്ങൾ ആറ് മക്കളും ബീഡിപ്പുകപോലെ പറന്നു പോയേനെ. മഹാരോഗങ്ങളും അപകടങ്ങളും ലോട്ടറിടിക്കറ്റിൽ നിന്നും അടിക്കുന്ന സമ്മാനങ്ങളും തമ്മിൽ എന്താണ് ബന്ധം..?

അച്ഛന്റെ ഉത്തരം വിചിത്രമായിരുന്നു.

"എടുക്കുന്ന ടിക്കറ്റിന് സമ്മാനമായി പണം തന്നെ കിട്ടണംന്ന് ചിന്തിക്കരുത്. ഇങ്ങനെ ദുരന്തങ്ങൾ വരാതിരിക്കുന്നതും ഓരോ സമ്മാനമാണ്."

ഇത്രയും പറഞ്ഞത് അച്ഛന്റെ ഒരു ചെറിയ രേഖാചിത്രം വരയ്ക്കാൻ വേണ്ടി മാത്രമാണ്. പലരും കോമരം തുള്ളി തിമർക്കുന്ന ചില ജീവിത ഘട്ടങ്ങളോട് അച്ഛൻ പ്രതികരിക്കുന്നത് കണ്ടാൽ ജീവിതംവരെ ബേജാറാവും. അച്ഛന്റെ ഈ പ്രതികരണ സിദ്ധിയിലുള്ള വിശ്വാസമായിരുന്നു അമ്മയുടെ ശക്തി. എന്ത് കാര്യത്തിലും എത്ര ശക്തിയായ പട്ടിണിയിലും അച്ഛനെ മക്കളെ കൂട്ടിപ്പിടിച്ച് താങ്ങി നിർത്തുക. അതായിരുന്നു

അമ്മ ചെയ്തത്. ആ കാലത്തെ ഒരു നിസ്സാരകാര്യവും അത് തന്ന പ്രകാശവും ആണ് ഞാനിവിടെ പറയുന്നത്. കേൾക്കുക.

ഞാൻ സ്കൂളിലെ ചെറിയ ഏതോ ക്ലാസിൽ പഠിക്കുന്ന കാലം. മനസ്സിൽ തറച്ചു നിൽക്കുന്ന ഏറ്റവും മനോഹരകാലമാണ് എനിക്കെന്റെ കുട്ടിക്കാലം. എത്രയോ പേരുടെ കുട്ടിക്കാലത്തെ അനുഭവകഥകൾ ഞാൻ കേട്ടിട്ടുണ്ട്. മിക്കവാറും എല്ലാ അനുഭവങ്ങളും ഒരുപോലെയാണെന്ന് എനിക്ക് തോന്നാറുണ്ട്. ദാരിദ്ര്യം, പട്ടിണി, രോഗം, സ്പർദ്ധ, കുടുംബ ഛിദ്രം, ഉപേക്ഷിക്കപ്പെട്ട മക്കൾ അങ്ങനെ എല്ലാവരും അനുഭവിക്കുന്നതും വേദനിക്കുന്നതും ഏതാണ്ട് ഒന്നു തന്നെ. ഉൾക്കൊള്ളുന്നത് പലവിധം. അത്തരം ഉൾക്കൊള്ളലാണ്, ഞാൻ അനുഭവിച്ചതിന്റെ ആയിരത്തിൽ ഒരംശംപോലും നീ അനുഭവിച്ചിട്ടില്ലെന്ന്, എല്ലാവരെക്കൊണ്ടും പറയിപ്പിക്കുന്നതും.

തുച്ഛമായ വരുമാനംകൊണ്ട് ജീവിതത്തിന് പന്തലിടാൻ വഴി കാണാതെ അച്ഛൻ ചാഞ്ചാടുന്ന ആ കാലത്ത് മുദ്രാവാക്യം വിളിച്ച് ഉള്ള പന്തൽ തകർക്കാതെ അമ്മയും തന്നാലാവുന്നത് ചുറ്റുപാടു നിന്നും പെറുക്കിയെടുത്തു. അങ്ങനെ അമ്മ പെറുക്കിയെടുത്ത ഈശ്വരാനുഗ്രഹങ്ങളിൽ ഒന്നാണ് എത്രയോ വർഷം ഞങ്ങൾ സന്തോഷത്തോടെ സൂക്ഷിച്ചു വെച്ച ആ വക്ക് പൊട്ടിയ ചീനച്ചട്ടി.

സാധനങ്ങൾക്കെല്ലാം തീവിലയുള്ള കാലം. അരിയും പഞ്ചസാരയും കിട്ടാത്ത കാലം. വല്ലപ്പോഴും ക്രിസ്ത്യൻ മിഷണറിമാർ വിതരണം ചെയ്യുന്ന ചോളപ്പൊടിയും ഗോതമ്പും അരിയും വാങ്ങാൻ നേരത്തെ കൂപ്പണും വാങ്ങി മണിക്കൂറുകളോളം വരിയിൽ നിൽക്കുന്ന കാലം. അത്തരം ജോലികളെല്ലാം അമ്മയുടെ കുട്ടിച്ചാത്തന്മാരായി ഏറ്റെടുക്കുക ഞാനും എന്നേക്കാൾ ഒന്നര വയസ്സ് കൂടുതലുള്ള അരവിയേട്ടനും ആണ്. അന്നത്തെ സ്ഥിരആഹാരം ഗോതമ്പ് പൊടികൊണ്ട് അമ്മ ഉണ്ടാക്കുന്ന പലവിധ പലഹാരങ്ങളാണ്. എത്ര കുറച്ച് ഗോതമ്പ് പൊടി കിട്ടിയാലും അമ്മ അതുകൊണ്ട് ഞങ്ങൾക്കെല്ലാം പലഹാരം ഉണ്ടാക്കിത്തരും. അതെങ്ങനെ അമ്മയ്ക്ക് സാധിച്ചുവെന്ന് ഇപ്പോഴും ഞാൻ അദ്ഭുതപ്പെടാറുണ്ട്. അന്ന് കിട്ടുന്ന ചോളപ്പൊടികൊണ്ട് ആകെ ഒരു പലഹാരമേ ഉണ്ടാക്കാൻ സാധിക്കൂ.

ഉപ്പുമാവ്.

എല്ലാ മക്കൾക്കും കൂടി ഉപ്പുമാവുണ്ടാക്കാൻ വലിയൊരു ചീനച്ചട്ടി കിട്ടിയാൽ നന്നായിരുന്നു എന്ന് അമ്മയ്ക്ക് തോന്നി. അമ്മ ആ കാര്യം അച്ഛനോട് പറഞ്ഞു.

"ഒരു വലിയ ചീനച്ചട്ടി കിട്ടിയിരുന്നെങ്കിൽ എല്ലാവർക്കും ഉപ്പുമാവ് അതിലുണ്ടാക്കാം."

"ഉണ്ടാക്കാം."

അച്ഛനും അതു തന്നെ പറഞ്ഞു.

ചീനച്ചട്ടിക്ക് എത്ര വലുപ്പം വേണമെന്ന് അച്ഛൻ ചോദിച്ചില്ല. അച്ഛനെ സംബന്ധിച്ചിടത്തോളം വലിയ ചീനച്ചട്ടി വാങ്ങുന്നതും ഒരു ചെറിയ

ആനയെ വാങ്ങുന്നതും സമം. എങ്കിലും എന്റെ കൈയ്യും പിടിച്ചുള്ള സഞ്ചാരവേളകളിൽ പാത്രക്കടകളിൽ വിൽക്കാൻ വെച്ച വലിയ ചീന ച്ചട്ടികളുടെ വിലകൾ എത്രയോ തവണ അച്ഛൻ ചോദിച്ചിരുന്നത് എനി ക്കോർമ്മയുണ്ട്.

അന്ന് ഞങ്ങൾക്ക് ഒരുപാട് നല്ല അയൽക്കാർ ഉണ്ടായിരുന്നു. അമ്മയ്ക്ക് പ്രിയപ്പെട്ടവർ ആയിരുന്നു അവരെല്ലാം. അവരിൽ അമ്മയെ വളരെ സ്നേഹിച്ചിരുന്ന അമ്മാളുഅമ്മയെ ഞാൻ ഇന്നും മുന്നിൽ കാണുന്നു. അമ്മയും അമ്മാളുഅമ്മയും പരസ്പരം കാണാത്ത ഒരു ദിവസം പോലും ഇല്ല. തേജസ്സുള്ള അമ്മയാണെങ്കിലും ഭർത്താവിനെ പേടിയുള്ള ഭാര്യയായിരുന്നു അവർ. അധികം സംസാരിക്കാത്ത, ജന്മസിദ്ധമായ ഒരു നുള്ള് പിശുക്കുള്ള അവരുടെ വീട്ടുകാരനെയും എനിക്ക് നല്ല ഓർമ്മ യുണ്ട്. ഞങ്ങളുടെ വീടിനെയും അവരുടെ വീടു നിൽക്കുന്ന വലിയ പറമ്പിനെയും വേർതിരിക്കുന്നത് ഞങ്ങളുടെ കിണറ്റിൽ കരയോട് ചേർന്നു കടന്നു പോകുന്ന മുള്ളുവേലി ആണ്. കിണറ്റിൻ കരയിൽ തന്നെ ഞങ്ങൾക്ക് തണലായി അവരുടെ പറമ്പിലെ ഒരു വലിയ പ്ലാവ്. ആ പ്ലാവിൻ തണലിൽ ഇരുന്നാണ് അമ്മ പാത്രങ്ങൾ വെണ്ണീറ് ഉപ യോഗിച്ച് തേച്ചു കഴുകുക. ആ പ്ലാവിനും അപ്പുറം അധികം ആഴ മില്ലാത്ത, ഇപ്പോൾ പത്രങ്ങളിൽ എല്ലാം എഴുതി കാണുന്ന, ഒരു വലിയ മഴക്കുഴി.

ആവശ്യമില്ലാത്തതും പൊട്ടിയതും പഴകിയതുമായ സാധനങ്ങൾ ആ കുഴിയിലാണ് അമ്മാളു അമ്മ ഉപേക്ഷിക്കുക. മഴവെള്ളം കയറിയും വെ യിലിൽ ദ്രവിച്ചും അവയെല്ലാം ചുറ്റുമുള്ള തെങ്ങുകൾക്ക് വളമാകാറാണ് പതിവ്. അങ്ങനെയിരിക്കേ ഒരു ദിവസം പാത്രം കഴുകുന്നതിനിടയിൽ അമ്മ എന്നെ പെട്ടെന്നു വിളിച്ചു. ഞാൻ ചെന്നു. അമ്മ ആ കുഴിയിലേക്ക് വിരൽ ചൂണ്ടി.

“അതൊരു ചീനച്ചട്ടിയല്ലേ..?”

എതാണ്ടൊരു ചീനച്ചട്ടിപോലെ എനിക്കും തോന്നി.

അമ്മ നിസ്സംശയം പറഞ്ഞു.

“അമ്മാളുഅമ്മേടെ ചീനച്ചട്ടിയാ. അതിനൊരു പൊട്ടുവീണൂന്ന് എന്നോട് പറഞ്ഞിരുന്നു. നീ അതൊന്നെടുത്തേ. എത്രത്തോളം പൊട്ടീന്ന് നോക്കാലോ.”

ഞാൻ വേലി ചാടി.

നിറയെ കുപ്പിച്ചിലും മുള്ളും ഉള്ള കുഴിയിൽ സൂക്ഷിച്ചു നടന്നി ല്ലെങ്കിൽ ആകെ പ്രശ്നമാവും. അമ്മയുടെ സംസാരവും എന്റെ ചാട്ടവും എല്ലാം കൂടി അമ്മാളു അമ്മയുടെ പുരുഷനും പുറത്തുവന്നു. അവർ ഉപേക്ഷിച്ച ചീനച്ചട്ടി അമ്മയുടെ മനസ്സുറപ്പിന്റെ പിൻബലത്തോടെ ഞാൻ ആ കുഴിയിൽ നിന്നും അദ്ദേഹം കാൺകെ പൊക്കി.

ക്രിസ്മസ്സ് കേക്ക് മുറിച്ചതുപോലെ വലിയൊരു ഭാഗം ആ വലിയ ചീനച്ചട്ടിയുടെ മുകൾഭാഗത്തു നിന്നും താഴേക്ക് അടർന്നു പോയിരിക്കുന്നു. ചട്ടി അമ്മയ്ക്ക് കൈമാറി ഞാൻ വേലി തിരികെ ചാടി. മുറിവേറ്റ ചീന ച്ചട്ടി അമ്മ വെണ്ണീറിട്ടു വൃത്തിയായി കഴുകി.

നല്ല വലിയൊരു ചീനച്ചട്ടി.

അടർന്നുപോയ ഭാഗം അതിനൊരു അലങ്കാരമായി എനിക്ക് തോന്നി.

അടുപ്പിൽ ചരിച്ചു വെച്ചാൽ ഇപ്പോൾ ഉപയോഗിക്കുന്ന ചെറിയ ചീന ച്ചട്ടിയുടെ നാലിരട്ടി വെള്ളം കൊള്ളും. ഇത്തിരി ശ്രദ്ധിച്ചു കൈകാര്യം ചെയ്താൽ എല്ലാവർക്കും വേണ്ട ഉപ്പുമാവ് അതിൽ ഏതാണ്ട് പാകം ചെയ്യാം.

അച്ഛൻ വന്നപ്പോൾ അമ്മ കാര്യം പറഞ്ഞു.

"ചീനച്ചട്ടി ഒരെണ്ണം അമ്മാളുഅമ്മേടെ കുഴീന്ന് കിട്ടി. രഘു എടുത്തു തന്നു."

അച്ഛൻ പുഞ്ചിരിച്ചു. എന്തും സുതാര്യമായിരിക്കണം എന്ന ചിന്തയുള്ള അച്ഛന്റെ ചോദ്യത്തിന് അമ്മയുടെ ഉത്തരവും സുതാര്യ മായിരുന്നു.

"നീ അത് അമ്മാളുഅമ്മോട് പറഞ്ഞോ..?"

"പറഞ്ഞു."

ആ ചീനച്ചട്ടിയുടെ ഉദ്ഘാടനം അച്ഛന്റെ സാന്നിധ്യത്തിൽ തന്നെ ആയിരുന്നു. ഒരു കഷ്ണം അടർന്നു പോയ ചീനച്ചട്ടിയിൽ ഉപ്പുമാവ് തിളയ്ക്കുമ്പോൾ അമ്മയ്ക്ക് അപകടം സംഭവിക്കാതിരിക്കാൻ അച്ഛൻ വളരെ ശ്രദ്ധയോടെ അത് അറക്കപ്പൊടി അടുപ്പിൽ പലതവണ എടുത്തും വെച്ചും അമ്മയെ പരിശീലിപ്പിച്ചു. ആ ചീനച്ചട്ടി എപ്പോ ഴൊക്കെ അടുപ്പത്ത് വെക്കുന്നോ അപ്പോഴെല്ലാം ഞാനോ, അരവി ഏട്ടനോ, മുരളി ഏട്ടനോ ഇളയ അനുജൻ അജിയോ അമ്മയെ അടുക്കള യിൽ സഹായിക്കുമായിരുന്നു. രാത്രിയോ പകലോ എന്നില്ലാതെ തിളച്ചു പാകം വന്ന ഉപ്പുമാവുമായി അമ്മ ചീനച്ചട്ടി ഇറക്കി വെച്ച് ഇളക്കി പാകപ്പെടുത്തുമ്പോൾ, മുറിവേറ്റ ഭാഗത്തൂടെ ഉപ്പുമാവ് താഴെ വീഴാതി രിക്കാനും വിശപ്പിന്റെ തീയണക്കാൻ പാത്രങ്ങളിൽ പങ്കുവെക്കാനും ഉത്സവപ്പറമ്പിലെ വെടിക്കെട്ടുകാരെപോലെ ഞങ്ങൾ ആ പൊട്ടിയ ചീന ച്ചട്ടിക്കു ചുറ്റും വട്ടം കൂടി ഇരിക്കുമായിരുന്നു.

ഏതാണ്ട് ഇരുപതു വർഷത്തോളം ആ ചീനച്ചട്ടി ഞങ്ങളുടെ വീട്ടിലെ ഏറ്റവും ബഹുമാനിതയായ പാത്രമായിരുന്നു.

കാലം അമ്മയെ ഈശ്വരൻ ഞങ്ങൾക്ക് സമ്മാനിച്ച ഒരു വെളുത്ത വെൽവറ്റ് തൂവൽപോലെ ആക്കി. അമ്മയ്ക്ക് വയ്യായ്ക വളരെ കൂടുതൽ ആയ ഒരു ദിവസം. ഞങ്ങൾ അഞ്ച് ആൺമക്കളും ഞങ്ങളുടെ കുട്ടി കളും അവരുടെ അമ്മമാരും അനിയത്തിയും അവളുടെ പുരുഷനും എല്ലാം അമ്മയുടെ കട്ടിലിന്നു ചുറ്റും വട്ടം കൂടി നിന്ന് അമ്മയെ ഓരോന്ന് പറഞ്ഞ്

രസിപ്പിക്കുകയാണ്. രാത്രി നേരം വൈകി എന്ന് അമ്മയ്ക്ക് ബോധ്യമാവുന്നു. കുട്ടികൾക്ക് ഉറങ്ങണം. അമ്മ വളരെ സൗമ്യമായി തന്നെ എല്ലാവരോടുമായി ചോദിച്ചു.

"എന്താ എല്ലാരും ഇങ്ങനെ പൊട്ടിയ ചീനച്ചട്ടിക്കു ചുറ്റും കൂടി നിൽക്കുന്നത്. ഇനി ഉപ്പുമാവില്ല. പോയി കിടന്നേ."

ആ ചോദ്യം പറത്തിവിട്ട വെളിച്ചവും ആഹ്ലാദവും വിങ്ങലും കണ്ണുനീരും ഞങ്ങളുടെ കുട്ടികൾക്കോ അവരുടെ അമ്മമാർക്കോ ഈ നേരം വരെ മനസ്സിലായിട്ടുണ്ടാവില്ല. പക്ഷേ ഞങ്ങൾ മക്കളെ അത് അമ്മയ്ക്ക് ശേഷവും ഉള്ള കാലത്തിന്റെ അവസാനത്തിലേക്കും ഒന്നായി കൈപിടിച്ചു കയറ്റുകയായിരുന്നു. കുറെ കഴിഞ്ഞ് എല്ലാവരും പോയശേഷം അമ്മ എന്നോട് ഒരു സ്വകാര്യം പറഞ്ഞു.

"ആ ചീനച്ചട്ടി വാസ്തവത്തിൽ പൊട്ടിയതല്ല. ഒരു വല്യ ചീനച്ചട്ടി വാങ്ങാൻ അച്ഛന് സാധിക്കുന്നില്ലാന്ന് മനസ്സിലായപ്പോ അവിടുണ്ടായിരുന്നതില് ചെറിയ പൊട്ട് വീഴ്ത്തി അമ്മാളുഅമ്മ നമ്മൾക്ക് തന്നതാ. പൊട്ടിച്ചപ്പോ അത് ചീന്തിപ്പോയി. അതാ ഒരു കഷ്ണം അടർന്നത്."

എനിക്ക് അദ്ഭുതം തോന്നി.

"എന്നാ പൊട്ടിക്കാതെ തന്നൂടായിരുന്നോ..?"

"പൊട്ടാത്തത് തരാൻ സാധിക്കാത്തതുകൊണ്ടാ അമ്മാളുഅമ്മ പൊട്ടിച്ചു തന്നത്. അത്രയ്ക്കും സ്നേഹായിരുന്നു അവർക്ക് നമ്മളോട്."

അമ്മയുടെ പ്രകാശിച്ചു നിൽക്കുന്ന ആ ശബ്ദത്തിലൂടെ ഇതാ ഇതെഴുതുമ്പോഴും എനിക്കു മുന്നിൽ അമ്മാളുഅമ്മ അമ്മയുടെ കൈയും പിടിച്ച് വന്നു നിൽക്കുന്നു

•

യാത്രയ്ക്കിടയിൽ എളുപ്പമാർഗ്ഗത്തിലൂടെ എറണാകുളത്തെത്താനാണ് ഗൂഗിളേടത്തി പറഞ്ഞ വഴിയിലൂടെ വാഹനം തിരിച്ചത്. വിശാലമായ ഹൈവേയിൽ നിന്നും വിളക്കുതിരി വീതിയുള്ള നിരത്തിലേക്ക് കയറുമ്പോൾ ചുറ്റും വീശുന്ന പച്ചപ്പും ഓരത്തുള്ള കടകളും കാഴ്ചയുടെ അതിരുകളായി കൂടെ നിന്നു. വളഞ്ഞും പുളഞ്ഞും കയറിയും ഇറങ്ങിയും സുഖകരമല്ലാത്ത നിരത്തിലൂടെ ഓടിയോടി എത്തിയത്, 'വഴി തിരിച്ചു വിട്ടിരിക്കുന്നു..' എന്ന എഴുത്തുപലകയ്ക്കു മുന്നിൽ.

വീണ്ടും വളഞ്ഞു പുളഞ്ഞ് എത്തിയത് കാഴ്ച കുളിർമ്മയായി മാറിയൊരു ഗ്രാത്തിൽ.

പേര് രാമമംഗലം.

എന്തൊരു പച്ചപ്പ്.

എത്ര വലിയ നെൽപ്പാടം.

വീതി കുറഞ്ഞ വൃത്തിയുള്ള നിരത്ത്.

ഗ്രാമത്തിന്റെ ഭംഗികണ്ട് ഗൂഗിളേടത്തി വഴി പറയാൻ മറന്നു.

അപ്പോൾ എതിരെ വരുന്നു രണ്ടു പേർ.

ഒരാൾ പ്രായംകൂടിയ ചെറുപ്പക്കാരനാണ്.

മറ്റൊരാൾ പ്രായംകുറഞ്ഞ ചെറുപ്പക്കാരനും.

വഴി ചോദിക്കാൻ മുന്നിൽ വാഹനം നിർത്തി. ചോദ്യം കേട്ട് പ്രായം കുറഞ്ഞ ചെറുപ്പക്കാരൻ പ്രസരിപ്പോടെ പറഞ്ഞു.

“നേരെ പൊയ്ക്കോ. മൂന്നര കിലോമീറ്റർ. പൂതൃക്ക എത്തും. വല ത്തോട്ട് തിരിഞ്ഞോ.”

പെട്ടെന്ന് പ്രായംകൂടിയ ചെറുപ്പക്കാരൻ പ്രായം കുറഞ്ഞ ചെറുപ്പ ക്കാരനെ തടഞ്ഞു.

“മൂന്നര കിലോമീറ്ററോ..? ഒന്നര കിലോമീറ്റർ. പൂതൃക്ക എത്തും. അവടുന്ന് നേരെ ഓടിച്ചാ ചൂണ്ടി. ചൂണ്ടീന്നും നേരെ വിട്ടോ. വീടെത്തും.”

പ്രായംകൂടിയ ചെറുപ്പക്കാരന്റെ പ്രസരിപ്പും വഴി പറഞ്ഞു തന്ന ആംഗ്യരീതികളും ആ പ്രായത്തിലും മനോഹരം. പ്രായംകുറഞ്ഞ ചെറുപ്പ ക്കാരനും അതൊരു കാഴ്ച്ചയായിരുന്നു.

യാത്ര തുടരവേ ഞാനാലോചിച്ചു. എത്ര പെട്ടെന്നാണ് മൂന്നര കിലോ മീറ്റർ പ്രായവ്യത്യാസത്താൽ ഒന്നര കിലോമീറ്ററായത്. പ്രായംകൂടിയ ചെറുപ്പക്കാരനാണ് പ്രായം കുറഞ്ഞ ചെറുപ്പക്കാരനേക്കാൾ എത്രയോ മുൻപേ ഈ വഴി നടന്നത്. ചുറുചുറുക്കോടെ താണ്ടിയ വഴിയുടെ ദൂര മത്രയും ആ മനസ്സിൽ ഇത്തിരി ദൂരമായി എന്നോ പകർത്തപ്പെട്ടിരിക്കാം. പ്രായം കുറഞ്ഞ ചെറുപ്പക്കാരനാവട്ടെ ഓരോ കാലടിയും ദൂരം അളന്ന് വെച്ച് നടത്തം തുടങ്ങിയിട്ടല്ലേ ഉള്ളൂ. അതാവും.

മുൻപേ നടന്നവർ നടന്നെത്തിയ ജീവിത ദൂരം പിറകെ വരുന്നവർ ഓടിയെത്തുമ്പോൾ കിതച്ചു പോവുന്നത് വെറുതെയല്ല. ഓടിയെത്തിയ ദൂരം എത്രയെന്ന് ചിന്തകൾക്കിടയിൽ ഓർത്തില്ല. ഗൂഗിളേടത്തി അതിനു മുൻപേ ഉറങ്ങിയിരുന്നു.

കുട്ടിക്കാല നടക്കാവിലെ ഒരു മതിൽ.

വൈകുന്നേരങ്ങളിൽ കളിയോ കാര്യമോ ഒന്നും ഉണരാത്തപ്പോൾ ആ മതിലിൽ കാൽ താഴേക്കിട്ട് ഒരു ഇരുത്തം ഉണ്ട്. ഏതോ കൊടു മുടിക്കു മുകളിൽ ഇരിക്കുകയാണെന്ന തോന്നലാവും അപ്പോൾ.അരികിൽ തോൾ ചാരി ചങ്ങാതിമാരിൽ പലരും ഉണ്ടാവും. എല്ലാവരും പ്രസന്ന രാണ്. ചിന്തകളും വേദനകളും ആരുടെ മനസ്സിനേം അലട്ടാറില്ല. ആ ദിവസം കഴിയണം. സൂര്യനെ യാത്രയാക്കണം. ഹോം വർക്ക് ചെയ്യണം.

വീട്ടിൽ അമ്മയെ സഹായിക്കണം. കിടന്നുറങ്ങണം. പിറ്റേന്ന് ക്ലാസിൽ ചെന്ന് മാഷ്ടെ തല്ല് വാങ്ങണം.

മതിലിന്നു മുന്നിലൂടെ ആൾ സഞ്ചാരം ഉണ്ടാവും. അവരിൽ പരിചയ മുള്ള പെൺകുട്ടികളുടെ പാദസര കിലുക്കം ഉണ്ടാവും. ചാണക വാസനയുമായി പശുക്കളും ബിസ്ക്കറ്റ് മണമായി അപ്പക്കൂട്കാരനും (ബേക്കറി പലഹാരവില്പനക്കാരൻ) ഉണ്ടാവും. അപൂർവ്വ ഘട്ടങ്ങളിൽ ഐസ്ഫ്രൂട്ട്കാരൻ ഉണ്ടാവും. സർവ്വതും ഇഷ്ടംപോലെ വാസനിക്കാം. വാങ്ങാൻ പാങ്ങില്ലെന്ന് വില്പനക്കാരനും അറിയാം. ഐസ്ഫ്രൂട്ട് വാസന അടിക്കേ വിജയൻ പറയും.

"എന്താ ടേയ്സ്റ്റല്ലേ..?!"

സർവ്വതും കാഴ്ചകളാണ്. മനസ്സിലേക്കിടുന്ന നക്ഷത്രപ്പൊടികളാണ്. ആ പൊടികൾ ഉരുട്ടിയുരുട്ടിയാണ് ഞങ്ങൾ നക്ഷത്രങ്ങൾ മെനയാറ്. എല്ലാവർക്കും കിട്ടിയിട്ടുണ്ട് അനവധി നക്ഷത്രങ്ങൾ. ഇന്നും കാണു മ്പോൾ അവരുടെ കണ്ണിൽ ആ നക്ഷത്രതിളക്കം കാണാം.

ഈയിടെ ആ മതിലിനു മുകളിലെ ഒരു ചങ്ങാതിയെ ഞാൻ കണ്ടു. പ്രായം കാര്യമാക്കാതെ ഇപ്പോഴത്തെ മതിലിൽ കയറി നിന്ന് തൊട്ട പ്പുറത്തെ വീട്ടു പറമ്പിലെ കറുമൂസ മരത്തിൽ നിന്നും കറുമൂസ അടർത്തിയിടുന്ന തിരക്കിലാണ്. മതിലിനു താഴെ മകൾ നിൽക്കുന്നുണ്ട്. വേണ്ടച്ഛാ.. വേണ്ടച്ഛാ..ന്ന് പറയുന്നുണ്ട്. കണ്ണത്ര പിടിക്കുന്നില്ലെന്ന് തോന്നുന്നു. കുത്തുന്നുണ്ടെങ്കിലും കറുമൂസക്ക് ഒരനക്കവും ഇല്ല. ഞാൻ ചോദിച്ചു.

"നീ ഇപ്പഴും മതിലിന്മേൽ തന്ന്യാ അല്ലേ..?"

ഉത്തരം പെട്ടെന്നായിരുന്നു.

"ഇറങ്ങാൻ തോന്നണ്ടെടോ ."

കറുമൂസയെ വിട്ട്, കമ്പ് താഴെയിട്ട് അവൻ മതിലിൽ ഇരുന്നു.

"ഒന്നു കയറീട്ട് പോടാ.."

ഞാനും കയറി.

പഴയപോലെ കാൽ താഴ്ത്തിയിട്ട് ഇരുന്നു.

അവൻ സത്യം പറഞ്ഞു.

"നീയ്യ് കയറുംന്ന് ഞാൻ വിചാരിച്ചില്ല."

ഞാനും വിചാരിച്ചിരുന്നില്ല.

കയറിപ്പോയതാണ്.

മകൾ കൗതുകത്തോടെ താഴെ നിന്നു. അകത്തു നിന്നും അവളുടെ അമ്മ വന്നു. അകത്തിരിക്കാംന്ന് ചമ്മലോടെ പറഞ്ഞു. അവൻ വീണ്ടും സത്യം പറഞ്ഞു.

"ഇതിലും വല്യ അകം ഏതാ ഉള്ളത്? നീയ്യും വാടീ."

അവരെന്തോ വന്നില്ല. കയറിയാ വീഴുംന്ന് ഉറപ്പായിരുന്നു.

മകൾ മതിലിലേക്ക് തന്നെ ചായ തന്നു. മതിലിനു മുന്നിലൂടെ വടയും സമൂസയും ചായയുമായി പോയ സൈക്കിളുകാരനെ നിർത്തിച്ച് സമൂസ വാങ്ങിച്ചു തന്നു. അവൻ കറുമൂസ മറന്നു. ഞാൻ എന്റെ പേരുപോലും മറന്നു. കാലം ഞങ്ങൾക്കു മുന്നിൽ ഞങ്ങളേം കണ്ടങ്ങനെ നിന്നു. കാലത്തിനും ഞങ്ങൾക്കും ഇടയിൽ മതിൽ ഇല്ലായിരുന്നു.

തറവാട്ടു മുറ്റത്ത് നാലാം തലമുറ മക്കൾ വീടും കുടിയും വെച്ചു പുതിയ സ്റ്റൈൽ മണ്ണപ്പം ചുട്ടു കളിക്കുന്നു. ഞങ്ങൾക്കൊക്കെ രണ്ടോ മൂന്നോ ചിരട്ടകളേ ഉണ്ടായിരുന്നുള്ളു. പുതിയ ബാല്യങ്ങൾക്ക് തട്ടുകടയും ബേക്കറിയും മല്ലിക്കടയും ഉണ്ടാക്കാനുള്ളത്ര സ്വപ്നങ്ങളുണ്ട്.

എനിക്കൊരു മണ്ണപ്പ ദോശ കിട്ടി. ഉച്ച സമയം ആയതുകൊണ്ട് കടയിലെ ജോലിക്കാർ വിശ്രമത്തിലാണ്.

ഒരാൾ ഒറീസ്സയിൽ നിന്നാണത്രെ.

മറ്റൊരാൾക്ക് വന്ന നാട് ഓർമ്മയില്ല.

എല്ലാരും നന്നായി മലയാളം പറയും.

ഇടപാടുകൾ ഡിജിറ്റൽ രീതിയിലാണ്.

ജലം ആവശ്യത്തിനേ ഉപയോഗിക്കുന്നുള്ളൂ.

ജോലിക്കാർക്ക് വിശ്രമവും വിനോദവും വേണ്ടതുകൊണ്ട് കടകളുടെ പിറകിൽ തന്നെ മാവിൻ കൊമ്പിൽ കെട്ടിയ ഊഞ്ഞാലുകൾ ഉണ്ട്.

വൈകുന്നേരം അമ്മമാരിൽ ഒരാൾ വടിയുമായി വന്നപ്പോൾ മണ്ണപ്പത്തിന് കൽമണ്ണെടുക്കാൻ പോയ ഒരു പണിക്കാരൻ കൈ തട്ടി ഓടിക്കളഞ്ഞു. മറ്റുള്ള ജോലിക്കാർക്ക് തല്ലാത്ത അമ്മമാരായതുകൊണ്ട് കച്ചോടം ഭംഗിയായി നടന്നു.

തല്ലാൻ വന്ന അമ്മ ഭയപ്പെടുത്താനാണ് വടിയെടുത്തത്. വേണ്ടായിരുന്നു എന്ന് പിന്നീട് ആ മുഖം പറയുന്നുണ്ടായിരുന്നു.

കളിക്കുന്ന മക്കളെ കളിയുടെ പേരും പറഞ്ഞ് തല്ലരുത്.

കളിക്കാത്ത മക്കളെ തീരേം തല്ലരുത്.

അവർ കളിച്ചോളും.

സുബൈദ.

സുബൈദയായിരുന്നു എന്റെ ആദ്യത്തെ നിശ്ശബ്ദ കാമുകി.

ഏതാണ്ട് നാൽപ്പത്തഞ്ച് വർഷം മുൻപ്.

സുബൈദയുടെ സ്നേഹം നിറഞ്ഞ എഴുത്തുകൾക്ക് അന്നത്തെ തെന്നലിന്റെ ശാന്തത. എനിക്കൊപ്പം അമ്മയും അവ വായിക്കും. അമ്മയ്ക്ക് സുബൈദയെ വല്യ ഇഷ്ടായിരുന്നു.

നീലേശ്വരത്തെ സുബൈദ.

അന്നേ ഗൾഫിൽ ജോലിക്ക് പോയ സുബൈദ.

ഒരിക്കൽ നാട്ടിൽ വന്നപ്പോൾ സുബൈദ എന്നെ കാണാൻ വന്നു. സുബൈദ വരുന്ന കത്ത് വായിച്ച് അമ്മയും മകന്റെ കാമുകിയെ കാത്തിരുന്നു. സുബൈദ വന്നു. മെലിഞ്ഞു നീണ്ട് കാഞ്ഞിരവടിപോലെ കറുകറുത്തൊരു സുബൈദ. സുബൈദയെ മുറ്റത്ത് കണ്ട അമ്മ അകത്ത് വന്ന് എന്നോട് പറഞ്ഞു.

“നിന്നെ കാണാൻ സുബൈദേടെ ഏട്ടൻ വന്നിട്ടുണ്ട്.”

ഞാൻ അമ്മയോട് പറഞ്ഞു.

“അത് ഏട്ടനല്ല. അതാണ് സുബൈദ. സുബൈദ എന്ന പേരിലാണ് അവൻ എഴുതാറ്. സുബൈദ ആണാന്ന് പറയാൻ ഞാൻ മറന്നതാ.”

അമ്മ കുറെ നേരം ചിരിച്ചു.

സുബൈദേടെ കൈ പിടിച്ചു.

കാഞ്ഞിരവടിയുടെ അഗ്രത്തിലെ കൺതിളക്കം ഞങ്ങളിലേക്ക് ചൊരിഞ്ഞ് സുബൈദ ചിരിച്ചു. സാമ്പാറും ചോറും തോരനും കഴിച്ചാണ് അമ്മയുടെ സുബൈദക്കുട്ടി പോയത്. പോകുമ്പോൾ സുബൈദക്കുട്ടി അമ്മയുടെ കാൽക്കൽ സ്പർശിച്ചിരുന്നു. അമ്മയുടെ കണ്ണ് നിറഞ്ഞിരുന്നു.

പിന്നീട് സുബൈദയുടെ കത്തുകൾ വന്നിരുന്നെങ്കിലും എപ്പഴോ അത് മാഞ്ഞു. സുബൈദയെ എനിക്ക് നഷ്ടപ്പെട്ടു. പലരോടും തിരക്കിയെങ്കിലും കാഞ്ഞിരവടിയെ ആർക്കും കണ്ടെത്താൻ കഴിഞ്ഞില്ല. ഒരിക്കൽ സുബൈദയെക്കുറിച്ച് ഞാൻ മുഖപുസ്തകത്തിൽ എഴുതി. അത് വായിച്ച വി.വി. പ്രഭാകരനാണ് സുബൈദയെ എനിക്ക് കണ്ടെത്തി തന്നത്. വീണ്ടും കാഞ്ഞിരവടിയുടെ അറ്റത്തെ സ്നേഹശബ്ദം ചെവിയിൽ വീണപ്പോൾ ഒരു കീർത്തനം ചുറ്റും അലയടിച്ച സുഖമായിരുന്നു എനിക്ക്.

സുബൈദയെ ഈ അടുത്ത ദിവസം നിലേശ്വരത്തെ വീട്ടിൽ വെച്ച് കണ്ടു. എനിക്കൊപ്പം എന്റെ കുട്ടികളുടെ അമ്മയും ഉണ്ടായിരുന്നു. കുട്ടികളുടെ അച്ഛന്റെ ആദ്യ കാമുകിയെ അവളും പുഞ്ചിരിയോടെ നോക്കി നിന്നു. എഴുപത് കാലവരകൾ മനസ്സ് വരിഞ്ഞു മുറുക്കിയ കാഞ്ഞിരവടിയുടെ ചുണ്ടുകൾ തളിരിലപോലെ വിതുമ്പുന്നത് കണ്ട് അമ്മയുടെ കൺനിറഞ്ഞതുപോലെ അവളും വിതുമ്പി. മുറിയിൽ ഒരുമിച്ചു ചേർത്തു

നിർത്തി അവൾ ഞങ്ങളുടെ ചിത്രം പകർത്തി. മേശമേൽ അവൻ നിരത്തിയ സ്വന്തം പുസ്തകങ്ങൾക്കിടയിൽ വീട്ടിലെ പ്രഭാത പത്തിരിയും ഉണങ്ങിയ സെൽഫോണും കൗതുക കാഴ്ച്ചകളായി. എനിക്കായി നിരത്തിയ പുസ്തകത്തിൽ ഒന്നിലെ ചില ആമുഖ വരികൾ ഇങ്ങനെയാണ്.

"ആറാം ക്ലാസിൽ പഠിക്കുമ്പോൾ ദേശം വിട്ടു. പല വർഷങ്ങളായി ഇന്ത്യയിലെ നഗരങ്ങളിലും യൂറോപ്പ് അറബി രാജ്യങ്ങളിലും പലതരം ജോലികൾ ചെയ്തു. ഒരു വർഷം ബറാക്ക കപ്പലിലായിരുന്നു. രണ്ടു തവണയായി യുഎയിലെ പലവിധ ജയിലുകളിൽ പാർത്തു.."

(തുടർന്നുള്ള വരികൾ ഞാൻ വായിക്കുന്നില്ല.)

ജയിലിൽ നിന്നും നാട്ടിൽ വരുമ്പോൾ സുബൈദയ്ക്ക് മുഷിഞ്ഞൊരു വസ്ത്രം മാത്രമേ ഉണ്ടായിരുന്നുള്ളൂ. പിന്നെ നൂലെല്ലാം പൊട്ടിയ പട്ടം പോലെ ഒരു മനസ്സും. എന്തിനായിരുന്നു ജയിൽ വാസം, എന്നവനോട് ഞാൻ ചോദിച്ചു. അവനതറിയില്ല. സമയവും കാലവും ഇരുട്ടും കാണാതെ എന്നും വെളിച്ചം മാത്രം കണ്ടുകൊണ്ടുള്ള ഒരു ജീവിതമായിരുന്നു അതെന്നും ആ വെളിച്ചത്തിൽ എവിടെയോവെച്ച് എന്നെ സ്വയം കാണാതായെന്നും സുബൈദ പറഞ്ഞു.

ഇപ്പോൾ സുബൈദ സന്തോഷവാനാണ്. നിർവൃതി മാത്രം. മകൻ, മകൾ, ഭാര്യ, പത്തിരി, പുസ്തകങ്ങൾ, അക്ഷരങ്ങൾ, ഓർത്തെടുത്തു വരുന്ന ചങ്ങാതിമാർ. അത്രയും കൊണ്ട് ജീവിതം ചാറ്റൽ മഴപോലെ അവനു ചുറ്റും പെയ്യുന്നു.

സുബൈദ എഴുതിയ ഒരു നോവലാണ് അലാമി.

അതിശക്തം ആ അലാമി.

അത് സുബൈദക്കേ എഴുതാൻ കഴിയൂ.

ഇനി അബൂബക്കറെന്ന സുബൈദയുടെ ഭാര്യയുടെ പേര്.

അതും മറ്റൊന്നുമല്ല.

സുബൈദ.

കരിമ്പ് സത്ത് കുടിക്കാൻ കിട്ടുന്നത് തമിഴ് നാട്ടിൽ കറങ്ങാൻ തുടങ്ങിയ ശേഷമാണ്. കരിമ്പിൻ തോട്ടം കണ്ടതും അപ്പോഴാണ്. അതിനു മുൻപ് സിനിമയിലാണ് കണ്ടിട്ടുള്ളത്. കരിമ്പിൻ തോട്ടത്തിലേക്ക് ഓടുന്ന നായികയും നായകനും. പിന്നെ കരിമ്പിൻ കാട്ടിലെ സ്റ്റണ്ടും.

ചെറുപ്പത്തിൽ കരിമ്പ് കിട്ടാറുള്ളത് നവരാത്രി പൂജാ ദിവസങ്ങളിൽ ആയിരുന്നു. കരിമ്പിൻ തണ്ട് കടിച്ചു വലിച്ച് കടിച്ചു ചവച്ച് ഇത്തിരി ചാറ് രുചിക്കുന്നത് വല്ല്യ സാഹസമായിരുന്നു. യാത്രകൾക്കിടയിൽ വഴിയോര കരിമ്പ് സത്ത് യന്ത്രക്കടകൾ കണ്ടാൽ ഒന്നു നിൽക്കും. കറങ്ങുന്ന

പൽച്ചക്രങ്ങൾക്കിടയിലേക്ക് കരിമ്പിൻ തണ്ട് തിക്കിക്കയറ്റി പിടിച്ചു തിരിച്ച് പിരിച്ചു മടക്കി ഇടയിൽ ഒരു ചെറുനാരങ്ങക്കഷ്ണം തിരുകി വീണ്ടും മറുപുറം കൈയ്യിട്ട് വാരിപ്പിടിച്ച് ചുരുട്ടി മടക്കി പിന്നേം കറക്കി നീരില്ലാ ചണ്ടിയാക്കി കരിമ്പിൻ തണ്ട് അയാൾ കളയുമ്പോൾ, തെല്ലിട നേരം മനുഷ്യ ജീവിതം ഓർത്തു പോകും.

"കരിമ്പിൻ ചണ്ടിപോലാ അവസാനം ഓരെല്ലാരും കൂടി നാരായണേ ട്ടനെ കളഞ്ഞതെന്ന്.." ആരോ ഒരു കഥാസൂക്തം ചൊല്ലിയത് ഓർത്തു പോകും.

അങ്ങനെ എത്രയെത്ര നാരായണേട്ടന്മാർ.

നമ്മളും ചണ്ടിയാവുകയാണ്.

നമ്മൾ തന്നെയാണ് ചണ്ടിയാക്കുന്നതും.

എന്നാലും അരിപ്പയിൽ അരിച്ചെടുത്ത് തെളിമധുരം ഗ്ലാസിൽ പകർന്ന് കൈയിൽ കിട്ടുമ്പോൾ അറിയാതെ ഒറ്റയടിക്ക് കുടിച്ചു പോകും.

പിന്നീടാണ് ഓർക്കുക..

പയ്യെപ്പയ്യെ മതിയായിരുന്നൂ..ന്ന്.

ജീവിത മധുരം നിറഗ്ലാസ് കിട്ടിയില്ലെങ്കിലും കിട്ടിയത് ആസ്വാദ്യ മായാൽ എന്നും നിറഗ്ലാസ് തന്നെ.

•

അമ്മയുള്ള അടുക്കളയിൽ രാവിലത്തെ പലഹാരങ്ങൾ അപൂർവ്വ ഘട്ടങ്ങളിൽ ബാക്കിയാവാറുണ്ട്. ഒന്നോ രണ്ടോ ദോശയോ ഇഡ്ഡലിയോ പാത്രത്തിൽ മൂടി വെച്ചിട്ടുണ്ടാവും വിശപ്പിന് വല്ലതും പരതുമ്പോൾ ആവും അവ ശ്രദ്ധയിൽ പെടുക. മൃദുത്വം നഷ്ടപ്പെട്ട് മുറുകിപ്പോയ പലഹാരം പൊട്ടിച്ച് വെറുതെ കഴിക്കണം. വല്ലാത്തൊരു രുചിയാണ് ഓരോ കഷ്ണങ്ങൾക്കും.

അവയുടെ പരുപരുത്ത നനവില്ലാഉണക്കം വിരലിൽ ഒട്ടിപ്പിടിക്കും.

വിരൽ നക്കി നോക്കണം.

അതിനും എന്തോ ഒരു അദ്ഭുത രുചിയാണ്.

അതനുഭവിച്ചിട്ടുണ്ടോ..?

ഇല്ലെങ്കിൽ അനുഭവിക്കണം.

ദോശയാണ് ബെസ്റ്റ്.

ഇഡ്ഡലിക്കഷ്ണം സൂപ്പർ.

ഓർക്കുമ്പോഴേ നുണയൽ വരും.

അടുക്കളയാണ് വീട്ടിലെ പൂജാമുറി. പ്രാർത്ഥനയും നിവേദ്യവും എല്ലാം നടക്കുന്നത് അവിടെയാണ് അടുക്കളയിലെ പാചകപ്പുകയ്ക്കുള്ളിൽ

കാണുന്ന അമ്മമാരുടെയോ മുത്തശ്ശിമാരുടെയോ ശ്വാസം ശ്രദ്ധിച്ചിട്ടുണ്ടോ? ശ്വാസത്തോടൊപ്പം അവർ ആർക്കൊക്കെയോ വേണ്ടി മൗനമായി നാമം ജപിക്കുന്നതും കേൾക്കാം.

വീട്ടിൽ എല്ലാവരുടെയും പ്രിയപ്പെട്ട ചങ്ങാതി ഡാൻസ് ബഷീറിന്റെ ഉമ്മ പത്തിരി ചുടുമ്പോൾ, വേവുന്ന പത്തിരിയും നോക്കി ബഷീറും ഞാനും അടുപ്പിന്നടുത്തിരിക്കും. പത്തിരിയുടെ പിരികിരി ശബ്ദത്തോടൊപ്പം ഉമ്മ നാമം ചൊല്ലുന്നത് ഞാൻ കേട്ടിട്ടുണ്ട്.

ഒരു ദിവസം ബഷീർ ചോദിച്ചു.

"ഉമ്മ എന്താ പടച്ചോനോട് പറയുന്നത്..?"

ഉമ്മ സത്യം പറഞ്ഞു.

"പത്തിരിക്ക് പൊള്ളല്ലേ..ന്ന്..."

നിലത്തൊരു തുള്ളി വെള്ളം.

അതിനകത്തൊരു ഉറുമ്പ് കുടുങ്ങി പിടയുന്നു.

വിരൽ തൊട്ട് ഉറുമ്പിനെ എടുത്ത് മാറ്റിയാലോ എന്ന് ചിന്തിക്കുമ്പോഴേക്കും ആ വഴി മറ്റൊരു ഉറുമ്പ് പെട്ടെന്ന് വന്നു. അവൻ വെള്ളത്തുള്ളിയിൽ കുടുങ്ങിയവനെ കണ്ടു. എന്നേക്കാൾ പരിഭ്രമത്തോടെ വെള്ളത്തുള്ളിക്ക് ചുറ്റും ധൃതിയിൽ ഒന്നു വട്ടം കറങ്ങി അതിൽ മുഖം മുട്ടിച്ചും മുട്ടിക്കാതെയും ഉള്ളിലെ ഉറുമ്പിനെ എത്തിപ്പിടിക്കാൻ ശ്രമിക്കേ, എവിടുന്നെന്നറിയില്ല മറ്റൊരുത്തൻ കൂടി ഓടിപ്പാഞ്ഞ് വന്ന് ആദ്യം വന്ന ഗംഗാധരനൊപ്പം കൂടി. പിന്നെ രണ്ടു പേരും കൂടിയായി വെള്ളത്തുള്ളിയോടുള്ള ഇടി.

രണ്ടാമൻ പവിത്രനാവാനാണ് സാധ്യത. ഗംഗാധരന്റെ അത്ര ശക്തി പോരെന്ന് തോന്നി. ചുറ്റുമുള്ള വായുവിലേക്ക് അവരിൽ നിന്നും റേഡിയോ സിഗ്നലുകളായി സന്ദേശം പോയെന്ന് തോന്നുന്നു. നോക്കി നിൽക്കേ മണികണ്ഠനും ബ്രിജേഷും ഔവ്വക്കറുമായി ആറേഴ് പേർ കൂടി അവിടേക്ക് ഓടിയെത്തി. അതിനകം വെള്ളത്തുള്ളിയിൽ കുടുങ്ങിയവന്റെ ദേഹം പാതിയോളം ഗംഗാധരനും പവിത്രനും ചേർന്ന് പുറത്തേക്ക് വലിച്ചെടുത്തിരുന്നു. അവരെ പിറകിൽ നിന്നും വരിവരിയായി നിന്ന് വന്നവരെല്ലാരും കൂടി കടിച്ചു പിടിച്ചു വലിച്ചതോടെ അപകടത്തിൽ പെട്ടവൻ ബ്ലുക്കെന്ന ശബ്ദത്തോടെ പുറത്തെത്തി.

ശബ്ദം ഞാൻ കേട്ടില്ല.

അവർ കേട്ടതാണ്.

അതോടെ ഗംഗാധരൻ പിടി വിട്ടു. ബോധം പോയവൻ സാവകാശം എഴുന്നേറ്റു. ദേഹം കുടഞ്ഞു. എല്ലാവരേം നോക്കി ഒന്നു ചിരിച്ചു. പിന്നെ

സാധാരണമട്ടിൽ അവർക്കൊപ്പം വരി തെറ്റാതെ അവരുടെ ലോകത്തേക്ക് ഓടിപ്പോയി.

എന്തുകൊണ്ടാണെന്നറിയില്ല.

ആരും മൊബൈൽ എടുക്കുന്നത് കണ്ടില്ല.

വെറുതെ നോക്കി നിൽക്കുന്നത് കണ്ടില്ല.

കാഴ്ച്ചക്കാരായി മാറുന്നത് കണ്ടില്ല.

അവർക്കെല്ലാം ഒരൊറ്റ ചിന്തയേ ഉണ്ടായിരുന്നുള്ളൂ.

അപകടത്തിൽ പെട്ടത് അവർ ഓരോരുത്തരും ആയിരുന്നു.

•

ലോസാഞ്ചൽസ് നഗരം.

അവിടത്തെ ഒരു റെസ്റ്റോറന്റ്.

രാത്രി നേരം.

ത്രിമാന ചലച്ചിത്രമായ കുട്ടിച്ചാത്തനിൽ ഒരുമിച്ച് ജോലി ചെയ്തിരുന്ന ഒരു അമേരിക്കൻ വിദഗ്ദ്ധന്റെ ഭാര്യയും ഞാനും നവോദയ അപ്പച്ചന്റെ മകൻ ജോസും ഒന്നിച്ച് അത്താഴം കഴിക്കാൻ ഇരിക്കുന്നു. ഞങ്ങൾ അവരുടെ അതിഥികളായിരുന്നു. അത്താഴത്തിന് ഞങ്ങളെ സ്നേഹ പൂർവ്വം ക്ഷണിച്ചതായിരുന്നു.

അവർ ഒരു പ്രൊഫസറായിരുന്നു എന്നാണ് ഓർമ്മ. സ്വാദും വിലയും ഉള്ള ഭക്ഷണം നിരന്നു. സ്വതവേ മിത ഭക്ഷണപ്രിയരായ ഞങ്ങൾക്ക് ആ പാത്രങ്ങൾ മുഴുവൻ കയറിയിറങ്ങാൻ സാധിച്ചില്ല. ആവശ്യമുള്ള ത്രയേ വന്നുള്ളൂ. എന്നിട്ടും സാധിച്ചില്ല. ബില്ലടച്ച് എഴുന്നേൽക്കാൻ നേരം അവർ അവശേഷിച്ച ഭക്ഷണം വീട്ടിലേക്ക് കൊണ്ടുപോകാൻ ആഗ്രഹം പ്രകടിപ്പിച്ചു. അതെല്ലാം ഭംഗിയായി പൊതിഞ്ഞ് നന്മകളും നേർന്ന് അവിടത്തെ ജോലിക്കാർ ഞങ്ങളെ യാത്രയാക്കി. കാറിൽ കയറുമ്പോൾ അവർ പറഞ്ഞു.

"എനിക്കിത് നാളേക്കുള്ളതായി. ഭക്ഷണം കളയുന്നത് നമ്മൾ നമ്മളെ തന്നെ വലിച്ചെറിയുന്നതുപോലെയാണ്."

ടോക്കിയോ നഗരം.

ഒരു ജപ്പാൻ റസ്റ്റാറന്റ്.

മോളും ഞാനും വിശന്ന് പൊരിഞ്ഞ് കസേരയിൽ ഇരിക്കയാണ്. രണ്ടാൾക്ക് സുഖമായി കഴിക്കാവുന്ന എന്തോ ഒരു സ്വാദിഷ്ട ഭക്ഷണം ഓർഡർ ചെയ്ത് ജാപ്പനീസും കേട്ടുകൊണ്ട് ഇരിക്കേ, ഞങ്ങൾക്കപ്പുറം ഭക്ഷണം കഴിക്കാൻ ഇരിക്കുന്ന ഒരു കുടുംബത്തിൽ നിന്നും ഓർഡർ എടുക്കുകയാണ് പരിചാരകൻ. അവരുടെ സംസാരം വളരെ നേരം നീണ്ടു.

പരിചാരകൻ അവരോട് എന്തൊക്കെയോ വിശദീകരിക്കുന്നതും അവർ തല കുലുക്കുന്നതും കണ്ടു. മോൾക്ക് ആ ഭാഷ അറിയാം. ഞാൻ മോളോട് ചോദിച്ചു.

"അവരെന്താവും പറയുന്നത്...?"

മോൾ പറഞ്ഞു.

"അദ്ദേഹം അവർക്ക് ആ ഭക്ഷണത്തിന്റെ അളവും കാര്യങ്ങളും മറ്റും പറഞ്ഞു കൊടുക്കുകയാണ്. ചിലത് രണ്ടിൽ കൂടുതൽ പേർക്ക് കഴിക്കാൻ പറ്റും ചിലത് ആളെണ്ണി വാങ്ങിയാൽ ബാക്കിയാവുംന്നൊക്കെ പറയാണ്. അപ്പോ പ്ലെയ്റ്റിൽ വെയ്സ്റ്റാവൂലല്ലോ..."

മോള് പറഞ്ഞത് ശരിയായിരുന്നു.

നക്കിത്തുടച്ചപോലെ അവരുടെ പ്ലെയ്റ്റുകൾ അവസാനം തിളങ്ങി.

എറണാകുളം.

ഒരു റെസ്റ്റാറന്റ്.

ഉച്ചഭക്ഷണത്തിന് ഇരിക്കയാണ് ഞാനും മറ്റൊരാളും മേശയ്ക്കു മുന്നിൽ. തൊട്ടരുകിലെ നീളൻ മേശയ്ക്കു ചുറ്റും എട്ടോളം പേർ ഭക്ഷണം കഴിച്ചു കഴിഞ്ഞിരിക്കുന്നു. പലരും എഴുന്നേറ്റു പോയിരിക്കുന്നു. ആരും ഒന്നും പൂർണ്ണമായി കഴിച്ചിരുന്നില്ല. പാതിയോളം കുടിക്കാതെ വെച്ച പഴസ്സത്ത് ഗ്ലാസുകൾ തന്നെ ആറെണ്ണം ഞാൻ എണ്ണി. ഒരു പ്ലെയറ്റിൽ എടുത്ത വെച്ച പാസ്ത, അലങ്കാരങ്ങളോടെ അതേ വിധം നിഷ്കളങ്കത യോടെ ഇരിക്കുന്നു. പുഡ്ഡിങ്ങ്, അപ്പോ ജയിച്ചു വന്ന രാഷ്ട്രീയക്കാരന്റെ ചുളിവു വീഴാത്ത ഉടുപ്പുപോലെ വിളങ്ങുന്നു.

ഇരിപ്പിടത്തിൽ ഒന്നിൽ പാതിയോളം ഭക്ഷണത്തിൽ ഫോർക്കിട്ട് ഇളക്കി ആരോടോ ഫോണിൽ ദേഷ്യത്തോടെ ഉച്ചത്തിൽ സംസാരി ക്കുകയാണ് ഒരു സ്ത്രീ.

"മേലാൽ ആ പണി വേണ്ട. നമ്മളൊന്നും സാധാരണക്കാരല്ല. ആ ചീപ്പ്നസ്സ് വേണ്ട. മനസ്സിലായോ?"

സാധാരണക്കാരനായ ആരോ അത് കേട്ടതും പെട്ടെന്ന് അസാധാ രണക്കാരനായെന്ന് തോന്നുന്നു. അവർ സംസാരം നിർത്തി. അരികിലെ പുരുഷൻ ബില്ലടയ്ക്കാൻ കാർഡ് ഉരസുകയാണ്. അപ്പോഴാണ് ചുറ്റും നിന്നിരുന്ന പരിചാരകരിൽ ഒരാൾ കഴിക്കാതെ ബാക്കിവെച്ച ഭക്ഷണ ത്തിന്റെ ദിവ്യത്വം അറിഞ്ഞത്. അദ്ദേഹം ചോദിച്ചു.

"മാഡം. ഇതൊക്കെ പാക്ക് ചെയ്യട്ടെ..?"

അവരുടെ മുഖം പുച്ഛംകൊണ്ട് ചുകന്നു.

"വേണ്ട.. വേണ്ട.. കള.. കള.."

കേട്ടു നിന്ന പരിചാരകന്മാരായ ആ ബംഗാളിയുടെയും ആസ്സാമി യുടെയും ഒറീസ്സയുടെയും മലയാളിയുടെയും എല്ലാം മുഖം ഒന്നു കാണണമായിരുന്നു. അവരിലെല്ലാം അവർ പലപ്പോഴും അനുഭവിച്ചിരുന്ന

വിശപ്പിന്റെ എരിതീക്കനൽ ജ്വലിക്കുന്നത് കാണണമായിരുന്നു. സത്യത്തിൽ എനിക്കത് പാക്ക് ചെയ്ത് വാങ്ങണംന്നുണ്ടായിരുന്നു.

അഹങ്കാരം അല്പസ്വല്പം നല്ലതാണ്. അത് വിവരമില്ലായ്മ എന്ന ബുദ്ധിമേദസ്സിന് ഒരു ബാലൻസ് തരും. പക്ഷേ അഹങ്കാരത്തിന് കിരീടം വെക്കരുത്. അതെന്നെങ്കിലും നമ്മെ കരയിപ്പിക്കും.

ഷുവർ..

●

അരവിന്ദന്റെയും ശോഭകരീപ്പാടത്തിന്റെയും മകൻ ഇളങ്കോ വീടിന്റെ ചുമരിൽ മനസ്സിന്റെ അനേകം താളുകൾ വരച്ചു വെച്ച് യാത്രയായി. ചിത്രമെന്ന് പറയുന്നതിനും അപ്പുറം ഒരു മകന്റെ ഓർമ്മയിലെ പുഞ്ചിരിയായി അവയെല്ലാം കാണുന്നതാണ് എനിക്കിഷ്ടം. ഇളങ്കോ പതിച്ചു വെച്ച ധാരാളം പുഞ്ചിരികൾ ഉണ്ട് ആ വീട്ടിൽ.

അവ ചുമരുകളിൽ അവിടവിടെ ഒളിഞ്ഞു നിൽക്കുന്നു.

നിറമുള്ള ചുമരുകളേക്കാൾ പുഞ്ചിരി വരകൾ നിറഞ്ഞ ചുമരുകൾ. അവയിലേക്കങ്ങനെ നോക്കി നിൽക്കുമ്പോൾ കാലവും ജീവചൈതന്യവും ആ വരകൾ ജ്വലിപ്പിച്ച മനോചലനങ്ങളിലേക്ക് നമ്മോടൊപ്പം നോക്കി നിൽക്കും.

അരവിന്ദൻ. ശാസ്ത്ര സാഹിത്യ പ്രവർത്തനവും ജീവിതവും ഇന്ദ്രിയങ്ങളിൽ മനുഷ്യത്വമായ് മാറ്റിയൊരു ശാന്തമനസ്സ്. ശോഭാ കരീപ്പാടമാകട്ടെ, പ്രകൃതിയെ തന്നെ ഒരു നീലച്ചിത്രമായി കണ്ടൊരാൾ. ജന്മസാഫല്യ ശാന്തിയായി പിറന്ന ഇളങ്കോ, കാലത്തിനും മുന്നിൽ ഓടിയ കന്നൊരു ഛായാ സഞ്ചാരിയും.

പ്രിയ അരവിന്ദാ, പ്രിയ ശോഭാ, യാത്രയായ മകന്റെ കാലടികൾക്കൊപ്പമുള്ള നിങ്ങളുടെ യാത്രയിൽ ചുറ്റുമുള്ള എത്രയോ മനസ്സും തണലായ് മാറുന്നുവെന്നാ മകൻ അറിയുന്നുണ്ടാവും.

●

കോവൈപുതൂരിൽ ഇപ്പോൾ നല്ല വെയിലാണ്. വെയിലായതുകൊണ്ട് ഒരു മയവും ഇല്ലാത്ത ചൂടാണ്. രാവിലെ നടക്കുന്നുണ്ടെങ്കിൽ നേരത്തെ നടക്കണം. അല്ലെങ്കിൽ സൂര്യൻ തിന്നും. ക്ഷീണം വരും.

പക്ഷേ അതിരാവിലെയുള്ള വെളിച്ചം കലർന്ന ഇരുട്ടിൽ ദിശ തെറ്റി വരുന്ന വാഹനങ്ങളും പട്ടികളും സുലഭമായതുകൊണ്ട് നടക്കുമ്പോൾ ഇത്തിരി ആകാംക്ഷ മനസ്സ് പൊതിഞ്ഞു നിൽക്കും. അപ്പോൾ നടത്തത്തിന് സുഖം കിട്ടില്ല. അത്തരം പുലർച്ച നടത്തത്തിൽ മൂന്നു തവണ

എന്നെ വാഹനങ്ങൾ ചെറുതായി ഒന്നു തോണ്ടിയിട്ടുണ്ട്. അതും ഒരു കാരണമാണ്.

ഒരിക്കൽ ചെന്നൈ വെച്ചായിരുന്നു. ഒന്ന് എറണാകുളത്ത് കാക്കനാട്ട് വെച്ചും മറ്റൊന്ന് വർക്കല അഞ്ചു തെങ്ങ്കായലിന്നെതിർവശത്തുള്ള നിരത്തിൽ വെച്ചും. ചെന്നൈയിൽ വെച്ച് പിറകെ വന്നു തോണ്ടിയവൻ ഓട്ടോറിക്ഷയായിരുന്നു. തോണ്ടിത്തട്ടി എന്നെ ഒരു വശത്തേക്ക് തെന്നിച്ച് അവനങ്ങ് പോയി. ഒരു മൈന്റും ഉണ്ടായില്ല. കുറെ ദിവസം നല്ല വേദന ദേഹത്ത് വിരുന്നു നിന്നു. നിന്നിട്ട് കാര്യമില്ലാത്തപോലെ പിന്നതങ്ങ് മാഞ്ഞു.

ഒരു തവണ ആ ദൗത്യം ഏറ്റെടുത്തത് കാക്കനാട്ട് എൻജിഒ ക്വാർട്ടേഴ്സിനു മുന്നിൽ വെച്ച് ഒരു ലോറിയായിരുന്നു. പെട്ടെന്ന് കഥകളിവേഷം പോലെ അവൻ പിന്നിൽ നിന്നും ചാടി വന്നതും തോണ്ടാൻ കിട്ടുന്നതിന്നു മുൻപ് ഞാനങ്ങ് ഓടിക്കളഞ്ഞു.

ഒരൊറ്റ ഓട്ടം.

എങ്ങനെ ഓടിയെന്നും എവിടംവരെ ഓടിയെന്നും എനിക്കറിയില്ല.

പിന്നെ ആ വഴിക്ക് ഞാൻ നടന്നിട്ടില്ല.

ഇനി ആ നേരത്ത് പോവേം ഇല്ല.

വെറുതെ എന്തിന് ലോറിക്കാരെ പേടിപ്പിക്കണം.

അവർ അവർക്ക് ഇഷ്ടമുള്ളതുപോലെ ഓടിക്കട്ടെ.

വർക്കലയിൽ തോണ്ടാൻ വന്നത്, പെട്ടെന്ന് വളവ് തിരിഞ്ഞു വന്ന ബൈക്കായിരുന്നു. പിറകിൽ നിന്നും ബൈക്ക് വെട്ടിച്ചതും ബൈക്കിൽ ഇരുന്നവന്റെ ചുമലാണ് എന്നെ തോണ്ടിയത്. ഞാനും ബൈക്കും അയാളും എല്ലാം കൂടി ഒരു ഛടപടയായി അവിടം നിലത്ത് ഒതുങ്ങി. അയാൾ സോറി പറഞ്ഞു.

ഞാനും സോറി പറഞ്ഞു.

അല്ലാതെ എന്തു പറയാനാ?

മൊത്തം രണ്ട് സോറി.

പക്ഷേ ബൈക്കിനായിരുന്നു സങ്കടം.

എന്തുകൊണ്ടോ ബൈക്ക് പിന്നെ സ്റ്റാർട്ടായില്ല.

എത്ര ചവിട്ടിയുരുട്ടിയിട്ടും സ്റ്റാർട്ടായില്ല.

പിറ്റേന്ന് അദ്ദേഹം എന്നെ കാണാൻ വന്നു. ഞാൻ അഞ്ചുതെങ്ങ് കായൽക്കരയിൽ ഒരിടത്ത് ഇരുന്ന് രാജസേനനു വേണ്ടി തിരക്കഥ എഴുതുകയായിരുന്നു. ഞാൻ സേനനെ അദ്ദേഹത്തിന് പരിചയപ്പെടുത്തി.

“എന്നെ ബൈക്കിടിപ്പിക്കാതെ സ്വന്തം ദേഹംകൊണ്ട് ഇടിച്ച ആളാണ്.”

സേനൻ ബൈക്കിന്റെ വിശേഷം ചോദിച്ചു.

അത് വർക്കലക്കടുത്തുള്ളൊരു വർക്ക്ഷാപ്പു വരെ ഉരുട്ടേണ്ടി വന്നു എന്നയാൾ സങ്കടത്തോടെ പറഞ്ഞു. അയാളുടെ ചുമൽ വന്നിടിച്ച എന്റെ പുറത്ത് ആ നേരം ഇത്തിരി വേദന ഉണ്ടായിരുന്നു. നോക്കട്ടെ എന്നും പറഞ്ഞ് അദ്ദേഹം അവിടെ സ്നേഹത്തോടെ തടവി. അത് ഞാൻ പ്രതീക്ഷിച്ചിരുന്നില്ല. എനിക്കയാളോട് പാവം തോന്നി. ഞാൻ ചോദിച്ചു.

"ബൈക്കിന് ഇത്തിരി സ്പീഡ് കൂടുതലായിരുന്നു അല്ലേ."

അയാൾ സത്യം പറഞ്ഞു.

"എനിക്ക് ഓടിക്കാൻ അറിയൂല സാറേ. ഇന്നലെ ആദ്യായിട്ട് എടുത്തതാ. അതൊരു പോക്കങ്ങ് പോയി. എന്താ പറ്റ്യേന്ന് എനിക്കിപ്പഴും അറീല. സാറായതോണ്ട് ഞാനും ബൈക്കും രക്ഷപ്പെട്ട്."

ഇത്രയും എഴുതാൻ കാരണം. വർക്കലയിലേക്ക് ഇപ്പോൾ ഒരു ക്ഷണം വന്നു. അതേ അഞ്ചുതെങ്ങ് കായൽക്കരയിലേക്ക്...

പോണോ..?

പോയാൽ ഉറപ്പായിട്ടും രാവിലെ നടക്കാൻ തോന്നും.

അത്രയ്ക്ക് മനോഹരമാണ് ആ കായലോരം.

•

വഴിയിൽ പുസ്തക സഞ്ചിയും നെഞ്ചോട് ചേർത്ത് പിടിച്ച് കരുതലോടെയും ഇത്തിരി പരിഭ്രമ ഗൗരവത്തോടെയും ഒരു അഞ്ചാംക്ലാസ് കാരൻ നിൽക്കുന്നു. എന്താ തനിച്ചെന്ന് ചോദിച്ചതും അവൻ എതിർ വശത്തെ മൈതാനത്തേക്ക് വിരൽ ചൂണ്ടി. ചൂണ്ടിയ വിരലറ്റത്തിനപ്പുറം ഒരു കൊച്ചു പെൺകുട്ടിയും രണ്ട് ആട്ടിൻ കുട്ടികളും മൈതാനം മുറിച്ചു കടക്കുന്നു.

അവൻ പറഞ്ഞു.

"ഞങ്ങള് സ്കൂളിലേക്ക് പോണത് കണ്ട് ആട്ടിൻ കുട്ട്യോളും പിന്നാലെ വന്ന് അനിയത്തി ആടിനെ വീട്ടിലാക്കീട്ട് വരും."

അനിയത്തീം ആട്ടിൻകുട്ട്യോളും അവനെ തിരിഞ്ഞു നോക്കുന്നുണ്ടായിരുന്നു.

"ആട്ടിൻ കുട്ട്യോളേം ക്ലാസിലേക്ക് കൂട്ടായിരുന്നില്ലേ."

അവൻ ചിരിച്ചു.

"ഏയ്.. കാര്യല്ല. ഓരൊക്കെ പഠിപ്പ് കഴിഞ്ഞിട്ടാ ഇങ്ങട്ട് വന്നേ."

നേരാ കുട്ടി പറഞ്ഞത്. ഒന്നും പഠിക്കാതെ ഭൂമിയിൽ പിറക്കുന്ന ഒരേ ഒരു വർഗ്ഗം നമ്മള് മാത്രേ ഉള്ളൂ. എന്നിട്ടും കൈകാലിട്ടടിച്ച് വല്ല്യ കുളൂസ് കാണിക്കും. തനി ബഡുക്കൂസ്..

ഞാൻ ജ്ഞാനിയായ ആ കുട്ടിക്കരികിൽ തെല്ലിട നേരം നിന്നു. ഗുരുക്കന്മാർക്കങ്ങനെ പ്രായവ്യത്യാസം ഇല്ല.

മൈതാനം നിറയെ അവിടവിടെ മുൾച്ചെടികളും പുല്ലുകളും കാൽനട വഴികളും മാത്രം. അതിരിൽ ഒരിടത്ത് ആരോ ഉപേക്ഷിച്ച പഴയൊരു വാഹനം. ആകാശത്ത് പറന്ന് ബോറടിച്ചൊരു പരുന്ത്.

ആട്ടുംകുട്ടികളെ കൂട്ടിലാക്കി ഓടി വന്ന അനിയത്തിക്കുട്ടിയുടെ കൈ പിടിച്ചതും അവന്റെ പ്രസരിപ്പ് കടലായി മാറി. പിന്നൊരു ഓട്ടമായിരുന്നു സ്കൂളിലേക്ക്.

അവരാ സ്കൂളും കടന്ന് കാലത്തിന്റെ അതിരുകളോളം ഓടിയെത്തും. പ്രായമാവും. കാലം തേച്ചു മിനുക്കിയെടുക്കുന്ന ഈ വഴിയിലൂടെ തന്നെ അവർ ഒരുമിച്ചു നടന്നെന്നും വരും. അന്ന് മറ്റൊരു രൂപം നേടുന്ന മൈതാനത്തിന്നപ്പുറത്തേക്ക് വിരൽ ചൂണ്ടി ഏട്ടൻ ചോദിക്കും

"അവിടെവിടോ ആയിരുന്നു നമ്മുടെ വീട്. നിനക്കോർമ്മേണ്ടോ."

അനിയത്തി ചോദിക്കും.

"ഏട്ടന് ആ ആട്ടിൻകുട്ട്യോളേ ഓർമ്മേണ്ടാ..?"

ഏട്ടൻ തെല്ലിട ഓർത്തു നിന്നെന്നു വരും.

"ഏതാട്ടിൻ കുട്ട്യോള്..?"

ഓർമ്മകളുടെ കാര്യത്തിൽ പുരുഷനേക്കാൾ മുന്നിൽ സ്ത്രീകളാണ്. അവരുടെ മനോശേഖരം നിറയെ ഓർമ്മകളുടെ മരതക വർണ്ണങ്ങളാണ്.

പുരുഷൻ, എന്തുകൊണ്ടോ അവന് ആവശ്യമുള്ളതേ ഓർമ്മിക്കൂ.

താമസിക്കുന്ന വാടക വീടിന്റെ പിന്നാമ്പുറത്ത് ഒരു തെങ്ങുണ്ട്. പറമ്പിൽ ആകയുള്ള ഒരേ ഒരു തേജോമയി തെങ്ങ്. ഒത്ത ദേഹമാണ് തേജോമയിക്ക്. വിടർന്നു വിരിഞ്ഞങ്ങനെ നിൽക്കുന്ന തല. കൺപീലിയായി മിന്നലാടുന്ന ഓലകൾ. ചിത്തിരമൂക്കുപോലുള്ള തേങ്ങകൾ. താഴെ നിന്നും മുകളിലേക്ക് നോക്കിയാൽ വട്ടത്തിലൊരു ആകാശഗംഗയെന്നു തോന്നിപ്പിക്കുന്ന വികൃതി.

അതിരിനോട് ചേർന്ന് നിൽക്കാനിടം കിട്ടിയ തേജോമയിക്ക് താഴെയുള്ള മണ്ണിലെ മനുഷ്യരുടെ അതിർത്തിയും അളവും അറിയില്ല. ഭൂമിയുടെ പരപ്പ് അവൾക്കവളുടെ പാദം കിളുർത്ത പുണ്യ ഇടം. വിരിയുന്ന ഫലങ്ങളും പൂക്കളും ഇലകളും ശരീരത്തുണ്ടുകളും അരുമയോടെ സമർപ്പിക്കാനുള്ളൊരു ദേവസ്ഥാനം.

അതുകൊണ്ടവൾ അവളിൽ വിരിയുന്ന കൺപീലിയോലകളും ചിത്തിരമൂക്ക് തേങ്ങകളും ചിലനേരം ആദരവോടെ അറിയാതെ താഴേക്കിടും.

അതിവേഗം താഴേക്ക് വന്ന് അതിരു തിരിച്ച മതിലുകളിൽ തട്ടിത്തെറിച്ച് അടുത്ത വീടിന്റെ പിന്നാമ്പുറത്തോ മാവിൻ ചുവട്ടിലോ അവയിൽ ചിലത് വീണുരുണ്ട് നിശ്ചലമാകും.

മതിലിനപ്പുറം ഒന്ന് വലിയ വീടാണ്. വലിയ കാറുകളും കാറുകൾക്ക് മേൽക്കൂരകളും ഉണ്ട്. വീഴുന്ന ചിത്തിരമൂക്ക് തേങ്ങകൾ മതിലിൽ തട്ടി തെറിച്ചാൽ കൈനീട്ടി പിടിക്കുന്ന മേൽക്കൂരകൾ ഇപ്പോഴത്തെ വാർത്താ മാദ്ധ്യമങ്ങളെപോലെ എന്തുകൊണ്ടോ ഉള്ളതിൽ കൂടുതൽ ശബ്ദം കൊട്ടി ഘോഷിക്കും. വീണത് ചിത്തിരമൂക്ക് തേങ്ങയോ ആറ്റംബോംബോ എന്നറിയാതെ കേൾവിക്കാർ പരിഭ്രാന്തരാവും.

പിന്നെ ഓട്ടമായി, ബഹളമായി, അങ്കലാപ്പായി. പാകമാവുന്ന ചിത്തിര മൂക്കുകളും കൺപീലികളും യാഥാസമയം കയറിച്ചെന്ന് കോതി മിനുക്കുന്ന ബ്യൂട്ടിഷൻ വന്നുപോയാലും അടുത്ത നിമിഷം തേജോമയി ഒന്നോ രണ്ടോ ചിത്തിരമൂക്ക് താഴേക്കിടും.

ഇന്നും വീണു ഒരു മൂക്ക്.

മേൽക്കൂരയുടെ ആവശ്യത്തിൽ കൂടുതൽ ഉള്ള ഭ്രാന്തൻ നിലവിളി കേട്ട് പരിഭ്രാന്തരായ വീട്ടുകാരൻ ചോദിച്ചു.

"ആ തേജോമയിയെ അങ്ങ് വെട്ടിക്കൂടെ..?"

പാടില്ലെന്ന്.. ഞാൻ.

ആ ചിത്തിരമൂക്കിൽ അമൃതുണ്ട്...

വീട്ടിൽ വലിയ കാറുകൾ ഉണ്ടെന്ന് വീട്ടുകാരൻ.

അതിലെങ്ങാനും വീണാലോ..?

അങ്ങനെ വല്ല ചിത്തിരമൂക്കും വീണാൽ അവയെ ഇടിച്ചു വേദനി പ്പിക്കല്ലേ എന്ന് കാറുകളോട് പറയാൻ പറഞ്ഞു. കാറുകൾക്കത് മനസ്സി ലാകും.

അയാൾ പുഞ്ചിരിച്ചു.

തേജോമയിയും.

വൃക്ഷം ഒരു വ്യക്തിയല്ല.

ഒരു രാജ്യമാണ്.

ഒരുമിച്ചു നിൽക്കുന്ന വൃക്ഷങ്ങൾ ഒരു കാടല്ല.

ഒരു ഭൂഖണ്ഡമാണ്.

വീണു കിട്ടുന്ന വിത്തുകൾ മുറിക്കാനുള്ളതല്ല.

മുളയ്ക്കാനും മുളപ്പിക്കാനും ഉള്ളതാണ്.

ഏത് രീതിയിൽ മുളപ്പിച്ചാലും ഒന്നോ രണ്ടോ തളിരുകൾ വന്നാലും അതിൽ സത്യമേ മുളക്കൂ.

ഭക്ഷണത്തിനായി വാഹനം നിർത്തി മറ്റൊരു വാഹനത്തിനരികിലൂടെ കടന്നു മാറുമ്പോഴാണ് ഒപ്പമുള്ളവൾ ചുണ്ടിക്കാണിച്ചു കൗതുകത്തോടെ പറഞ്ഞത്.

"അതൊന്ന് വായിച്ചേ.."

മുന്നിൽ നിർത്തിയിട്ടൊരു കാറിനു പിറകിൽ ഭംഗിയുള്ള അക്ഷരത്തിൽ എഴുതിയിരിക്കുന്നു

"The Greate gift I ever had came from 'God' I call him 'Dad'"

ഈശ്വരനിൽ നിന്നും എന്നെന്നേക്കുമായി എന്നിലേക്ക് വന്ന ഏറ്റവും ഉത്തമ സമ്മാനത്തെ ഞാൻ അച്ഛാ.. എന്നു വിളിക്കുന്നു.

വായിച്ചതും മനസ്സിൽ ഒരു കുളിർ കാറ്റ് വീശിയ സുഖം.

ചുറ്റുമുള്ള നഗരാന്തരീക്ഷം ഒന്നുണർന്നപോലെ.

ആകാശത്തിനു നിറം വെച്ചപോലെ.

ചില വരികൾ മനസ്സിൽ പെട്ടെന്ന് ഒരുപാട് ചായം കോരി ഒഴിക്കും. അതോടെ അവിടം മുഴുവൻ വർണ്ണജാലങ്ങളുടെ മഴവിൽ മഴയായി. ഓരോ മഴത്തുള്ളിയും ഓരോ മഴവിൽതുള്ളികളാണെന്ന് ലക്കിടി വഴി നല്ല മഴയുള്ള ഒരു പകൽ നേരത്ത് ഒരു കുടക്കീഴിൽ സ്റ്റേഷനിലേക്ക് ഒപ്പം നടക്കേ അച്ഛൻ പറഞ്ഞത് ഓർമ്മയുണ്ട്. അച്ഛന്റെ ചില വാക്കുകൾക്ക് ഞാൻ കണ്ട സിനിമകളേക്കാൾ ചില നേരം ഭംഗിയേറും. ഒപ്പം നടക്കുന്ന അച്ഛന്റെ കാഴ്ച്ചകളിൽ ഞാൻ കാണുന്ന കാഴ്ച്ചകളുടെ രൂപാന്തരം അറിയാൻ അപൂർവ്വമായി ശ്രമിക്കാറുണ്ട്.

"അച്ഛനാ പുഴ കാണുമ്പോ എന്തുപോലാ തോന്നുന്നേ."

ഓടുന്ന തീവണ്ടിയിൽ വെച്ചായിരുന്നു ആ ചോദ്യം.

"അത് കാണുമ്പോ ഇതില് ഇത്തവണ വെള്ളം കുറവാണോ എന്നാ ഇപ്പോ തോന്നുന്നേ."

"അതെന്താ തോന്നാൻ കാരണം?"

"ദാ.. കണ്ടോ. വെള്ളം ആ തിട്ട് വരെ വന്നു നിന്നതിന്റെ അടയാളം. അവിടം നനഞ്ഞിട്ട് കുറെ കാലായീന്ന് ആ തിട്ട് തന്നെ പറയുന്നില്ലേ?"

ഉണ്ടെന്ന് തീവണ്ടിയും പറഞ്ഞു. പാലം കടന്ന് വശം തിരിഞ്ഞ് ഓടുമ്പോൾ, ഒപ്പം ഓടിവരുന്ന പുഴയെ തീവണ്ടിയും ഒന്നു ഏറു കണ്ണിട്ടു നോക്കിയിട്ടുണ്ടാവും. അച്ഛനോട് മാത്രമല്ല ഒപ്പം നടക്കുന്ന പലരോടും അങ്ങനെ ചോദിക്കാറുണ്ട്. ചില ഉത്തരങ്ങൾ രസകരമായിരിക്കും. അപൂർവ്വം ചിലർ മടുപ്പോടെ പറയും.

"എന്ത് തോന്നാൻ. ഒന്നും തോന്നുന്നില്ല."

അത് അവരുടെ കുറ്റമല്ല. അവരെ ബന്ധിച്ചു നിൽക്കുന്ന സമയത്തിന്റെ വെപ്രാളഭാവമാണ്.

അപ്പോൾ പറഞ്ഞു വന്നത് ആ വാഹനത്തിനു പിറകിൽ വെളിച്ചം വിതറി നിന്ന വാക്കുകളാണ്. ഞാനതിനു മുന്നിൽ തന്നെ തെല്ലിട നിന്നു.

അതിന്റെ ചിത്രം പകർത്തി. അതൊരു ടൂറിസ്റ്റ് വാഹനമാണ്. ധാരാളം വാഹനത്തിനു പിറകിൽ രസകരങ്ങളായ പല വാക്കുകളും എഴുതി വെച്ചത് കണ്ടിട്ടുണ്ട്. എന്നാലും ഇതുപോലൊന്ന് ഇതുവരെ കണ്ടിട്ടില്ല. ഇതിനൊരു ഊർജവും ചൈതന്യവും ഉണ്ട്. വെറുതെ ഒന്നു രസിപ്പിക്കാൻ എഴുതിയതല്ല. ഏതോ മനസ്സ് അതിന്റെ പ്രതിരൂപം ഒന്ന് ആദരപൂർവ്വം പകർത്തിവെച്ചതാണ്.

വാക്കുകളുടെ ചിത്രവും എടുത്ത് ഭക്ഷണക്കടയിലേക്ക് കയറാൻ ഒരുങ്ങുമ്പോഴാണ് വാഹനത്തിന്റെ വളയ ഇരിപ്പിടത്തിൽ ഒരാളെ കണ്ടത്. നേരെ അങ്ങോട്ട് ചെന്നു. ആദരവോടെ പരിചയപ്പെട്ടു.

"ഈ വാഹനം താങ്കളുടേതാണോ അതോ താങ്കൾ ഇതിനകത്ത് ജോലി ചെയ്യുന്ന ആളാണോ..?"

ഇത്തിരി അമ്പരപ്പോടെ മലയാളത്തമിഴിൽ ആയിരുന്നു ഉത്തരം.

"എന്നുടെ ആണ്."

"ഒന്നുമില്ല. ഇതിനു പിറകിൽ എഴുതിയ വരികൾ കണ്ടു. എനിക്കത് ഇഷ്ടമായി. അതുകൊണ്ട് ചോദിച്ചതാണ്."

അയാളുടെ മുഖം വിടർന്നു.

ഉത്തരം തുള്ളിച്ചാടി വന്നു.

"ഞാനെഴുതിയതാണ്. എന്റെ വാക്കുകളാണ് സർ."

"വളരെ നന്നായിട്ടുണ്ട്. ഇത്തരം വാചകങ്ങൾ സാധാരണ വാഹനങ്ങളിൽ കാണാറില്ല."

നന്ദി പറഞ്ഞുകൊണ്ട് അതീവ സന്തോഷത്തോടെ അയാൾ വാഹനത്തിൽ നിന്നും പുറത്തിറങ്ങി. പിന്നെ വാക്കുകളിൽ മുഴുവൻ ചിരിയായിരുന്നു. പേര് ഗോകുൽ. ദിണ്ഡിക്കൽ ആണ് വീട്. അവിടുന്ന് വരുകയാണ്. ഇത് ഏട്ടൻ നടത്തുന്നൊരു ട്രാവൽസ് വണ്ടിയാണ്. ഞാനാണ് ഇത് നോക്കുന്നത്. ഏട്ടൻ വക്കീലാണ്.

"അപ്പോൾ ഗോകുലോ..?"

"ഞാൻ എംഎസ്സ്സി മാത്സ് ആണ്. വേറെ ജോലിക്കൊന്നും പോയില്ല. എനിക്കിഷ്ടമാണ് ഈ ജോലി. ഇത് ചെയ്യുന്നു."

"ഡ്രൈവിങ്ങ് എനിക്കും പ്രിയപ്പെട്ട ജോലിയാണ്."

മറ്റൊരു ഡ്രൈവറെ കണ്ടതുപോലെ ഗോകുലിന്റെ കണ്ണുകൾ തിളങ്ങി.

ഗോകുലിന്റെ അകവും പുറവും സന്തോഷം മാത്രമേ ഞാൻ കണ്ടുള്ളൂ. എംഎസ്സ്സി മാത്സ് പഠിച്ചത് കോയമ്പത്തൂർ ഒരു കോളേജിൽ ചേർന്നാണ്. ഇനിയും പഠിക്കണംന്നുണ്ട്. സമയം ഒത്തുവരണം.

യാത്ര പറയവേ ഗോകുലിനെ ഭക്ഷണത്തിന് ക്ഷണിക്കാൻ ഞാൻ മറന്നു. എന്തേ അങ്ങനെ സംഭവിച്ചതാവോ. വീണ്ടും നോക്കുമ്പോഴേക്കും ദിണ്ഡിക്കലിൽ നിന്നും വന്ന സഞ്ചാരികൾക്കൊപ്പം ഗോകുലും വാഹനവും അവിടം വിട്ടിരുന്നു.

ഒരു കാര്യം എനിക്ക് ഉറപ്പാണ്. ഗോകുലിന്റെ വാഹനം ആ വരികളിലൂടെ ചുറ്റും പ്രസരിപ്പിക്കുന്നൊരു സത്യമുണ്ട്. ഗോകുലിനു ചുറ്റും സ്നേഹം നിറഞ്ഞൊരു കുടുംബം ട്രാഫിക്ക് ജാം ഇല്ലാതെ ഒഴുകുന്നുണ്ട്.

വാക്കുകൾ മനസ്സിൽ നിന്നും ഉതിരുന്ന മഴവില്ലുകളാണ്.

ശ്രദ്ധാപൂർവം ഉച്ചരിച്ചാൽ മനം കുളിർക്കേ മഴ പെയ്യും.

മംഗലാപുരത്തു നിന്നും മഴയിൽ കുളിച്ച് തല തുവർത്താതെ വന്ന തീവണ്ടിയിലെ ഇരിപ്പിടവും കാത്ത് പലതും ചിന്തിച്ച് നിന്നു പോയത് ഏതാണ്ട് എഞ്ചിനരികിൽ ആയിരുന്നു. സ്റ്റേഷനിൽ നല്ല തിരക്ക്. മുന്നിൽ എത്തിയ എഞ്ചിനിൽ കയറാൻ പറ്റില്ല. ബഹളത്തിലൂടെ ഏതെങ്കിലും പെട്ടിയിൽ കയറാനായി നടന്നു പോകുമ്പോൾ തീവണ്ടി എന്നെ ഉപേക്ഷിച്ച് നീങ്ങുമോ എന്ന ചിന്തയേ ഉള്ളിൽ ഉണ്ടായിരുന്നില്ല.

കണ്ണ് മുഴുവൻ കാഴ്ച്ചകളിലായിരുന്നു.

കയറുന്നവനും ഇറങ്ങുന്നവനും ഈ ലോകത്തിലേ ഇല്ല എന്ന ഒറ്റ ചിന്തയോടെ, തട്ടിയും മുട്ടിയും ഇറുങ്ങിയും തള്ളിയും കൈസഞ്ചിയും തോൾസഞ്ചിയും അപരന്റെ ദേഹത്ത് കുടുക്കിയും ചെരുപ്പ് വണ്ടിക്കടിയിലേക്ക് തെറിപ്പിച്ചും കുഞ്ഞുങ്ങളുടെ കൈ പിടിച്ച് വലിച്ചും കയറാൻ വൈകുന്ന പ്രായമായവരെ ശാസിച്ചും ഇരിപ്പിടത്തിലേക്ക് ഓടുന്ന ഞാനടക്കമുള്ള ഒരു ജനത നമുക്ക് മാത്രമേ സ്വന്തമായുള്ളൂ.

അതും ഒരു ഭാഗ്യമാണ്. അഞ്ച് മിനുട്ട് കഴിയുമ്പോൾ കുപ്പിയിലേക്ക് പകർന്ന് പിന്നീട് കുലുക്കി ഇരിപ്പിടങ്ങൾ കൃത്യമാക്കുന്ന ഭക്ഷ്യവസ്തു പോലെ എല്ലാവരും അവനവന്റെ ചന്തിയിൽ ഒരിടത്ത് അമരും. അല്ലെങ്കിൽ പാദത്തിൽ ശരീരം താങ്ങി നിൽക്കും. എന്റടുത്ത് നിന്നിരുന്ന ആൾക്ക് എന്നേക്കാൾ പ്രായം കുറവായിരുന്നു. ഇത്തിരി കറുപ്പ് ശേഷിക്കുന്ന മനോഹര താടി. എനിക്കും താടിവെക്കാൻ കൊതിയാണ്. പക്ഷേ എന്താന്നറിയില്ല, വളരൂല. ഹൈബ്രീഡ് താടിയുള്ള ഒരാളാവും അയാൾ.

ആളുകൾ കൂട്ടം കൂടി നിശ്ശബ്ദം നിൽക്കുന്നിടത്ത് നമ്മെ ഏറ്റവും ശല്യം ചെയ്യുന്നത് നമ്മുടെ കണ്ണുകളാണ്. എങ്ങോട്ട് നോക്കണം എന്നറിയാതെ പലരും എങ്ങോട്ടെങ്കിലും നോക്കും. നോക്കുമ്പോൾ നോട്ടം വീഴുന്നവർ വിചാരിക്കും നമ്മൾ അവരെയാണ് നോക്കുന്നതെന്ന്. അവരുടെ നോട്ടം കാണുമ്പോൾ നമ്മൾ നോട്ടം മാറ്റും. അപ്പോഴാണ് അരികിൽ നിന്ന താടിക്കാരൻ പറഞ്ഞത്.

"എത്ര നേരാ ഫാനും നോക്കി നിൽക്കാ അല്ലേ."

ഞാൻ ചിരിച്ചു. ഞാനും അയാളും നോക്കുന്നത് മുകളിലെ തിരിയാൻ വിഷമിക്കുന്ന ഫാനിലേക്കായിരുന്നു.

അയാൾ തുടർന്നു.

"മേൽക്കൂര മൊത്തം ഒരു കൂളിംഗ് ഗ്ലാസായിരുന്നെങ്കിൽ ആകാശം കാണായിരുന്നു."

പിന്നെ താമസിച്ചില്ല,

ഞാൻ പേര് ചോദിച്ചു.

അദ്ദേഹം പേരു പറഞ്ഞു.

"രുഗ്മാംഗദൻ."

സത്യം.

പുസ്തകത്തിൽ അല്ലാതെ ഞാനിന്നുവരെ ആ പേര് നേരിട്ട് കേട്ടിട്ടില്ല. ഞാൻ വീണ്ടും ചോദിച്ചു.

"ഞാനൊന്ന് കെട്ടിപ്പിടിച്ചോട്ടെ."

"അതിനെന്താ.."

അദ്ദേഹം ആ ഇത്തിരി സ്ഥലത്ത് എനിക്കായ് കൈ വിടർത്തി. ഞങ്ങൾ കെട്ടിപ്പിടിച്ചു. പിടുത്തം കണ്ടതും അരികിൽ നിന്ന മറ്റൊരാൾ ചോദിച്ചു.

"നിങ്ങള് പരിചയംള്ളോരാ.?!!"

"അതെ. ഇദ്ദേഹം രുഗ്മാംഗദൻ. ഞാൻ മറ്റൊരു ഗദൻ."

"കയറീട്ട് ഈ നേരായിട്ടും മനസ്സിലായില്ല അല്ലേ."

"ഇല്ല."

രുഗ്മാംഗദൻ അതിന് കാരണം പറഞ്ഞു.

"ആദ്യായിട്ട് കാണാണേ. ഇപ്പോ രണ്ടാൾക്കും നല്ല മറവീണ്ട്."

അയാൾ രുഗ്മാംഗദനെ സഹായിച്ചു.

"മറന്നെങ്കിലും മനസ്സിലായല്ലോ."

രുഗ്മാംഗദൻ അയാളോട് പേര് ചോദിച്ചു.

അതൊരു നാടൻ പേരായിരുന്നു.

"ചന്ദ്രൻ."

രുഗ്മാംഗദൻ ചന്ദ്രനേയും കൂട്ടത്തിൽ കൂട്ടാൻ നോക്കി..

"ചന്ദ്രനെ ഞാനൊന്ന് കെട്ടിപ്പിടിക്കട്ടെ..?"

ചന്ദ്രന് നാണം വന്നു.

"ചന്ദ്രനെങ്ങോട്ടാ.."ന്ന് രുഗ്മാംഗദൻ ചോദിച്ചു.

മഴയുടെ നനവേറ്റ പുഞ്ചിരിയോടെ ചന്ദ്രൻ ഉത്തരം പറയാതെ മുകളിലേക്കും നോക്കി നിന്നു.അടുത്ത സ്റ്റേഷനിൽ രുഗ്മാംഗദൻ ഇറങ്ങും വരെ എന്തുകൊണ്ടോ ചന്ദ്രൻ അവിടുന്ന് നോട്ടം എടുത്തതുമില്ല. രുഗ്മാംഗദൻ പോയ ശേഷം ചന്ദ്രൻ ചെവിയിൽ പതിയെ പറഞ്ഞു.

"കെട്ടിപ്പിടിക്കണ്ടാന്ന് വെച്ചത് എനിക്ക് പെലയുണ്ടേ. കുഞ്ഞ് മരിച്ചിട്ട് ഇന്നേക്ക് പതിനാറ്. അവൾടെ വീട്ടിലേക്ക് പോവ്വാ. ഇന്നും ഓള് കരഞ്ഞാ

അധികം കാണാൻ നിൽക്കാണ്ട് ഞാനിങ്ങട്ട് പോരും. കുഞ്ഞ് മരിച്ചിട്ടും വീട്ടില് അച്ഛൻ നിൽക്കണില്ലാന്ന് പറേണ നാട്ടാർക്കും ബന്ധക്കാർക്കും എന്റെ കരള് കാണാൻ കണ്ണില്ലാ..ന്നേ.."

എനിക്ക് കരച്ചിൽ വന്നു

ഞാൻ ചന്ദ്രനെ കെട്ടിപ്പിടിച്ചു.

ചന്ദ്രൻ മുഖം ചുമലിലേക്ക് ചായ്ച്ചു.

ഇതെഴുതുമ്പോഴും ചുമലിൽ ഇത്തിരി നനവുണ്ട്.

അത് മഴയുടെ നനവല്ലെന്ന് മഴ പറയുന്നു.

ഏങ്ങണ്ടിയൂരിൽ രാത്രിയുടെ തുടക്കമായ ഇളംഇരുട്ടിൽ കുഞ്ഞുകല്ലുകളായി മഴ പെയ്യുന്നു. കോയമ്പത്തൂർക്ക് പോകണം. അതിന് തൃശ്ശൂർ എത്തണം. തൃശ്ശൂർ എത്താൻ ബസ്സ് വരണം. ആ വഴിക്ക് ആ നേരം ബസ്സുകൾ കുറവാണ്. മഴയും ഇരുളും കാരണം ദൂരെ നിന്നും കണ്ണുമിന്നിച്ച് വരുന്ന വാഹനങ്ങളിൽ ബസ്സേതാണെന്ന് തിരിച്ചറിയുക വിഷമം. ബസ്സെന്ന് കരുതി തയ്യാറെടുക്കുമ്പോഴേക്കും അത് ലോറിയാവും. വീണ്ടും കാൽ നൃത്തച്ചുവടോടെ പിന്നാക്കം വലിയും.

ആ നേരം അരികിൽ ഒരു കുറിയ സഞ്ചാരി വന്നു. ഉയരം കുറവാണെങ്കിലും മൂർച്ചയുള്ളൊരു മീശയുണ്ട്. തോളിൽ സഞ്ചി. വസ്ത്രം നിറയെ നനവ്. ഞാനൊന്ന് കുട നീട്ടിക്കൊടുത്തു. മീശക്കാരൻ കുടയിലേക്ക് കയറി നെറ്റി തുടച്ചു. പിന്നെ അതിസ്നേഹത്തോടെ പുഞ്ചിരി തന്ന് ചോദിച്ചു.

"എങ്ങട്ടാ..?"

"കോയമ്പത്തൂർക്ക്."

"ഇവിടെ..?"

"ചുമ്മാ.."

മീശക്കാരൻ അതിശയിച്ചു.

ചുമ്മാ ഈ മഴയത്തോ..!.

അതും ഈ സന്ധ്യാനേരത്ത്..!

ചോദ്യം നിർത്തി ചാവക്കാട് ഭാഗത്തേക്കായി നോട്ടം. ബസ്സ് വരുന്നതുപോലെ വാഹനക്കണ്ണുകൾക്കിടയിൽ വെളിച്ചം ഉരുണ്ടു വരുന്നുണ്ട്. അടുത്തെത്താറായതും മീശക്കാരൻ ദൈന്യതയോടെ ചോദിച്ചു.

"അതെങ്ങട്ടാ..?"

ഞാനും കണ്ണ് വിടർത്തി. അതങ്ങ് നിർത്താതെ പറന്നു. മീശക്കാരൻ പറഞ്ഞു.

"അത്ര ദൂരത്ത്ന്ന് വായിക്കാൻ പറ്റില്ലേ. കണ്ണ് പിടിക്കില്ല."

ഞാനും സത്യം പറഞ്ഞു.

"എന്റെ കണ്ണും അങ്ങനാ. കണ്ണട ഉണ്ടായിട്ടും കാര്യമില്ല. രാത്രിയും മഴയത്തും വെയിലത്തും ചിലനേരം പിടിക്കില്ല.."

മീശക്കാരൻ ചിരിച്ചു.

"എന്താ പേര്..?"

"രഘു."

"എന്റെ പേര് സ്വാമി."

എനിക്കതിശയം തോന്നി. ഞാനിവിടെ വന്നതും ഒരു സ്വാമിയേം ബിന്ദുവിനേം മകൻ കുഞ്ചുവിനേം കാണാനാണ്. ഇപ്പഴിതാ എന്നെപ്പോലെ കണ്ണ് പിടിക്കാത്ത ഒരു രണ്ടാം സ്വാമി. അതിനിടെ ഒരു തൃശ്ശൂർ ബസ്സ് ഞങ്ങളെ കണ്ണിന് പിടിക്കാതെ നിർത്താതെ പോയി. അതിനു പിറകെ രണ്ടടി മുന്നാക്കം ഓടിയ ഞങ്ങൾ ഒരുമിച്ചു പറഞ്ഞു.

"അത് തൃശ്ശൂരായിരുന്നു."

തൃശ്ശൂർന്ന് കോയമ്പത്തൂർക്ക് ബസ്സ് കിട്ടും.

കുട പൂട്ടി കയ്യിൽ പിടിച്ചു.

അടുത്ത ബസ്സ് നിർത്തിച്ചിട്ടു തന്നെ കാര്യം. നിർത്തിക്കിട്ടിയ ബസ്സ് കൊടുങ്ങല്ലൂർക്ക്. രണ്ടാം സ്വാമിയും ഞാനും വാടാനപ്പള്ളി ഇറങ്ങി തൃശൂർക്കുള്ള റോഡിലേക്ക് ഓടിച്ചെന്നതും മുന്നേ പോയ തൃശ്ശൂർ ബസ്സ് അതാ കാത്ത് നിൽക്കുന്നു. രണ്ടാം സ്വാമി പറന്നു കയറി പിറകിൽ ആകെ കിട്ടിയ കസേരയിൽ അമർന്നു. കസേരയില്ലാതെ വടിയായി നിന്ന എന്നെ കണ്ടതും ഇരുന്ന കസേരയിൽ ഒന്നൂടി ചുരുങ്ങി. ഇരിക്കാൻ നിർബന്ധിച്ചു. ഞാൻ കൃത്യമായി ദേഹം ഇറക്കി. കറക്ട് ഫിറ്റ്. രണ്ടാം സ്വാമി ചോദിച്ചു..

"സ്ഥലം മതിയോ?"

"മതി. ധാരാളം."

"എവിടെ ഇറങ്ങും..?"

"ട്രാൻസ്പോർട്ട് സ്റ്റാന്റില്."

രണ്ടാം സ്വാമി ചിരിച്ചു.

"നടക്കൂല. ഇത് നിർത്തണ സ്റ്റാന്റ് വേറെ. പ്രൈവറ്റാ."

നേരാണ്. ഞാനത് മറന്നു. ഇനി അവിടുന്ന് ഓട്ടോ പിടിക്കാം. അല്ലേൽ നടക്കാം. വീട്ടിൽ എത്തുമ്പോൾ നേരം പന്ത്രണ്ട് കഴിയും. സാരമില്ല. പന്ത്രണ്ട് കഴിഞ്ഞാലും പിന്നേം ഒന്നും രണ്ടും ഒക്കെ ക്ലോക്കിൽ ഉണ്ടല്ലോ. പേടിക്കാനില്ല. തൃശൂർ വരെയുള്ള കുലുക്കത്തിനിടയിൽ രണ്ടാം സ്വാമി പെട്ടെന്ന് ചങ്ങാതിയായി. ഗുരുവായൂരിൽ ഹോട്ടൽ ജോലിയാണ്. ഇത്തിരി പൈസ കിട്ടാനുള്ളത് വാങ്ങാൻ ഏങ്ങണ്ടിയൂർ വന്നതാണ്. ഹോട്ടലിൽ ചായ അടിക്കും. പൊറോട്ട അടിക്കും. നെയ്റോസ്റ്റ്, മസാലദോശ, ചപ്പാത്തിപ്പണി എല്ലാം ചെയ്യും. പതിനഞ്ച് ദിവസത്തിൽ

ഒരിക്കൽ വീട്ടിൽ പോകും. രണ്ട് നാൾ നിന്ന് തിരിച്ചു വരും. വീണ്ടും പൊറോട്ട, ചപ്പാത്തി, മസാലദോശ...

"പുട്ട്..?"

"ഇല്ല. അതാ ഹോട്ടലില് പതിവില്ല."

"അപ്പം, ഇടിയപ്പം, പത്തിരി?"

"പത്തിരിപ്പണീം ഇല്ല. അപ്പം ഇടിയപ്പം പുറത്ത്ന്ന് വരും. കിട്ടുമ്പഴേ ഉണങ്ങീട്ടുണ്ടാവും. ചൂടാക്കാനോന്നും നേരം കിട്ടൂല. തീരും."

"പഴംപൊരി, പത്തിരി, ഉണ്ടപ്പൊരി, സമൂസ, ഉള്ളിവട...?"

"എല്ലാ ദിവസോം കാണൂല. മാറ്റിമാറ്റി അടിക്കും."

"ഏതാണ് മാസ്റ്റർക്ക് ഇഷ്ടം..?"

"ഞാനൊന്നും തൊടൂല.."

"വിശക്കൂലേ.?"

"കഞ്ഞീം പയറും പോരേ. പതിനാറാം നാള് വീട്ടിലെത്തും. പിന്നെ അടിപൊളി.."

തൃശൂർ ദേശബസ്സ് കേന്ദ്രത്തിൽ രണ്ടു രൂപ മേശമേൽ വെച്ചാൽ മൂത്രിക്കാം. സ്വർഗ്ഗംപോലുള്ള സ്ഥലമാണ്. ശ്വാസം പിടിച്ച് മൂത്രിക്കാനുള്ള അവസരം കിട്ടുന്ന അനേകം വിനോദ കേന്ദ്രങ്ങളിൽ ഒന്ന്. ഞാനും രണ്ടാം സ്വാമിയും രണ്ടു രൂപ വീതം കൊടുത്തു. ഇറങ്ങി വരാൻ നേരം രണ്ടാം സ്വാമി പറഞ്ഞു.

"ഹോട്ടലിലെ അടുക്കളേക്കാൾ ഭേദാ."

ഇത്രയും സത്യസന്ധമായുള്ള ഒരു ആത്മഗതം ഞാൻ ജീവിതത്തിൽ കേട്ടിട്ടില്ല.

ആദ്യം അദ്ദേഹം എന്നെ ശ്രദ്ധയോടെ നോക്കിക്കൊണ്ട് കടന്നു പോയി. പുഷ്ടിയുള്ള ദേഹം. ഏതാണ്ട് സമപ്രായം. വരയൻ ഷർട്ടും വെള്ള മുണ്ടും. എടുത്താൽ പൊങ്ങാത്ത വയറ്. ഗമയുള്ള നോട്ടം. എല്ലാം കൂടി ചേർത്തു പിടിച്ച്ങ്ങട്ട് എന്തോ പറയാൻ വന്ന് പറയാതെ കടന്നു പോയി.

തെല്ലിട കഴിഞ്ഞില്ല അതേ നോട്ടത്തോടെ ഒന്നൂടി വന്നു. ഇത്തവണയും ഒന്നും മിണ്ടാതെ ശ്രദ്ധയോടെ അടിമുടി നിരീക്ഷിച്ച് എതിർവശത്തേക്ക് കടന്നുപോയി. രണ്ടാമതും കണ്ട സൗഹൃദത്തിൽ ഞാനൊന്ന് പുഞ്ചിരിച്ചു. തിരിച്ചു പുഞ്ചിരിയൊന്നും കിട്ടിയില്ല. ഗൗരവത്തോടെ എന്തോ ആലോചിച്ച്ങ്ങ് കടന്നു പോയി. കുറച്ചു ദൂരംവരെ ആ നടത്തം നീണ്ടു നിന്നു. ഇടയ്ക്കൊന്ന് തിരിഞ്ഞു നോക്കി. ആ നോട്ടത്തിൽ ഒരു സംശയം തങ്ങി നിന്നു.

ഞാൻ നവോദയ സ്റ്റുഡിയോ പറമ്പിൽ ആയിരുന്നു. പറമ്പ് നിറയെ നല്ല തണലും കൊഴിഞ്ഞ ഇലകളും പഴയ സിനിമകളുടെ ഓർമ്മത്തുണ്ടുകളും. ഏത് വശത്തേക്ക് നടന്നാലും ഓർക്കാൻ ഇഷ്ടംപോലെ തെളിയുന്ന, പണ്ട് ജീവിതം വേവിച്ചെടുത്ത അടുപ്പുകൾ കൂട്ടിയിടത്തെ വെണ്ണീർ ശകലങ്ങൾ.

കൊഴിയുന്ന ഓരോ നിമിഷത്തിന്റേം ചിതാഭസ്മം വാരി ഒഴുക്കിയല്ലേ അടുത്ത നിമിഷം തെളിയുന്നതും വാടി വീഴുന്നതും.. അയാൾ നടന്നകന്ന സ്റ്റുഡിയോ ഫ്ളോറിന്നകത്ത് ഒരു കുഞ്ഞു ഷൂട്ടിങ്ങിന്റെ തിരക്ക് കാണാം. നിലത്ത് വീണു കിടന്ന ഒരു പാഷൻ ഫ്രൂട്ടിലായി എന്റെ ശ്രദ്ധ. അതിൽ ഒരു കൂട്ടം ഉറുമ്പുകൾ പറ്റിപ്പിടിച്ചിട്ടുണ്ട്. അവരുടെ ലോകത്തെ ഏതോ പാർട്ടിയുടെ എംഎൽഎമാർ ആണെന്ന് തോന്നുന്നു. തിരക്കിട്ട ചർച്ചകളിലാണ്. കൂട്ടത്തിൽ ചില തലേക്കെട്ട്കാരും ഉണ്ട്.

അപ്പോൾ അദ്ദേഹം വീണ്ടും എനിക്കരികിലൂടെ വന്നു. സംശയത്തോടെ നോക്കിക്കൊണ്ട് കടന്നു മാറാനുള്ള ശ്രമമാണ്. ഇത്തവണ അത്ര ഗൗരവം ഇല്ല. നോട്ടത്തിന് ചെറിയൊരു മയം വന്നിട്ടുണ്ട്. കടന്നു മാറവേ പെട്ടെന്ന് മുന്നിൽ നിന്ന് അദ്ദേഹം ചോദിച്ചു.

"ഒന്ന് ചോദിച്ചോട്ടെ...?"

"ചോദിച്ചോളൂ."

"നമ്മള് ഒരുമിച്ച് പഠിച്ചിട്ടുണ്ടോ...?"

ഞാനൊന്ന് സംശയിച്ചു.

പഠിച്ചിട്ടുണ്ടോ.

ഞാൻ ആരുടെ കൂടെയൊക്കെയാണ് പഠിച്ചത്. എന്തുകൊണ്ടോ മനസ്സിൽ തെളിഞ്ഞത് മുഴുവൻ പെൺകുട്ടികളുടെ മുഖങ്ങൾ. ഒരാളുടെ മുഖവും ഇതുമായി ചേരില്ല. ഏതാണ്ട് ചേരുന്നത് നിർമ്മലയുടെ മുഖം. അവൾക്ക് ഇയാളേക്കാൾ ഉയരം കാണും. മാത്രമല്ല ഇത്രേം കഷണ്ടീം ഏതായാലും കാണില്ല. ഞാൻ അത് തന്നെ ചോദിച്ചു.

"ഒരുമിച്ചു പഠിച്ച നിർമ്മലേടെ ഛായ ഉണ്ട്."

ആ മുഖം പെട്ടെന്ന് ചിരിച്ചുപോയി.

ഏത് മണ്ടൻ ഗമയ്ക്കും ഒരു പഴുത്തിലയുടെ ഭാരമേ ഉള്ളൂ. അതങ്ങ് വീഴും. അതോടെ ഗമക്കാരൻ ചപ്ളിപിളിയാവും. കേട്ടിട്ടില്ലേ സർവ്വം അല്പകാലസ്ഥിതം എന്ന്.

അദ്ദേഹം പറഞ്ഞു.

"നിർമ്മലയെ എനിക്കോർമ്മയില്ല. എന്നെ മനസ്സിലായോ...?"

"ഇല്ല. സത്യമായും മനസ്സിലായില്ല."

"ഞാൻ ഉമേഷ്. രഘു എനിക്ക് കോളേജ് ഫെസ്റ്റിവലിന് ഒരു സ്റ്റോറി ലൈൻ എഴുതി തന്നിട്ടുണ്ട്. "

"എനിക്കൊരു പിടിയും കിട്ടുന്നില്ലല്ലോ ഉമേഷേ."

"രഘു എന്നെ മറന്നു. സംശയം തോന്നീട്ടാ അങ്ങോട്ടും ഇങ്ങോട്ടും നടന്നത്. അന്ന് എനിക്കൊരു ബൈക്കുണ്ടായിരുന്നു."

ബൈക്കും എനിക്കോർമ്മയില്ല. ഉണ്ടായിരുന്നെങ്കിൽ അതിൽ കയറി പിടിക്കായിരുന്നു. ഉമേഷ് ഫ്ളോറിലേക്ക് വിരൽ ചൂണ്ടി.

"എന്റെ ഒരു ചങ്ങാതിയുടെ ആഡ് ഏജൻസിയുടെ പരസ്യ ചിത്രം. ജസ്റ്റ് ഒന്ന് കാണാൻ വന്നതാ. എന്നാലും രഘു എന്നെ മറന്നു. ഇത്രേയുള്ളെടൊ ക്ലാസ്മേറ്റ്സ്ന്നൊക്കെ പറയുന്നത്."

എനിക്കും സങ്കടായി.

എന്നാലും ഇങ്ങനുണ്ടോ ഒരു മറവി.

"ഉമേഷേ. ഇങ്ങനൊരു പേരേ എനിക്കോർമ്മയില്ല. എന്നാ പരിചയം തോന്നുന്നും ഉണ്ട്. അന്ന് ഇത്രം വയറുണ്ടായിരുന്നോ. എത്രാം ക്ലാസിലാണെന്ന് ഉമേഷിന് ഓർമ്മയുണ്ടോ?"

ഉമേഷ് എന്നോട് ഇത്തിരി കോപിച്ച് പാഷൻ ഫ്രൂട്ടിന്നരികിലൂടെ തിരിഞ്ഞു നടന്നു. എനിക്ക് വിഷമം തോന്നി. ഛെ... ഓർക്കായിരുന്നു. ഇത്രേം കാര്യങ്ങള് ഓർക്കുന്നതല്ലേ. ഉമേഷിനേം കൂടി ഓർത്താലെന്താ. തലയില് ഭാരം കൂടോ. പക്ഷേ എങ്ങനെ ഓർക്കാനാണ് അന്നത്തെ ഉമേഷെവിടെ ഇന്നത്തെ ഈ വയറൻ ഉമേഷെവിടെ.

സാരമില്ലെന്ന് കാറ്റ് പറഞ്ഞു.

പോവാൻ പറയെന്ന് കാറ്റിനോട് ഞാനും പറഞ്ഞു.

പക്ഷേ ഉമേഷ് കാരണം നിർമ്മല മനസ്സിൽ നിറഞ്ഞു നിന്നു. പക്ഷി പോലെയാണ് നിർമ്മല നടക്കുക. അവളിപ്പോഴും അങ്ങനെ തന്നെയാവുമോ നടക്കുന്നുണ്ടാവുക.

ആ നിർമ്മല ചിന്ത അധിക നേരം നീണ്ടു നിന്നില്ല. സ്റ്റുഡിയോ ഫ്ളോറിന്നരികിലൂടെ ജിജോയെ തേടി ഓഫീസ് മുറിക്കു നേരെ നടക്കേ, ഉമേഷ് വീണ്ടും ഓടി വന്ന് കൈയിൽ പിടിച്ചു.

"സോറി. നിനക്ക് ദിവാകരനെ ഓർമ്മയുണ്ടോ.?"

എനിക്ക് പെട്ടെന്ന് ദിവാകരനെ മനസ്സിൽ വന്നു. ഒരു പാവം. എന്നും വൈകി എത്തുന്നവൻ. കൂടുതൽ നേരവും ഗേൾസ് റൂമിന്നരികിലൂടെ ചുറ്റിപ്പറ്റി നടക്കുന്നവൻ. ഇത്തിരി ബുജി. ഒരു ദിവസം എന്തോ പുകച്ച് ചിരി നിർത്താൻ കഴിയാതെ മൈതാനത്ത് പോയി മലർന്ന് കിടന്നവൻ.

"നമ്മടെ ചിരി ദിവാകരനല്ലേ. നല്ല ഓർമ്മണ്ട്. എന്തേ.."

ഉമേഷ് കരയുംപോലെ പറഞ്ഞു.

"സോറി എടാ. ആ ദിവാകരനാ ഞാൻ. പിന്നീട് പേര് മാറ്റി ഉമേഷായി. ദിവാകരന്റെ കാര്യം ഞാനും മറന്നു."

ദിവാകരനെ മറന്ന ഉമേഷിനെ ഞാൻ തെല്ലിട നോക്കി നിന്നു. ചിരിക്കണോ അവനിട്ട് രണ്ട് പൊട്ടിക്കണോ എന്ന കൺഫ്യൂഷനിലായിരുന്നു ഞാൻ. അവനെന്റെ കൈ പിടിച്ചു തൊഴുതു.

"ആ പേരോണ്ട് ഗതി പിടിച്ചില്ല. പിന്നീട് വന്നതാ ഉമേഷ്. റെക്കോർഡ്സ് എല്ലാം ഉമേഷാ. നിന്നോട് പറഞ്ഞപ്പഴും ഉമേഷായിപ്പോയി."

ഞാൻ കാര്യമായി ചോദിച്ചു.

"ദിവാകരൻ ഇപ്പോ എങ്ങനുണ്ട്..?"

"ഏത് ദിവാകരൻ...?"

"നീ തന്നെ..."

"എന്തെടാ. അങ്ങനെ പോണ്..."

"ദിവാകരനായിരുന്നു നല്ലതെന്ന് തോന്നാറുണ്ടോ."

"ചിലനേരം തോന്നും."

"എന്നാ അവനോട് എന്റെ അന്വേഷണം പറയണം. തൽക്കാലം നീ ഉമേഷായിട്ട് തന്നെ വളര്. ദിവാകരനെ ഇനി ബുദ്ധിമുട്ടിക്കണ്ട. കാണാൻ സാധിച്ചതിൽ വളരെ സന്തോഷം. ഇനി പേര് മാറ്റുമ്പോ ഈ ഉമേഷിനേം മറക്കണ്ട. പാവങ്ങളാ എല്ലാരും."

ഫ്ളോറിനു പുറത്തൊരിടത്ത് എൺപത് വയസ്സായിട്ടും പേര് മാറ്റാത്ത കുഞ്ഞന്നാമ്മച്ചേടത്തി പുഞ്ചിരിച്ചു നിൽക്കുന്നു. എനിക്കവരെ വല്യ ഇഷ്ടമാണ്. ഞാൻ ചേടത്തിയോട് ചോദിച്ചു.

"ഞാനൊന്ന് കെട്ടിപ്പിടിച്ചോട്ടെ..?"

"എന്റെ പൊന്നുസാറേ.."

കുഞ്ഞന്നാമ്മച്ചേടത്തിക്ക് ജീവിതത്തിന്റെ കാരിരുമ്പ് മണം.

●

നിരക്ക് വലിയ വോൾവോയേക്കാൾ കൂടുതലാണെങ്കിലും കെയുആർടിസിയുടെ ഓറഞ്ച് നിറമുള്ള നിലംപറ്റി ബസ്സുകൾ എനിക്ക് ഇഷ്ടമാണ്. പ്രത്യേകിച്ചും ദൂരയാത്രകൾക്ക് ഞാനവയുടെ ജാലക ഇരിപ്പിടം ആഗ്രഹിക്കാറുണ്ട്. പുറത്തേക്കുള്ള കാഴ്ച്ചയും അകത്തുള്ള ഇരിപ്പിട ക്രമീകരണവും ഭംഗിയാർന്നതാണ്. ഇരുന്നിരുന്ന് ഇരിപ്പിടങ്ങളുടെ മൃദുത്വവും കട്ടിയും കുറഞ്ഞിട്ടുണ്ടെങ്കിലും കോഴിക്കോട് മുതൽ എറണാകുളം വരെയുള്ള യാത്രയിൽ ഇപ്പോൾ ഏതാണ്ട് ചാലക്കുടിയാകുമ്പോഴേ ചന്തി വേദനിച്ചു തുടങ്ങൂ. മുൻപ് എറണാകുളത്തെത്തിയാലും വേദനിക്കാറില്ലായിരുന്നു.

ഇത്തിരി കൂടി ചാരി ഇരിക്കാവുന്ന ഇരിപ്പടമായിരുന്നെങ്കിൽ എന്ന് യാത്ര പുറപ്പെട്ട് കുറച്ചു ദൂരം കഴിയുമ്പോൾ മോഹിച്ചുപോകും. പക്ഷേ, നഗരത്തിനകത്തുള്ള ചെറുയാത്രകൾക്ക് വേണ്ടി രൂപകല്പന ചെയ്ത് ആരംഭിച്ച ബസ്സായതുകൊണ്ടാവും അദ്യമേ ഇരിപ്പിടങ്ങളെല്ലാം കുത്തനെ ആയിപ്പോയതത്. ചെറുയാത്രകൾ നടത്തിയിട്ട് ലാഭകരമല്ലെന്ന്

വന്ന ശേഷമാണ് ഇവിടെ ബസ്സ് ദീർഘദൂര യാത്രാ വേഷം കെട്ടിയ തെന്ന് പത്രങ്ങൾ പറഞ്ഞിരുന്നു.

സത്യമാവാം.

അകത്ത് അശേഷം കുലുക്കം തോന്നാറില്ല. ഓട്ടത്തിൻ ശബ്ദം ഒരു താരാട്ടുപോലെ. യേശുദാസും ജാനകിയും എല്ലാവരും പാടുന്നുണ്ടാവും. ബഹളമില്ലാത്ത കണ്ടക്ടറും അനായാസം ഓടിക്കുന്ന ഡ്രൈവറും. ഓടിക്കാനുള്ള അഞ്ചു ദിവസ പരീശീലനം കമ്പനിയിൽ നിന്നും കിട്ടിയ കാര്യം ഡ്രൈവർ പറഞ്ഞു.

"പരിശീലനം കഴിഞ്ഞപ്പോൾ എന്തു തോന്നി.?"

"വാഹനത്തെ ഒരു കുഞ്ഞിനെപോലെ കയ്യിലെടുത്ത് ബഹളങ്ങൾ ക്കുള്ളിലൂടെ എങ്ങനെ വേദനിപ്പിക്കാതെ കൊണ്ടുപോകണംന്ന് മനസ്സിലായി."

എനിക്കാ ഉത്തരം വല്ലാതങ്ങ് ഇഷ്ടപ്പെട്ടു.

ബസ്സിനകത്ത് ശബ്ദം വളരെ കുറവായതു കൊണ്ടാവും അകത്തുള്ള ആളുകളിൽ ചിലരുടെ സെൽഫോണുകളിലെ കലപില വർത്തമാനങ്ങൾ റേഡിയോ ജോക്കിമാരുടെ ആവേശ സംസാരംപോലെ അടുത്തിരിക്കു ന്നവർക്ക് വ്യക്തമായി കേൾക്കാം. പരിസരം മറന്ന് സംസാരിക്കുന്നവരാ വട്ടെ അത് മറന്നുപോകും. പരിചയമില്ലാതെ പരസ്പരം തൊട്ടുരുമ്മി ഇരിക്കുന്നവരുടെ ജീവിത സർക്കസ്സുകൾ ശബ്ദരേഖയായി വീണു കിട്ടിയ മനസ്സിൽ നിന്നും സ്വന്തം മനസ്സിന്റെ ഭാരം ബസ്സിൽ തന്നെ ഇറക്കി വെച്ച് ചിലരെങ്കിലും ഇറങ്ങിപ്പോകുന്നുണ്ടാവും. അതും ഒരു തരത്തിൽ നല്ല കാര്യമാണ്. കഴിഞ്ഞ യാത്രയിൽ എന്റെ മുന്നിലും പിറകിലും ഇടത്തും തൊട്ടയൽവക്കത്തും എല്ലാം സെൽഫോൺ ജോക്കിമാരുടെ പരിഭ്രാന്ത സംസാരങ്ങളായിരുന്നു.

"അതെപ്പോ..?.... അങ്ങനെ പറഞ്ഞാലെങ്ങനാ? അത് നടക്കൂല... എനി ക്കിപ്പം കിട്ടണം."

എന്തോ തിരിച്ചു കിട്ടാനുള്ള സംഗതിയാണ്.

പിറകിൽ ഒരാൾ വീട്ടിലേക്ക് വിളിച്ച് ആരെയോ ദേഷ്യപ്പെടാൻ തുടങ്ങി യിട്ട് അരമണിക്കൂറായി. അരികിലുള്ള ആൾ കമ്പനിയിലെ സഹപ്രവർ ത്തകനോട് ടാർജറ്റ് പൂർത്തിയാക്കാനുള്ള വിദ്യ പറയുകയാണ്. ഒരാളുടെ സംസാരം ഇനിയും തുടർന്നാൽ അയാൾ ആ ഫോൺ പുറത്തേക്ക് ഇപ്പോൾ വലിച്ചെറിയുംന്ന് തോന്നി. ബസ്സിനാണെങ്കിൽ തുറന്ന ജാല കവും ഇല്ല.

മുന്നിൽ പുറത്തേക്കും നോക്കി ഇരിക്കുന്ന മെലിഞ്ഞ സ്ത്രീ ഇടയ്ക്കിടെ കയ്യിലെ സഞ്ചിയിൽ നിന്നും ചെറിയ സെൽ എടുത്ത് ഇത്തിരി ഉറക്കെ അങ്ങേപ്പുറത്തേക്ക് വിളിച്ചു പറയുന്നുണ്ട്.

"അമ്മമ്മ ഇപ്പോ എത്തുംട്ടോ.. വളാഞ്ചേരി കഴിഞ്ഞു."

"അമ്മമ്മ ഇപ്പോ എത്തുംട്ടോ.. എടപ്പാളായി."

"അമ്മമ്മ ഇപ്പോ എത്തുംട്ടോ.. തൃശ്ശൂര് വിട്ടു."

ആ അമ്മമ്മ അങ്കമാലി ഇറങ്ങി.

ഓടിക്കയറി സ്റ്റാൻഡിലേക്ക് വളഞ്ഞു നിന്ന ബസ്സിന്റെ വാതിൽക്കലേക്ക് ഓടി വന്ന പ്രായമായ ആൾ അവരുടെ കയ്യിലെ സഞ്ചി വാങ്ങി. അദ്ദേഹത്തിനൊപ്പം അമ്മമ്മയെ കാത്തിരിക്കുന്ന പേരക്കിടാവിനെ കണ്ടില്ല.

അവർ ധൃതിവെച്ചു മറഞ്ഞ ആൾക്കൂട്ടത്തിനും അപ്പുറമുള്ള ഏതോ വീട്ടിൽ ആരെങ്കിലും ആ കുഞ്ഞിനോട് പറഞ്ഞു കാണും.

"അമ്മമ്മ ഇപ്പോ എത്തുംട്ടോ.. അമ്മമ്മ അങ്കമാലീല് ഇറങ്ങി."

●

ഇന്ന്, കുഞ്ഞായ അനിയത്തിയും അവളെ എടുത്തു ചിരിച്ചു നിൽക്കുന്ന അച്ഛന്റെയും ഏതാണ്ട് അമ്പത്തഞ്ച് അമ്പത്താറ് വർഷങ്ങൾക്കു മുൻപുള്ള ചിത്രം കണ്ടു. നിധിയായി സൂക്ഷിക്കുന്ന ചിത്രങ്ങളിൽ ഒന്ന്.

അച്ഛന്റെ ആ മുഖം എന്റെ ഓർമ്മയിൽ ഇല്ല. ഇവിടുന്നും കുറെകാലം മുന്നോട്ടോടിയ ശേഷമുള്ള അച്ഛന്റെ മുഖങ്ങളിൽ മിക്കതും കൂടെയുണ്ട്. വീണ്ടും ഓടിയോടി മാറ്റങ്ങൾ വന്ന മുഖങ്ങളും അനവധി ഭാവങ്ങളിൽ ഓർമ്മയുണ്ട്. അനിയത്തിയും അങ്ങനെ തന്നെ. അമ്മയും കൂടപ്പിറപ്പുകളും എല്ലാം ഏതാണ്ട് അങ്ങനെ തന്നെ. പിറന്ന മകളുടേം മകന്റേം അവരെ തന്ന അവരുടെ അമ്മയുടേം മുഖവും അതുപോലെ തന്നെ.

താലികെട്ടവേ മുന്നിൽ സ്നേഹത്തോടെ കുനിഞ്ഞ മുഖവും വയ്യായ്കവരുമ്പോൾ ശരീരം വേദനിക്കവേ വിങ്ങുന്ന മുഖവും, കുടുംബ ജീവിത സർക്കസ്സിലെ കോമാളിത്തങ്ങൾക്ക് സാക്ഷിയായി അറിയാതെ ചിരിച്ചു പോകുന്ന മുഖവും എല്ലാം കംപ്യൂട്ടർ സ്ക്രീനിലെ ചിത്രങ്ങളെന്നപോലെ നിഷ്പ്രയാസം പിറകോട്ട് മറിക്കാൻ എന്തുകൊണ്ടോ എനിക്കാകുന്നു. മനസ്സ് ചില നേരം കാലിഡോസ്കോപ്പായി മാറുന്നു എന്നതാണ് സത്യം.

ചെറുപ്പത്തിൽ ഞാനും ഏട്ടന്മാരും അനിയനും അനിയത്തിയും എല്ലാം ധാരാളം കാലിഡോസ്കോപ്പുകൾ ഉണ്ടാക്കിയിട്ടുണ്ട്. അതിൽ വളപ്പൊട്ടുകളും കുഞ്ഞിക്കല്ലുകളും പൂദളങ്ങളും ഇട്ട് കാഴ്ച്ചകളാക്കിയിട്ടുണ്ട്.

പിറന്നതുകൊണ്ടു മാത്രം ആർദ്രമായി സ്നേഹിച്ചുപോയ പലരുടെ പലവിധ മുഖങ്ങളും ആ കാലിഡോസ്കോപ്പിൽ ഉണ്ട്. കൃത്യമായ അളവിൽ ഇടത്തോട്ടും വലത്തോട്ടും തിരിക്കണംന്ന് മാത്രം.

കാലിഡോസ്കോപ്പ് ഞാൻ ഇപ്പോഴും സൂക്ഷിക്കുന്നു. ഇന്നും അതിൽ മുഖങ്ങൾ പെറുക്കിയിടുന്നു. അതൊരിക്കലും നിറയുന്നില്ല എന്നതും സത്യം.

മുഖങ്ങൾ മായുന്നില്ല.

മുഖരസങ്ങൾ മായുന്നില്ല.

മുഖതേജസ്സ് മായുന്നില്ല.

ഓരോ മുഖവും ഓരോ സൂര്യൻ.

നിറയെ പ്രകാശം തന്ന് അസ്തമിക്കുന്ന സൂര്യൻ.

അയ്യോ.. ഇരുട്ടെന്ന് വേപഥു കൊള്ളുമ്പോഴേക്കും വീണ്ടും പ്രകാശം ചൊരിയുന്നത് അവയുടെ ശിഷ്ട വെളിച്ചം തന്നെയെന്നതും ഒരു വേദ സത്യം.

ഇത്രയും എഴുതാൻ കാരണം. ഇന്ന് നെട്ടൂരിൽ നിന്നും തിരികെ വരുമ്പോൾ അമ്മയുടെ കൈ പിടിച്ചു നടക്കുന്ന ഒരു കുഞ്ഞിനെയും കുഞ്ഞിന്റെ കൈ പിടിച്ചു നടക്കുന്ന അമ്മയേയും കാണാൻ ഇടവന്നു. അമ്മയുടെ പേര് മല്ലിക. കുഞ്ഞിന്റെ പേര് തൃഷ.

എന്താ അവരുടെ ഒരു സന്തോഷം. തൃഷയ്ക്ക് ചെറിയൊരു വയ്യായ്ക. മരുന്നു വാങ്ങാൻ വന്നതാണ്. ഞാനും മരുന്നു വാങ്ങാൻ അവിടെ ഇറങ്ങിയതാണ്. അവർ മരുന്നു വാങ്ങുമ്പോഴേക്കും ഒരു മഞ്ഞ വാഹനത്തിൽ കോവണിയും കോലുകളും ബ്രഷുകളും ഒക്കെയായി അച്ഛനും ഓടിപ്പിടിച്ചെത്തി. അച്ഛന് പെയിന്റ് മണം. പേര് സുധാകരൻ. എനിക്ക് ഷെയ്ക്ക് ഹാൻഡ് തന്നു. കൈയിൽ ഇപ്പോഴും വാസനയുണ്ട്. ഭർത്താവിന്റെ വേഷം കണ്ട് മല്ലിക അന്തംവിട്ടു നിന്നു. സുധാകരൻ സത്യം പറഞ്ഞു.

“എന്റെ കോലം കണ്ട് സ്റ്റണ്ടായി നിൽക്കാ. സംഗതി കോൺട്രാക്റ്ററാ. പക്ഷേ വേഷം മാറ്റി ഞാനും പണിക്കിറങ്ങും. മോൾക്ക് വയ്യാന്ന് കേട്ടപ്പോ പെയിന്റടി നിർത്തി ഓട്യതാ. ഇവളാദ്യായിട്ടാ എന്നെ ഈ വേഷത്തിൽ കാണുന്നേ..”

മല്ലിക ചിരിച്ചു.

തൃഷ് അച്ഛനോട് ചേർന്നു നിന്നു.

പിന്നെ മനസ്സ് തുറന്ന് സത്യം പറഞ്ഞു.

“അച്ഛൻ വരുംന്ന് എനിക്ക് തോന്നീരുന്നു...”

എനിക്കും അച്ഛനെ ചില നേരം കാണാൻ തോന്നും. അച്ഛനുണ്ടെങ്കിൽ അമ്മയും കൂടെ ഉണ്ടെന്ന ഉറപ്പാണ് അതിനു കാരണം.

കൈ നിറയെ സിനിമ...

വട്ടം വട്ടം സിനിമ...

കോഴിക്കോട് കണ്ണൂർ റോഡിൽ ക്രിസ്ത്യൻ കോളേജിനടുത്തായി പണ്ടൊരു സിനിമാ വിതരണ കമ്പനിയുടെ ഓഫീസ് ഉണ്ടായിരുന്നു. ഓടിട്ട

ചെറിയ കെട്ടിടം. മരയഴികൾ ഉള്ള കുഞ്ഞു ജാലകത്തിലൂടെ നോക്കിയാൽ അകത്ത് വലിയ റീലുകൾ ചക്രത്തിൽ കറക്കി വട്ടം ചുറ്റുന്നത് കാണാം.

നസീറും സത്യനും കൊട്ടാരക്കരയും അംബികയും ഷീലയും ജയഭാരതിയും അടൂർഭാസിയും ബഹദൂറും മണവാളനും എല്ലാം വട്ടം ചുറ്റുന്നതു കാണാം. ചിലപ്പോൾ എംജിയാറും ശിവാജിയും എം.എൻ. നമ്പ്യാരും വൈജയന്തിമാലയും ജയലളിതയും അവരുടെ കൂട്ടിനുണ്ടാവും. അപൂർവ്വ ഘട്ടങ്ങളിൽ രാജ്കപൂറും ഹേമമാലിനിയും. ഇംഗ്ലീഷ് നടന്മാരേം നടികളേം ആ ചക്രങ്ങൾക്കുള്ളിൽ അധികം കാണാറില്ല. സിനിമകൾ വട്ടം കറക്കി കൊട്ടകളിലേക്ക് അയയ്ക്കാനുള്ള റീലുകൾ പെട്ടിക്കുള്ളിൽ നിറയ്ക്കുന്ന തിരക്കിലാവും ജോലിക്കാർ. മുറിച്ചു മാറ്റിയ ഫിലിം കഷ്ണങ്ങളിൽ ഒന്നു രണ്ടെണ്ണം ചിലപ്പോൾ ജാലകത്തിലൂടെ അവർ പുറത്തേക്കിട്ട് തരും. പിന്നെ ഒരോട്ടമാണ് വീട്ടിലേക്ക്.

കാർഡ് ബോർഡ് പെട്ടിക്കുള്ളിലെ പ്രത്യേകം തയ്യാറാക്കിയ പ്രൊജക്ടർ തുളയിൽ അവയെ ഇറുക്കി വെച്ച് പിറകിൽ നിന്നും അച്ഛന്റെ ടോർച്ചടിച്ച് സത്യനേം നസീറിനേം എംജിയാറിനേം എല്ലാം ചുമരിൽ പ്രകാശിപ്പിക്കും. ചിലനേരം ടോർച്ചിൽ ബാറ്ററി കമ്മി ആയിരിക്കും. സത്യനും ഷീലയും മറ്റും മങ്ങിമങ്ങി മിന്നി നിൽക്കും. അച്ഛൻ പുതിയ ബാറ്ററി വാങ്ങിത്തരും. എന്റെ വീട് അന്നേ ഒരു മൾട്ടിപ്ലക്സ് ആയിരുന്നു.

ഇത് ചെയ്യാത്ത സിനിമാ പ്രാന്തന്മാർ അക്കാലത്ത് ഉണ്ടാവില്ല. ഇക്കാലത്തെ പ്രാന്തന്മാർക്ക് ആ പ്രശ്നം ഏതായാലും ഇല്ല. അവർക്ക് ചുമർ വേണ്ട. ടോർച്ച് വേണ്ട. ജാലകത്തിന്നിപ്പുറം നിന്ന് ഫിലിം കഷ്ണങ്ങൾക്കായി കെഞ്ചണ്ട. ഒപ്പം നടക്കുന്ന ബിലഹരിയേം ചാക്യാരേം രാജേഷിനേം സുമതിയേം ജോർജിനേം ആരതിയേം എല്ലാം സംഘടിപ്പിച്ച് പെട്ടെന്ന് തന്നെ ഗുളിക സിനിമകൾ ഉണ്ടാക്കാം. എന്നിട്ടത് സ്വന്തം ഫോണിലും ലാപ്ടോപ്പിലും പ്രകാശിപ്പിച്ച് കണ്ടു രസിക്കാം.

എന്നാലും ആ ത്രിൽ ഒരു ത്രിൽ തന്നെയാണ്.

അടിമപ്പെൺ എന്ന സിനിമയിലെ വടിപോലെ കൈ ഉയർത്തി നിൽക്കുന്ന എംജിആറിന്റെ ഒരേ ഒരു സിനിമാ ഫ്രെയിം ചുമരിലേക്ക് ടോർച്ചടിച്ച് തെളിപ്പിച്ച് സിനിമയുടെ മൊത്തം കഥയും പാട്ടും ശബ്ദഘോഷങ്ങളും മാറിമാറി വിശദീകരിച്ച മുസ്തഫയും ദാസനുമാണ് ഞാൻ ദർശിച്ച ആദ്യത്തെ പ്രൊജക്ടർ ഓപ്പറേറ്റർമാർ. കഥ പറയുന്നതിനിടെ മുറ്റത്തിറങ്ങി നിന്ന് സിനിമയിലെ വാൾപ്പയറ്റുകൾ പലവുരു കൈവീശി പയറ്റി അവതരിപ്പിച്ച ഹേമചന്ദ്രന്റെ അനിയൻ ബാബു ഇപ്പോൾ എവിടെയാണാവോ?

പിന്നീടെന്നോ അടിമപ്പെൺ കണ്ടപ്പോഴാണ് മുസ്തഫയും ദാസനും

ബാബുവും പറഞ്ഞ കഥയും തിരക്കഥയും അവർ സിനിമ കാണാതെ സ്വയം ഉണ്ടാക്കിയതായിരുന്നെന്ന് അറിഞ്ഞത്.

നമ്മൾ അറിയാത്ത എത്രയെത്ര പ്രതിഭാധനരായിരുന്ന തിരക്കഥാകൃത്തുക്കളും സംവിധായകരും നമ്മോടൊപ്പം സിനിമ കണ്ടു കളിച്ചു വളർന്നിട്ടുണ്ടാവും.

പണ്ട് ധാരാളം പേടിസ്വപ്നം കാണുമായിരുന്നു. ഉറക്കം വീഴേണ്ട താമസമേയുള്ളൂ നിദ്രയുടെ ആകാശം നിറയെ താഴേക്ക് കൊഴിയുന്ന സ്വപ്നങ്ങളാവും. പലതും തലയിൽ വീണ് തരിപ്പിച്ചു കളയും. ഒരുപിടിയും കിട്ടാത്ത തിളയ്ക്കുന്ന സ്വപ്നങ്ങൾ.

അപ്പോഴാണ് ശബ്ദം പുറത്ത് വരാതെ കരയുക. പെട്ടെന്ന് ഉണരും. ചിലപ്പോൾ ഉണരുന്നത് സാവകാശമായിരിക്കും. സ്വപ്നത്തിന്റെ അതിരും യാഥാർത്ഥ്യമെന്ന മിഥ്യയുടെ അതിരും ചേരുന്നിടത്തേക്ക് കിടക്കപ്പായയിലൂടെ തിരിച്ചെത്തുമ്പോഴേക്കും ദർശിച്ചത് സ്വപ്നമാണെന്ന് വ്യക്തമാവും.

അപ്പോൾ ഒരു വിറയലുണ്ട്. ഓടിച്ചു വന്ന ബസ്സ് മുൻസീറ്റിൽ ഇരിക്കുന്ന എന്റെ മുന്നിൽ വെച്ച് ലിവർ വലിച്ച് ഡ്രൈവർ എഞ്ചിൻ നിർത്തുന്നതോടെ ആകപ്പാടെ ഒന്നു കുലുങ്ങി ഉണ്ടാവുന്ന ഒരു കുലുക്കത്തരിപ്പുണ്ട്. അതുപോലെ ഒന്ന്.

പിന്നെ ചുറ്റും ഇരുട്ട്. ജാലകത്തിനപ്പുറത്തെ ഇളം തെളിച്ചമാർന്ന രാത്രി. കാറ്റിന്റെ ശബ്ദം. എന്താ മോനേ..ന്ന് മൂളി അരികിലൂടെ പറന്ന കലുന്ന കൊതുക്. അരികിൽ കിടക്കുന്ന ഏട്ടന്റെയോ അനിയന്റെയോ നിദ്ര ശബ്ദം. അടുത്ത മുറിയിൽ അച്ഛനുണ്ട് അമ്മയുണ്ട് എന്ന ധൈര്യം. എഴുന്നേറ്റ് അവർക്കരികിലേക്ക് ചെല്ലും. പാദം അടുത്തെത്തേണ്ട താമസം അച്ഛനോ അമ്മയോ അറിയും. ചേർത്തു പിടിക്കും. ഒരു ഉമ്മ ഫ്രീ കിട്ടും. അതൊരു ഗംഗാസ്നാനം ആണ്. ഗംഗ ഇതുവരെ നേരിട്ടു കണ്ടിട്ടില്ല. അമ്മയുടെ കണ്ണിൽ അനവധി തവണ കണ്ടിട്ടുണ്ട്.

ഇപ്പോൾ എന്തുകൊണ്ടോ പേടിസ്വപ്ന കാഴ്ച്ചകൾ വളരെ കുറവാണ്. എത്ര രൗദ്രമായി വന്നാലും ഒന്നും പേടിപ്പിക്കാറില്ല. വരുന്നത് മുഴുവൻ മണ്ടൻ സ്വപ്നങ്ങൾ. ഉറങ്ങേണ്ട താമസം അലറി വിളിച്ച് പലതും വരും. വന്നപോലെ ആവിയായി പോവും. ഒന്നിനും ഇപ്പോൾ എന്റടുത്ത് രക്ഷയില്ല.

എറണാകുളത്ത് ഉറങ്ങുമ്പോൾ അത്തരം സ്വപ്നങ്ങളുടെ പ്രളയമാണ്. ചിലതിനെ കണ്ടാൽ ചിരിവരും. കൊമ്പു കുലുക്കി കുത്തിപ്പറത്തി വന്നാലും അവയ്ക്ക് മുകളിൽ ചാടിക്കളിക്കയല്ലാതെ മറ്റൊന്നും ഞാൻ ചെയ്യാറില്ല. നേരം വെളുക്കുന്നതോടെ അവ അവയുടെ പാട്ടിന് പോകും. എന്നാലും ഉണരുമ്പോൾ ഒരു തരിപ്പുണ്ടാകും.

കോയമ്പത്തൂർ ഉറങ്ങുമ്പോൾ സ്വപ്നങ്ങളും കൂടെ വന്ന് കൂർക്കം വലിക്കും. അവയും എന്നെ കാണേണ്ട താമസം ഉറങ്ങിപ്പോവും. ഉറങ്ങുന്നതിനു മുൻപ് മോന്റെ ഒരു കെട്ടിപ്പിടുത്തം ഉണ്ട്. അവന്റ താടിയിലെ കാട്ടിൽ മുഖം ചേർത്തുവെച്ച് ഒന്നു കണ്ണടയ്ക്കും. അതാവും സ്വപ്നങ്ങളും എന്നെ കാണുമ്പോഴേ ഉറങ്ങിപ്പോവുന്നത്.

കോഴിക്കോട് ഉറങ്ങുമ്പോൾ ഉറങ്ങുന്നത് അറിയാറില്ല. ഉണരുന്നതേ അറിയൂ.

ഇത്രയും എഴുതാൻ കാരണം ഇന്നലെ രാത്രിയിൽ എംടിയെ സ്വപ്നം കണ്ടു. വളരെ കാലത്തിനു ശേഷമാണ് അദ്ദേഹത്തെ സ്വപ്നത്തിലാണെങ്കിലും കാണുന്നത്. കോളേജ് കാലത്ത് വാസുവേട്ടനെ സ്ഥിരമായി നേരിട്ട് കാണാറുണ്ടായിരുന്നു. ഇന്നലെ അദ്ദേഹം സംസാരിച്ചത് മുഴുവൻ സ്വപ്നങ്ങളെ കുറിച്ചായിരുന്നു. പിരിയാൻ നേരം അദ്ദേഹം എനിക്കൊരു പുസ്തകം തന്നു. അതിന് താമര മൊട്ടിന്റെ ആകൃതിയായിരുന്നു. താളുകൾ ഒരോന്നും താമരദളങ്ങൾ ആയിരുന്നു.

ആ അനുഗ്രഹം ഭദ്രമായി സൂക്ഷിച്ചാണ് ഞാൻ ഉണർന്നത്. കിടന്നിടത്ത് അത് കാണാത്തത് സ്വപ്നം മായയാണെന്നത് സത്യമായത് കൊണ്ടാവാം.

ഈ അക്ഷരങ്ങൾ വാസുവേട്ടന് ആദരപൂർവ്വം നൽകുന്ന ദക്ഷിണ.

●

'മുത്താരം കുന്ന് പി.ഒ.' എന്ന സിനിമയ്ക്കും മുൻപ് സിബിമലയിലിനു ആദ്യ സംവിധാനത്തിനായി രണ്ടു തിരക്കഥകൾ ഞാൻ എഴുതിയിരുന്നു. രണ്ട് സംവിധാനവും നടന്നില്ലെന്നത് ഇത്തിരി സങ്കടം തരുന്നൊരു ജീവിത തമാശ. എന്നാൽ അത് സാരമില്ലെന്ന് മനസ്സ് പറഞ്ഞത് സിബിയുടെ 'മുത്താരം കുന്ന് പി.ഒ.' ദർശിച്ച ശേഷമാണ്. നായകൻ നല്ലപോലെ ഗുസ്തി പിടിച്ചിട്ടാണെങ്കിലും സിബി സംവിധായകനും നിർമ്മാതാവ് നിർമ്മാതാവും ആയല്ലോ. അതല്ലേ ഏറ്റവും നല്ല തിരക്കഥ.

രണ്ടാമത്തെ തിരക്കഥ എഴുതാനായി ഞാനും സിബിയും പൊന്മുടിയിൽ താമസിക്കുന്ന കാലം. രണ്ട് നായകന്മാരുള്ള എന്തോ ഒരു ഹലാക്ക് കഥയാണ് അന്നെന്റെ മനസ്സിൽ വന്നത്. സിബിക്ക് രസിച്ച ആ കഥ രണ്ടു നായകന്മാരെയും മനസ്സിൽ കൈ പിടിച്ച് നടത്തിച്ച് എഴുതിയെടുക്കുന്ന ഒരു പകൽ സമയം ഞാനും സിബിയും പൊന്മുടിയിൽ നടക്കാനിറങ്ങി. നടന്നു നടന്ന് സാമാന്യം ഉയരമുള്ള ഒരു ചെറിയ മലയുടെ മുന്നിൽ എത്തി.

അവിടവിടെ പൊന്തച്ചെടികളും ചെറിയ പാറകളും ഉള്ള മലയിലേക്ക് ഞങ്ങൾ സാവകാശം കയറി. ഏതാണ്ട് പാതിയിൽ അധികം കഴിഞ്ഞതും പാറകളും പൊന്തകളും താഴെ നിന്നും നോക്കിയതിൽ അധികം ഉള്ളതായി തോന്നി.

കണ്ണടയും വെച്ച് മുകളിലേക്കുള്ള നടത്തം ഇത്തിരി വിഷമം ഉള്ള തായി എനിക്ക് അനുഭവപ്പെട്ടു. കയറിയ വഴി ഇത്തിരി ചെങ്കുത്തായി പ്പോയതുപോലെ. താഴെ നിന്നും കാഴ്ച്ച കൊണ്ടളന്നാൽ ഉയരത്തിന്റെ വളവ് അറിയില്ലെന്നത് അതുവരെ ഒരു മലയും കയറാത്ത എനിക്ക് ആദ്യ അറിവായിരുന്നു. രണ്ടു മൂന്നു തവണ കാല് തെന്നി. കാണുന്നിടത്തല്ല കാലെത്തുന്നതെന്ന് മനസ്സിലായതും സിബിയോട് ചോദിച്ചു.

"ഇനി കയറണോ..?"

സിബി ഉഷാറിലാണ്. അന്ന് അവന് ഇന്നു കാണുന്ന തടിയും ഗർഭവും ഒന്നും ഇല്ല. എനിക്ക് ഗർഭം തീരെയില്ല. സിബി കയറാനുള്ള ഉത്സാഹത്തിലാണ്. ഞാൻ അവിടെ തന്നെ നിന്നു. എന്റെ വിഷമം കണ്ടതും അവൻ എന്നോട് നിൽക്കാൻ പറഞ്ഞു. ഞാൻ ഒരു പാറയിൽ ഇരുന്നു.

സിബി കയറി. കയറിക്കയറി സിബി മലയുടെ മുകളിൽ എത്തി. അവിടെ നിന്ന് എനിക്ക് നേരെ കൈവിശി.

ഉള്ളിൽ ഒരു ഭയവും സന്തോഷവും തോന്നി. ഭയം, അവൻ അവിടെ തനിച്ചാണെന്ന ചിന്ത. സന്തോഷം, അവൻ അത്രയും ഉയരത്തിൽ കയറി യല്ലോ എന്ന സന്തോഷം.

തനിച്ചങ്ങനെ വിട്ടാൽ ശരിയാവില്ലെന്ന തോന്നലോടെ ഇത്തിരി കൂടി ഞാൻ മുകളിലേക്ക് കയറി നോക്കി.

പറ്റൂല.

ഇരുന്നു.

സിബി തെല്ലിട നേരം അവിടെ തന്നെ നിന്ന് ചുറ്റും നോക്കുന്നു. പെട്ടെന്ന് അപ്പുറത്തേക്ക് കടന്നപോലെ അവനെ കാണുന്നില്ല. എന്റെ ഉള്ളിൽ വിഴുങ്ങിയ തിരക്കഥ തിളച്ചു മറിഞ്ഞു. അവനെ ഉച്ചത്തിൽ വിളിച്ചു.

"സിബീ.."

രണ്ടക്ഷരമായത് നന്നായി. ഒരു നിലവിളിയിൽ തീരുമല്ലോ. ഫ്രാൻസിസ് സെബാസ്റ്റ്യൻ സിബിയോ എന്നോ മറ്റോ ആയിരുന്നെങ്കിൽ അത്രേം ഉച്ചത്തിൽ വിളിക്കാൻ ശ്വാസം നീട്ടിക്കിട്ടാൻ നല്ല പാടാണ്.

മൂന്നാമത്തെയോ നാലാമത്തെയോ വിളിയോടെ വീണ്ടും സിബി മുകളിൽ പ്രത്യക്ഷപ്പെട്ടു. ഇറങ്ങി വരാൻ ഞാൻ വിളിച്ചു പറഞ്ഞു. സിബി താഴേക്കിറങ്ങി. കിതച്ചും ചിരിച്ചും അടുത്തെത്തി. അരികിലെ പാറ യിൽ വിയർത്തു കുളിച്ച് ഇരുന്നു. ഇത്തിരി സമയം എടുത്ത് പതിയെ പറഞ്ഞു.

"മണ്ടത്തരാ കാണിച്ചത്. അവിടെ എത്തിയപ്പോ നല്ല പേടി തോന്നി. അപ്പുറം താഴെ നല്ല കാടാണ്. ഒരു പട്ടി ഓടി വന്നാ മതി. എല്ലാ ആവേശവും അതോടെ തീരും."

ഞാൻ അവനെ പതിയെ കെട്ടിപ്പിടിച്ചു.

"നീ മാത്രം അല്ല ഞാനും പേടിച്ചു. പക്ഷേ ഒരു നല്ല കാര്യംണ്ടായി."

"എന്താദ്..?"

"നീ സിബിമലയിൽ ആണ്. നിന്നെ മലയുടെ മുകളിൽ കണ്ട ഒരേ ഒരാൾ ഞാൻ മാത്രമാണ്."

•

ഉച്ചവെയിൽ നേരം വാടാനപ്പള്ളിയിൽ തൃശ്ശൂർക്കുള്ള ബസ്സ് കാത്തു നിൽക്കുകയായിരുന്നു.

വളരെ നേരമായിട്ടും ഒരു ബസ്സും വരുന്നില്ല. നിശ്ശബ്ദം നിൽക്കുന്ന ഏതാനും ആൾക്കാരിൽ നല്ലപോലെ മെലിഞ്ഞ് ഉയരം കൂടിയ ഒരു വിഷാദ മുഖത്തോട് പതിയെ ചോദിച്ചു.

"ബസ്സിനൊന്നും വയ്യേ. എന്താ ആരും വരാത്തത്?"

രസികനായിരുന്നു അയാൾ. വിഷാദം മാഞ്ഞ് ഉള്ളിലേക്കൊരു പുഞ്ചിരി വീഴ്ത്തി ആദ്ദേഹം പറഞ്ഞു.

"ബസ്സില്ലെന്നാ തോന്നുന്നത്."

"എന്താ കാര്യം..?"

"ഹർത്താലാത്രെ."

"ഇവിടം മാത്രമായി ഹർത്താലോ?!"

"അതേ. ഈ നിയോജക മണ്ഡലത്തില് മാത്രാത്രേ."

"അങ്ങനെയും ഹർത്താൽ ഉണ്ടോ..?!"

"ഓ.. പല സൈസിലും ഉണ്ട്."

"എന്തിനാപ്പം ഹർത്താൽ..?"

ബസ്സ് കാത്തു നിന്ന ഒരാൾ അതിന്റെ കാരണം പറഞ്ഞു.

കുറെ നേരം കാത്തു നിന്നപ്പോൾ ഒരു ഷെയർ ഓട്ടോ കിട്ടി. കാഞ്ഞാണി വരെ ഇരുപത്. അവിടുന്ന് ബസ്സുണ്ടാവുംന്ന് ഓട്ടോക്കാരൻ പറഞ്ഞു. നാലുപേർ അതിൽ കയറി. കാഞ്ഞാണിയിലെ വെയിലിലും ബസ്സില്ല. അവിടെ തണൽ തേടിയ ഒരാളോട് ഹർത്താലിന്റെ കാരണം തിരക്കി. അദ്ദേഹം പറഞ്ഞതും നേരത്തെ കേട്ടതും രണ്ടും രണ്ട്.

കാത്തു നിൽപ്പിനു ശേഷം വീണ്ടും ഒരു ഷെയർ ഓട്ടോ തടഞ്ഞു. അടുത്തൊരു സ്ഥലത്ത് അതും ഇരുപതിന് ഇറക്കി. അവിടെ വെച്ച് ഒപ്പം കയറിയ ഷെയർകാരിൽ ഒരാൾ ഓട്ടോക്കാരനോട് ഉടക്കി. അവർ തമ്മിൽ നേരത്തെ ഒരു പ്രശ്നം ഉള്ളത് സത്യത്തിൽ ഓട്ടോക്കാരൻ മറന്നിരുന്നു. വീണ്ടും അത് തല്ലിപ്പൊക്കി ഉണർത്തിയ ഷെയർകാരനോട് മറ്റൊരു ഷെയർകാരൻ ചൂടായി.

ചൂട് മൂത്തപ്പോൾ ഷെയർകാരൻ അയാളുടെ ഇരുപത് നിലത്ത് വലിച്ചെറിഞ്ഞ് അങ്ങ് നടന്നു പോയി. ഭാഗ്യത്തിന് ഓട്ടോക്കാരൻ അയാളെ പിറകിൽ പോയി തല്ലിയില്ല. നിലത്ത് നിന്നും ആ ഇരുപ തെടുത്ത് കീശയിൽ അമർത്തിക്കൊണ്ട് ഓട്ടോക്കാരൻ പറഞ്ഞ വാക്ക് മലയാള നിഘണ്ടുവിന്റെ ഏഴയലത്ത് ഇന്നുവരെ കണ്ടിട്ടില്ല. ഞാന യാളുടെ കൈപിടിച്ചു കുലുക്കി.

ചില വാക്കുകൾ തുപ്പിയിട്ടാണെങ്കിലും കോപം ഉള്ളിൽ തന്നെ കത്തിച്ചു കളഞ്ഞതിനായിരുന്നു ആ കൈ കുലുക്കൽ എന്നുകൂടി പറ ഞ്ഞപ്പോൾ അയാൾക്ക് സന്തോഷമായി. എങ്കിലും അയാളിൽ നല്ല സങ്കടമുണ്ടായിരുന്നു. ഞാൻ ആ വാക്കിന്റെ അർത്ഥം ചോദിച്ചു. അതയാളെ വല്ലാതെ പരിഭ്രമിപ്പിച്ചു. മനസ്സിൽ ഉരുവിട്ട അർത്ഥം അയാളെ തന്നെ വിഷമിപ്പിച്ചുവെന്നു തോന്നുന്നു.

അടുത്ത ഓട്ടോ കാത്തു നിൽക്കാതെ ഇത്തിരി നടന്നു. നന്നായി വിയർത്തെന്ന് ഉറപ്പായതും ചെറിയൊരു ബസ്സ് ഓടിപ്പിടച്ചു വന്നു.

പുറത്തേക്ക് ചാടിയിറങ്ങി വാതിലിൽ കൈ തല്ലി അടിച്ച് ബഹളം വെക്കുംപോലെ എന്തൊക്കെയോ വിളിച്ചു പറഞ്ഞ് ധൃതി പിടിച്ച ക്ലീനറോ ഓണറോ ആയൊരു മനുഷ്യൻ എന്നെയടക്കം എല്ലാരേം വാരിയെടുത്ത് അകത്തിട്ടങ്ങ് പൂരപ്പറമ്പുപോലെ തൃശ്ശൂരേക്ക് പറന്നു.

ഒരു തീപ്പെട്ടിക്കൂടിന്റെ വലുപ്പമേ ആ ബസ്സിനുള്ളൂ.

പക്ഷേ അതിനകത്ത് എത്രയാണ് ഹർത്താൽ കൊള്ളികൾ.

പത്താം ക്ലാസിൽ പഠിക്കുന്ന കാലത്താണ് ചന്ദ്രനിലേക്ക് അമേരിക്കയും റഷ്യയും തുരുതുരാ റോക്കറ്റുകൾ വിട്ടത്. അക്കാലത്ത് എന്റെ മനസ്സും ആ റോക്കറ്റുകൾക്ക് പിറകെ ആയിരുന്നു. കിട്ടുന്ന റോക്കറ്റുകൾ മുഴുവൻ എടുത്തു നോക്കും. കയ്യിൽ തടയുന്ന വാർത്തകളും ലേഖനങ്ങളും എല്ലാം വായിക്കും. ചന്ദ്രനെയും ശൂന്യാകാശത്തെയും സൂര്യനെയും ഹലാക്ക് ഗ്രഹങ്ങളെയും എല്ലാം സ്വപ്നം കാണും. ഒരിക്കലെങ്കിലും ശൂന്യാകാശ ത്തിൽ ഒന്നു കറങ്ങണം എന്നത് വിട്ടുപിരിയാത്ത സ്വപ്നമായിരുന്നു. ഭൂമിയിൽ ഇതുവരെയുള്ള കറക്കവും ഇനി വരാനുള്ള കറക്കവും എല്ലാം ശൂന്യാകാശകറക്കം തന്നെ എന്ന് പിന്നീടാണ് വ്യക്തമായത്.

അക്കാലത്ത് സയൻസ് മാഷ് പറഞ്ഞ് 'ചന്ദ്രനിലേക്കുള്ള യാത്ര'യെ ക്കുറിച്ച് ഒരു ലേഖനം സ്കൂൾ മാഗസിനിലേക്ക് എഴുതി. എന്നാൽ മാഗസിൻ എഡിറ്റർ മലയാളം മാഷായിരുന്നു. മാഷ് ചോദിച്ച കഥയ്ക്ക് പകരം 'റോക്കറ്റ് ലേഖനം' കൊടുത്തതിൽ കോപം വന്ന് മലയാളം മാഷ് അത് അച്ചടിച്ചില്ല. 'അവനങ്ങനെ റോക്കറ്റില് പറക്കേണ്ടെന്ന്..' സയൻസ് മാഷോട് പറയേം ചെയ്തു.

റോക്കറ്റിൽ സീറ്റ് കിട്ടാതെ വിഷമിച്ചു നിന്ന എന്നെ തോളിൽ കൈയിട്ട് ബാസ്ക്കറ്റ്ബോൾ കോർട്ടിലൂടെ നടത്തിച്ച് സയൻസ് മാഷ് ചിരിയോടെ പറഞ്ഞു.

"കഥയും ഒരു റോക്കറ്റാണ്. അത് മലയാളം മാഷ്ക്ക് അറിയാത്തോന് നമ്മളെന്തിന് സങ്കടപ്പെടണം?"

ചന്ദ്രനിൽ മനുഷ്യൻ ഇറങ്ങിയ സമയം ചുരുങ്ങിയ വർഷം കൊണ്ട് മനുഷ്യർ ചന്ദ്രനിൽ താമസം തുടങ്ങുമെന്ന് ലോക മാസികകളിൽ പലരും എഴുതിയിരുന്നു. അവർ പറഞ്ഞ സമയം എല്ലാം കഴിഞ്ഞു. എന്തു കൊണ്ടോ ചന്ദ്രനെ മനുഷ്യർ ഉപേക്ഷിച്ചെന്നു തോന്നുന്നു. എന്നാലും വരും വർഷങ്ങളിൽ ചിലർ ചെറിയ വിട്ടുവീഴ്ചകൾക്ക് തയ്യാറായി വീണ്ടും ചന്ദ്രനിലേക്ക് പോകുന്നുണ്ടെന്ന് കേൾക്കുന്നു.

പോകണം, എനിക്ക് ചന്ദ്രനെ ഉപേക്ഷിക്കാൻ തീരെ പറ്റൂല. ചന്ദ്രനെ കാണാൻ വേണ്ടി മാത്രം പണ്ടൊരു ടെലസ്കോപ്പ് സംഘടിപ്പിച്ചിരുന്നു. അതിലൂടെ ചന്ദ്രനേം അങ്ങേ പത്തുള്ള ശനിയേം ഒരേ സമയം കണ്ടിട്ടുണ്ട്. അതിമനോഹരം ആണ് ആ കാഴ്ച. ശനിക്ക് ഒരു മമ്പയർ മണിയുടെ വലുപ്പേ അന്ന് കിട്ടിയുള്ളൂ. വയറിനു ചുറ്റും ഉള്ള അരഞ്ഞാണങ്ങളും വ്യക്തം.

ഞാനിപ്പോൾ വൊയേജറിനു പിറകെയാണ്. രണ്ടു വെയേജർമാരും സുഖമായി പറക്കുന്നുണ്ട്. പിടിച്ചാൽ കിട്ടാത്ത ദൂരത്തെത്തിയിട്ടും ഉണ്ട്.

ഇത്രേം ദിവസം 'കെപ്ലറുടെ' കൂടെയായിരുന്നു.

അദ്ദേഹം ശനിയിൽ വിലയം പ്രാപിച്ചതോടെ എനിക്കിപ്പോൾ ശനിയുടെ മോനായ ടൈറ്റനിലാണ് പ്രതീക്ഷ. ആണായി പിറന്ന ഒരുത്തനെങ്കിലും അല്ലെങ്കിൽ പെണ്ണായി പിറന്ന ഒരുത്തിയെങ്കിലും അവിടെ ഒരു വീടു വെക്കാൻ സാദ്ധ്യതയുണ്ട്.

വിളിച്ചാൽ കുറ്റൂശക്കെന്തായാലും ഞാൻ പോകും.

ഉറപ്പ്.

•

കുട്ടികൾ കളിക്കണം.

കുട്ടിത്തത്തിന് പ്രായം മില്ലീലിറ്റർ കണക്കായാലും വീപ്പക്കണക്കായാലും കളിയാണ് പ്രധാനം. കളിക്കാത്തവർ മണ്ടരും ബകിടരും ഉത്തരവാദിത്വബോധമില്ലാത്തവരും ആണെന്നാണ് വല്യമ്മാവൻ ഒരിക്കൽ പറഞ്ഞത്. അന്ന് വല്യമ്മാവനും ഞാനും തറവാട്ടു കുതിരിൽ ഇരുന്ന് തായം കളിക്കുന്ന നേരം. എനിക്ക് പ്രായം ഇത്തിരി. വല്യമ്മാവന് പ്രായം ഒത്തിരി. തായം കളിച്ച് മുന്നേറവേ, ഞാൻ തോൽക്കുമ്പോഴൊക്കെ വല്യമ്മാവൻ മഴപെയ്യുന്ന ശബ്ദത്തിൽ ചിരിക്കുമായിരുന്നു.

ആ ചിരി മുഴുവൻ സ്നേഹമായിരുന്നു. എത്ര പെയ്താലും ഒരിക്കലും വേദനിച്ച് നനയില്ല.

വല്യമ്മാവന് ഇത്തിരി കഷണ്ടി ഉണ്ടായിരുന്നു. ഇടയ്ക്കിടെ തല തടവുമായിരുന്നു. ശുഭ്രവസ്ത്രത്തിലേ എന്നും കാണൂ. സ്വയം നൂറ്റെടുക്കുന്ന നൂലിൽ നെയ്തെടുക്കുന്ന തുണിശ്ശീല ഉപയോഗിച്ചാണ് വസ്ത്രം തുന്നുക. വല്യമ്മാവൻ ഉപയോഗിച്ച ചർക്ക ഇന്നും എന്റെ മനസ്സിൽ കറങ്ങുന്നു. വല്യമ്മാവൻ കോൺഗ്രസ്സായിരുന്നോ എന്ന് ഓർമ്മയില്ല. ചങ്ങാതിമാരെല്ലാം ചുകപ്പായിരുന്നു. വല്യമ്മാവന് നായനാരെ വല്യ ഇഷ്ടമായിരുന്നു.

തൃക്കരിപ്പൂർ ഗ്രാമത്തിലെ വയൽ വരമ്പിലൂടെ മുന്നിലും പിന്നിലുമായി നടക്കുമ്പോൾ വായനശാല വളവിൽ തെല്ലിട നിന്ന് അവിടം പത്രം ഉച്ചത്തിൽ വായിക്കുന്നവർക്കു മുന്നിൽ വായനയും കേട്ട് ഇത്തിരി നേരം ഞങ്ങൾ നിൽക്കാറുണ്ടായിരുന്നു. ആ നേരം വായന നിർത്തി ആളുകൾ വല്യമ്മാവനോട് ലോഗ്യം പറയും. അവരിൽ മിക്കവരും വല്യമ്മാവനൊപ്പം കളിച്ചു വളർന്നവരായിരുന്നു. ചിലർ അപ്പോഴും കുട്ടികളായിരുന്നു. അവരിൽ ഒരാൾ തെയ്യം കെട്ടാറുണ്ടായിരുന്നു. തെയ്യം കെട്ടുമ്പോഴാണ് ഓൻ നന്നായി കളിക്കാറെന്ന് വല്യമ്മാവൻ പറഞ്ഞത് ഓർക്കുന്നു.

എനിക്കിപ്പോഴും തുള്ളിത്തൊട്ടും തായം കളിച്ചും കക്കെറിഞ്ഞും കള്ളനും പൊലീസുമായി വീട്ടിൽ ഒളിച്ചും നടുസോടിയിൽ വെട്ടിച്ചോടിയും കളിക്കാൻ അതിമോഹമാണ്. ഒപ്പം കളിക്കാൻ ആകെ കുറച്ചു പേരെ ഉള്ളൂ. അതും അവരുടെ മൂഡ്പോലിരിക്കും കളിക്കളത്തിന്റെ അവസ്ഥ.

മനസ്സിലെ തിരകൾ അടങ്ങി കളിവള്ളം ഇറക്കാൻ കാത്തിരിക്കേണ്ട. തോണിക്കാരല്ല നമ്മളൊന്നും. നമ്മൾക്ക് നല്ല പ്രാപ്തിയും ഊർജവും ഉണ്ട്. മനസ്സ് ശക്തവും പ്രതീക്ഷ നിറഞ്ഞതും ദീപ്തവുമാണ്. അകത്തെ ഓപ്പറേറ്റിങ്ങ് സിസ്റ്റം പവർഫുൾ ജാവയാണ്. ജാവ സിംപിളാണ്. ലഹരി നിറഞ്ഞതും എവിടെയും എന്തിലും ചേരുന്നതുമാണ്. അവനവനെക്കൊണ്ടു മാത്രം ബൂട്ട് ചെയ്യിച്ചാൽ മനസ്സ് പെട്ടെന്ന് ഉണരും.

ഇന്നലെ മുറ്റത്തിറങ്ങി തുള്ളിത്തൊട്ടു കളിക്കാൻ ഭാര്യയെ ക്ഷണിക്കാൻ കൊതിച്ചു. അവൾക്ക് തുള്ളാൻ വയ്യാത്ത വിധം കാലിൽ വേദനയുള്ള നേരം. ഇത്തിരി നേരം തടവിക്കൊടുത്തു. അപ്പോഴാണ് മകൻ അകത്ത് ബീറ്റ്ബോക്സിങ്ങ് ചെയ്യുന്നത് കേട്ടത്.

കംപ്യൂട്ടറിനു മുന്നിൽ മൈക്കിലൂടെ വിദേശത്തെവിടെയോ ഉള്ള ഏതാനും പേർക്കൊപ്പം ഒരു മ്യൂസിക്കൽ ടൂർണ്ണമെന്റിലായിരുന്നു മോൻ. നല്ല താളം. പിന്നെ വൈകിയില്ല. അവനു പിറകിൽ പോയി കുറെ നേരം തോന്നിയപോലെ തുള്ളിക്കളിച്ചു.

തുള്ളിക്കളിയും ഒരു ഡാൻസാണല്ലോ.

വീട്ടിലെ മുറിയും ഒരു കടൽത്തീരമാണല്ലോ.

കഴിഞ്ഞ ദിവസം യാത്രയ്ക്കിടെ അധികം ആളില്ലാതെ ഓടുന്ന തീവണ്ടി മുറിയുടെ ഉള്ളിൽ വാതിൽക്കൽ വെച്ച ജലക്കുഴലിന്നരികിൽ നിന്ന് മുഖം കഴുകി ആ നനവോടെ മുഖം തിരിക്കെ, രണ്ടു മുറികൾക്കും ഇടയിലായുള്ള വഴിയിൽ ഒരാൾ മുഖം കുനിച്ചു നിന്ന് വിതുമ്പുന്നത് കണ്ടു. തോളിൽ ഒരു സഞ്ചിയും ഉണ്ട്.

ഇത്തിരി വേദന തോന്നിയതും അരികിലേക്ക് ചെന്നു.

എന്തേന്നു ചോദിച്ചു.

ഉത്തരമില്ല.

അയാൾ കണ്ണു തുടച്ചു.

ചിരിക്കാൻ ശ്രമിച്ചു.

എന്തെങ്കിലും വിഷമം ഉണ്ടോന്ന് ചോദിച്ചു.

പോക്കറ്റടിച്ചോന്നു ചോദിച്ചു.

കണ്ണു നിറഞ്ഞു നിന്നതല്ലാതെ ഉത്തരമില്ല.

പിന്നൊന്നും ചെയ്യാനുണ്ടായിരുന്നില്ല.

പതിയെ ഒന്നു കെട്ടിപ്പിടിച്ചു.

ചേർത്തു കെട്ടിപ്പിടിച്ചു.

കാര്യം എന്തെന്നറിയാതെ സാരമില്ലെന്നു പറഞ്ഞു.

അയാൾ എന്നിലേക്ക് ചാഞ്ഞു അമർന്നു നിന്നു.

നല്ലപോലെ ഒന്നു വിതുമ്പി.

പിന്നെ നനവോടെ ഒന്നു തലയാട്ടി അടുത്ത മുറിയിലേക്ക് പോയി.

അദ്ദേഹം ഷൊർണൂരിൽ ഇറങ്ങുന്നത് കണ്ടു.

ചിലർ കാത്തു നിൽക്കുന്നതും കണ്ടു.

വേഗത്തിൽ അകലുന്നതും കണ്ടു.

എന്റേതും അയാളുടേത് പോലെയോ, അയാൾ വിതുമ്പിയതിനു പിറകിലെ കാരണം പോലെയോ, ഒരു പൂമ്പാറ്റ ജീവിതം ആണ്.

ഇനിയെത്ര കെട്ടിപ്പിടുത്തം ശേഷിപ്പുണ്ടോ ആവോ.

■

www.ingramcontent.com/pod-product-compliance
Lightning Source LLC
LaVergne TN
LVHW100253051026
849517LV00006B/2078